ವಿಶ್ವ ಕಥಾಕೋಶ

ಸಂಪುಟ - ೧೬

ಪ್ರಧಾನ ಸಂಪಾದಕ
ನಿರಂಜನ

ಅವಸಾನ

ಗ್ರೀಸ್-ಸೈಪ್ರಸ್-ತುರ್ಕಿ ಕಥೆಗಳು

ಅನುವಾದ
ಎ. ಈಶ್ವರಯ್ಯ

ನವಕರ್ನಾಟಕ ಪ್ರಕಾಶನ

ಐವತ್ತರ ಸಂಭ್ರಮ ೧೯೬೦-೨೦೧೦

AVASAANA (Kannada)
An anthology of short stories from Greece, Cyprus and Turkey, being the sixteenth volume of Vishwa Kathaa Kosha, a treasury of world's great short stories in 25 volumes in Kannada. Translated by A. Ishwarayya. Editor-in-Chief : Niranjana. Editors : S. R. Bhat, C. R. Krishna Rao, C. Sitaram. Secretary : R. S. Rajaram.

Fifth Print : 2022 Pages : 118 Price : ₹ 125
Paper : 75 gsm Maplitho 20 kg (1/8 Demy Size)

ಮೊದಲನೇ ಮುದ್ರಣ : 1981
ಮರುಮುದ್ರಣಗಳು : 2011, 2012
ನಾಲ್ಕನೇ ಮುದ್ರಣ : 2022

ಪ್ರಧಾನ ಸಂಪಾದಕ : ನಿರಂಜನ
ಸಂಪಾದಕರು : ಎಸ್. ಆರ್. ಭಟ್, ಸಿ. ಆರ್. ಕೃಷ್ಣರಾವ್, ಸಿ. ಸೀತಾರಾಮ್
ಕಾರ್ಯದರ್ಶಿ : ಆರ್. ಎಸ್. ರಾಜಾರಾಮ್
ಕಲಾ ಸಲಹೆಗಾರರು : ಎಸ್. ರಮೇಶ್, ಕಮಲೇಶ್, ಅಮಿತ್

ಕೃತಿಸ್ವಾಮ್ಯ : ಆಯಾ ಕಥೆಗಳ ಲೇಖಕರದ್ದು / ಲೇಖಕರ ವಾರಸುದಾರರದ್ದು

ಬೆಲೆ : ₹ 125

ಮುಖಚಿತ್ರ : ಕಮಲೇಶ್

ಪ್ರಕಾಶಕರು
ನವಕರ್ನಾಟಕ ಪಬ್ಲಿಕೇಷನ್ಸ್ ಪ್ರೈವೇಟ್ ಲಿಮಿಟೆಡ್
ಎಂಬೆಸಿ ಸೆಂಟರ್, ಕ್ರೆಸೆಂಟ್ ರಸ್ತೆ, ಬೆಂಗಳೂರು – 560 001
ದೂರವಾಣಿ : 080–22161900 / 22161901 / 22161902

ಶಾಖೆಗಳು / ಮಳಿಗೆಗಳು
ನವಕರ್ನಾಟಕ, ಕ್ರೆಸೆಂಟ್ ರಸ್ತೆ, ಬೆಂಗಳೂರು – 1, ✆ 080–22161913/14, Email : nkpsales@gmail.com
ನವಕರ್ನಾಟಕ, ಕೆಂಪೇಗೌಡ ರಸ್ತೆ, ಬೆಂಗಳೂರು – 9, ✆ 080–22203106, Email : nkpkgr@gmail.com
ನವಕರ್ನಾಟಕ, ಶರವು ದೇವಸ್ಥಾನ ರಸ್ತೆ, ಮಂಗಳೂರು – 1, ✆ 0824–2441016, Email : nkpmng@gmail.com
ನವಕರ್ನಾಟಕ, ಬಲ್ಮಠ, ಮಂಗಳೂರು – 1, ✆ 0824–2425161, Email : nkpbalmatta@gmail.com
ನವಕರ್ನಾಟಕ, ರಾಮಸ್ವಾಮಿ ವೃತ್ತ, ಮೈಸೂರು–24, ✆ 0821–2424094, Email : nkpmysuru@gmail.com
ನವಕರ್ನಾಟಕ, ಸ್ಟೇಷನ್ ರಸ್ತೆ, ಕಲಬುರಗಿ – 2, ✆ 08472–224302, Email : nkpglb@gmail.com

ಮುದ್ರಕರು : ರಿಪ್ರೋ ಇಂಡಿಯಾ ಲಿಮಿಟೆಡ್, ಮುಂಬಯಿ

0411226305 **ISBN 978-81-8467-215-2**

Published by Navakarnataka Publications Private Limited, Embassy Centre Crescent Road, Bengaluru - 560 001 (India). Email : navakarnataka@gmail.com

ಅರ್ಪಣೆ

ನಿರಂಜನ
(1924–1991)

ಇವರ ನೆನಪಿಗೆ

ಪರಿವಿಡಿ

ಪ್ರಕಾಶಕರ ನುಡಿ

ವಿಶ್ವಕಥಾಕೋಶದ ಮೊದಲ ಹನ್ನೆರಡು ಸಂಪುಟಗಳನ್ನು ಮೂರು ಕಂತುಗಳಲ್ಲಿ ನಾವು ಈಗಾಗಲೇ ಓದುಗರ ಕೈಗಿತ್ತಿದ್ದೇವೆ.

ಈಗ ಮತ್ತಿದೋ ನಾಲ್ಕು ಸಂಪುಟಗಳು. ಇವು ಈ ವರ್ಷದ–1981ರ–ದೀಪಾವಳಿಯ ಕಾಣಿಕೆ.

ಈ ನಾಲ್ಕರಲ್ಲೊಂದು 'ಅವಸಾನ'. ಇದರಲ್ಲಿ ಗ್ರೀಸ್, ತುರ್ಕಿ ಮತ್ತು ಸೈಪ್ರಸ್‌ಗಳ ಕಥಾ ಸಾಹಿತ್ಯದಿಂದ ಆಯ್ದ ಹೃದಯಂಗಮವಾದ ಹತ್ತು ಕಥೆಗಳಿವೆ. ಇದು ಕಥಾ ಕೋಶದ ಹದಿನಾರನೆ ಸಂಪುಟ. ಈ ಸಂಪುಟವನ್ನು ಕನ್ನಡಕ್ಕೆ ಅನುವಾದಿಸಿದವರು ಶ್ರೀ ಈಶ್ವರಯ್ಯ ಅವರು.

ಈ ಸಂಪುಟಕ್ಕೆ ಅಂದವಾದ ಮುಖಚಿತ್ರವನ್ನು ಬರೆದು ಕೊಟ್ಟವರು ಚಿತ್ರಕಲಾವಿದ ಕಮಲೇಶ್. ಹಿಮ್ಮೈ ವಿನ್ಯಾಸ ಅವರದೇ. ಇದನ್ನು ಸೊಗಸಾಗಿ ಮುದ್ರಿಸಿದ ಶ್ರೇಯಸ್ಸು ಜನಶಕ್ತಿ ಮುದ್ರಣಾಲಯದ ನಮ್ಮ ಬಂಧುಗಳಿಗೆ ಸಲ್ಲಬೇಕು. ಇದರ ರಕ್ಷಾಕವಚದ ಮುದ್ರಣ ಕಾರ್ಯವನ್ನು ನಿರ್ವಹಿಸಿದವರು ಶಿವಕಾಶಿಯ ಜೇಯೆಮ್ ಆಫ್‌ಸೆಟ್ ಪ್ರಿಂಟರ್ಸ್ ಅವರು. ಇವರಿಗೆಲ್ಲ ಈ ಸಂದರ್ಭದಲ್ಲಿ ನಮ್ಮ ಹೃತ್ಪೂರ್ವಕ ಕೃತಜ್ಞತೆಗಳು ಸಲ್ಲುತ್ತವೆ.

ಇವರಲ್ಲದೆ ಈ ಸಂಪುಟವನ್ನು ಹೊರತರಲು ಇನ್ನೂ ಅನೇಕ ಮಂದಿ ಮಿತ್ರರು ನಮಗೆ ನೆರವಾಗಿದ್ದಾರೆ. ಸಂಪುಟದ ಕೊನೆಯಲ್ಲಿ ಅವರಿಗೆ ನಮ್ಮ ವಿಶೇಷ ಕೃತಜ್ಞತೆಗಳನ್ನು ಸಮರ್ಪಿಸಲಾಗಿದೆ.

ಈ ಸಂಪುಟದಲ್ಲಿ ಬಳಸಲಾದ, ಕೃತಿಸ್ವಾಮ್ಯವನ್ನು ಹೊಂದಿರುವ ಎಲ್ಲ ಕಥೆಗಳ ಕರ್ತೃಗಳಿಂದ ಅಥವಾ ಅವರ ವಾರಸುದಾರರಿಂದ ಅವುಗಳ ಪ್ರಕಟಣೆಗೆ ಅನುಮತಿ ಪಡೆಯಲು ನಾವು ಆದಷ್ಟು ಪ್ರಯತ್ನಿಸಿದ್ದೇವೆ. ಅವರೆಲ್ಲರಿಗೂ ನಾವು ಋಣಿಗಳು. ಆದರೆ ಒಂದು ವೇಳೆ ಯಾರಾದಾದರೂ ಅನುಮತಿ ಬಿಟ್ಟು ಹೋಗಿದ್ದರೆ, ಈ ಯೋಜನೆಯ ಮಹತ್ವವನ್ನು ಮನಗಂಡು ಅವರು ನಮ್ಮನ್ನು ಕ್ಷಮಿಸುವರೆಂದು ನಂಬಿದ್ದೇವೆ.

ಕಥಾಕೋಶದ ಒಟ್ಟು ಸಂಪುಟಗಳು 25. ಈ ಸಲದ ಬಿಡುಗಡೆಯೂ ಸೇರಿದಂತೆ, ಇವುಗಳಲ್ಲಿ 16ನ್ನು ನಾವೀಗ ಹೊರತಂದಿದ್ದೇವೆ. ಇನ್ನು 4 ಸಂಪುಟಗಳು ಮುಂದಿನ ವರ್ಷದ

ಯುಗಾದಿಯ ಸಮಯದಲ್ಲಿ ಪ್ರಕಟವಾಗಲಿವೆ. ಉಳಿದ 5 ಸಂಪುಟಗಳ ಬಿಡುಗಡೆ 1982ರ ದೀಪಾವಳಿಯಂದು.

ಶ್ರೀ ನಿರಂಜನರ ಪ್ರಧಾನ ಸಂಪಾದಕತ್ವದಲ್ಲಿ ಕಾರ್ಯಗತ ವಾಗುತ್ತಿರುವ ಈ ಯೋಜನೆ, ಕನ್ನಡ ಓದುಗರಿಗೆ ನವಕರ್ನಾಟಕ ಪ್ರಕಾಶನದ ಹೆಮ್ಮೆಯ ಕೊಡುಗೆ. ಬೆಲೆ ಏರಿಕೆಯ ಇಂದಿನ ದಿನಗಳಲ್ಲಿ 25 ಸಂಪುಟಗಳ ಇಂಥ ಬೃಹತ್ ಯೋಜನೆಯ ಪ್ರಕಟಣೆ ಬಹಳ ಕಷ್ಟಸಾಧ್ಯವಾದ ಕಾರ್ಯ. ಆದರೂ ಓದುಗರ ಹಿತದೃಷ್ಟಿಯನ್ನು ಗಮನದಲ್ಲಿರಿಸಿಕೊಂಡು ಕಥಾ ಕೋಶದ ಬೆಲೆಯನ್ನು ನಾವು ಏರಿಸಿಲ್ಲ. ಬಿಡಿ ಸಂಪುಗಳ ಬೆಲೆ ರೂ. 10–00. 25 ಸಂಪುಟಗಳಿಗೆ ರೂ. 250–00. ಹೀಗೆಯೇ, ಇಡೀ ಕೋಶವನ್ನು ಕೊಳ್ಳಬಯಸುವವರಿಗೆ ಹಿಂದಿನಂತೆ ರೂ. 50/–ರ ರಿಯಾಯಿತಿಯೂ ಇದೆ. 'ನವಕರ್ನಾಟಕ ಪಬ್ಲಿಕೇಷನ್ಸ್ (ಪ್ರೈ) ಲಿಮಿಟೆಡ್'– ಈ ಹೆಸರಿಗೆ 200 ರೂ. ಗಳನ್ನು ಡ್ರಾಫ್ಟ್ ಮೂಲಕ ಇಂದೇ ಕಳುಹಿಸಿಕೊಡಿ. ಈಗ ಪ್ರಕಟವಾಗಿರುವ ಸಂಪುಟಗಳನ್ನು ತಕ್ಷಣ ಮತ್ತು ಮುಂದಿನ ಸಂಪುಟಗಳನ್ನು ಅವು ಪ್ರಕಟವಾದಂತೆ ನಮ್ಮ ವೆಚ್ಚದಲ್ಲಿ ನಿಮ್ಮ ಮನೆ ಬಾಗಿಲಿಗೆ ತಲಪಿಸಲಾಗುವುದು.

ಕೊನೆಯದಾಗಿ ಕಥಾಕೋಶದ ಮೊದಲ ಹನ್ನೆರಡು ಸಂಪುಟಗಳಿಗೆ ಓದುಗರು ನೀಡಿದ ಆದರದ ಸ್ವಾಗತ ಈ ಸಂಪುಟಗಳಿಗೂ ದೊರೆಯುವುದೆಂದು ನಾವು ನಂಬಿದ್ದೇವೆ.

ದೀಪಾವಳಿ, 1981
ಬೆಂಗಳೂರು

ಆರ್. ಎಸ್. ರಾಜಾರಾಮ್
ಕಾರ್ಯದರ್ಶಿ
ನವಕರ್ನಾಟಕ ಪಬ್ಲಿಕೇಷನ್ಸ್ (ಪ್ರೈ) ಲಿಮಿಟೆಡ್

ಪ್ರಕಾಶಕರ ನುಡಿ

(ಎರಡನೇ ಮುದ್ರಣ)

ನವಕರ್ನಾಟಕ ಪ್ರಕಾಶನದ 50ರ ಸಂಭ್ರಮದಲ್ಲಿ 'ವಿಶ್ವಕಥಾಕೋಶ'ದ ಇಪ್ಪತ್ತೈದು ಸಂಪುಟಗಳನ್ನು ಪುನರ್ಮುದ್ರಿಸಿ ಓದುಗರ ಕೈಗಿಡುತ್ತಿದ್ದೇವೆ. ಮೂವತ್ತು ವರ್ಷಗಳ ಕಾಲ ಅಲಭ್ಯವಾಗಿದ್ದ ಜಗತ್ತಿನ ಸಾಹಿತ್ಯ ಕಥಾ ಕಣಜ ಬೆಳಕು ಕಾಣುವ ಈ ಸಮಯದಲ್ಲಿ ಈ ಯೋಜನೆಯ ಹೊಣೆ ಹೊತ್ತ ಶ್ರೇಷ್ಠ ಕಥೆಗಾರ, ಸಾಹಿತಿ ನಿರಂಜನರು ನಮ್ಮೊಂದಿಗೆ ಇದ್ದಿದ್ದರೆ, ನವಕರ್ನಾಟಕದ ಚಿನ್ನದ ಹಬ್ಬ ಹೆಚ್ಚು ಅರ್ಥಪೂರ್ಣವಾಗುತ್ತಿತ್ತು. ಈ ಸಂಪುಟಗಳನ್ನು ಅವರಿಗೆ ಅರ್ಪಿಸಿ, ಅವರನ್ನು ನೆನೆಯುತ್ತೇವೆ.

ಸಂಪುಟಗಳನ್ನು ಅನುವಾದಿಸಿ ನೆರವಾದ ಅನೇಕ ಲೇಖಕ ಮಿತ್ರರು ಈ ಮೂರು ದಶಕಗಳಲ್ಲಿ ನಮ್ಮನ್ನು ಅಗಲಿದ್ದಾರೆ. 'ವಿಶ್ವಕಥಾಕೋಶ'ದ ಎಲ್ಲಾ ಅನುವಾದಗಳನ್ನು ಓದಿ, ಪರಿಷ್ಕರಿಸಿ, ಮುದ್ರಣಕ್ಕೆ ಸಿದ್ಧಗೊಳಿಸಿದ ಸಂಪಾದಕರಲ್ಲಿ ಒಬ್ಬರಾದ ಶ್ರೀ ಎಸ್. ಆರ್. ಭಟ್ಟರ ಅಗಲಿಕೆಯ ನೆನಪು ಈ ಸಂದರ್ಭದಲ್ಲಿ ನಮ್ಮನ್ನು ಕಾಡುತ್ತಿದೆ.

ಮೂವತ್ತು ವರ್ಷಗಳ ಹಿಂದೆ 25 ಸಂಪುಟಗಳನ್ನು ರೂ. 250ಕ್ಕೆ ನೀಡಿದ್ದೆವು. ಬೆಲೆಯೇರಿಕೆಯ ಇಂದಿನ ದಿನಗಳಲ್ಲಿ ಮರುಮುದ್ರಿಸಿದಲ್ಲಿ, ಅದರ ಬೆಲೆಯನ್ನು ಎಂಟು-ಹತ್ತು ಪಟ್ಟು ಏರಿಸಬೇಕಾಗಬಹುದು ಎನ್ನುವ ಭೀತಿಯೂ ವಿಳಂಬಕ್ಕೆ ಕಾರಣವಾಯಿತು. ಈ ಸಂದರ್ಭದಲ್ಲಿ ಈ ಸಂಪುಟಗಳನ್ನು ಸುಲಭ ಬೆಲೆಗೆ ನೀಡಲು ನೆರವಾದವರು ಇನ್ಫೋಸಿಸ್ ಫೌಂಡೇಷನ್‌ನ ಅಧ್ಯಕ್ಷೆ ಶ್ರೀಮತಿ ಸುಧಾ ಮೂರ್ತಿಯವರು. ಅವರಿಗೆ ನಾವು ಕೃತಜ್ಞರಾಗಿದ್ದೇವೆ.

ಈ ಯೋಜನೆಯ ಲೇಖಕರು ಈ ಅವಧಿಯಲ್ಲಿ ಸಾಕಷ್ಟು ಹೊಸ ಬರೆಹಗಳನ್ನು ಮಾಡಿದ್ದಾರೆ, ಗೌರವ ಪುರಸ್ಕಾರಗಳಿಗೆ ಪಾತ್ರರಾಗಿದ್ದಾರೆ. ಕೆಲವರು ನಮ್ಮೊಂದಿಗಿಲ್ಲ. ಈ ಎಲ್ಲ ಲೇಖಕರ ಪರಿಚಯಗಳಿಗೆ ಹೊಸ ಸೇರ್ಪಡೆಗಳನ್ನು ಮಾಡಿಕೊಟ್ಟ ಡಾ।। ಆರ್. ಪೂರ್ಣಿಮಾ ಮತ್ತು ಶ್ರೀಮತಿ ರೋಸಿ ಡಿ'ಸೋಜಾ ಅವರ ನೆರವನ್ನು ಸ್ಮರಿಸುತ್ತೇವೆ.

ಮರುಮುದ್ರಣದ ಈ ಕಾರ್ಯದಲ್ಲಿ ನೆರವಾದ ಎಲ್ಲರನ್ನೂ ನೆನೆಯುತ್ತೇವೆ.

ಯುಗಾದಿ, 2011
ಬೆಂಗಳೂರು

ಆರ್. ಎಸ್. ರಾಜಾರಾಮ್
ವ್ಯವಸ್ಥಾಪಕ ನಿರ್ದೇಶಕ, ನವಕರ್ನಾಟಕ ಪ್ರಕಾಶನ

ಪ್ರಸ್ತಾವನೆ

1

ಗ್ರೀಕ್ ಕಥಾನಾಯಕ ಲಂಡನಿನಲ್ಲಿ ಸುರಂಗ ರೈಲಿನಲ್ಲಿ ಕುಳಿತಿದ್ದಾನೆ. ಮಗ್ಗುಲಲ್ಲಿ ಸುಂದರಿಯಾದ ಆಂಗ್ಲ ಯುವತಿ, ಗೆಳತಿ. ಆದರೆ ಆತ ನಿರಾಸಕ್ತ. "ನನಗೆ ಸೂರ್ಯ, ದೇವದಾರು ಮರಗಳು, ನೀಲಿ ಸಮುದ್ರ, ಬೆಚ್ಚಗಿನ ಕಿನಾರೆ ಬೇಕಾಗಿದ್ದುವು."

ಉಲ್ಲೇಖಿಸಿರುವ ವಾಕ್ಯ ಪ್ರಖ್ಯಾತ ಗ್ರೀಕ್ ಕಥೆಗಾರ ಥೆವ್ರೊತೊಕಾಸ್‌ನ ಒಂದು ಕಥೆಯಲ್ಲಿದೆ. (ಆ ಗುರಿ ಸಾಧಿಸಲು ಹೋಮರನ ಒಡಿಸಿಯಸ್ ನಂತೆ ಆತ ದೀರ್ಘಯಾನಕ್ಕೆ ಅಣಿಯಾದರೂ ಆದನೇ !)

ಇಂದಿಗೆ ಹತ್ತುಸಾವಿರ ವರ್ಷ ಹಿಂದೆ ಕೊನೆಯ ಹಿಮಾವರಣ ಸರಿದಾಗ, ಭೂಮಧ್ಯ ಸಮುದ್ರದ ದ್ವೀಪಗಳಲ್ಲೂ ಕಿನಾರೆಯಲ್ಲೂ ಸೂರ್ಯ ಕಾಣಿಸಿಕೊಂಡ. ದೋಣಿಗಳಲ್ಲೋ ಕಾಲ್ನಡಿಗೆಯಿಂದಲೋ ಮೊದಲು ಇತ್ತ ಬಂದವರು ಪಶ್ಚಿಮ ಏಷ್ಯದ ಜನ. ಕೃಷಿ, ಪಶು ಸಂಗೋಪನ ಅರಿತವರು. ಅವರು ಇಂಥವರೇ ಎಂದು ಗುರುತಿಸಲು ಬೇಕಾದ ಕುರುಹುಗಳು ಈಗ ಅಲಭ್ಯ. ಇದ್ದವರೂ ಬಂದವರೂ ಕ್ರಿ. ಪೂ. 5000ದ ವೇಳೆಗೆ ಕೃಷಿ ನಿರತರಾಗಿದ್ದರು. ಈ ಹಿನ್ನೆಲೆಯಲ್ಲಿ ಸಂಸ್ಕೃತಿ ಅರಳಿದ್ದು ಕ್ರೀಟ್ ದ್ವೀಪದಲ್ಲಿ. ಮಿನೊಸ್ ಇಲ್ಲಿನವರ ಮೂಲ ಪುರುಷ; ದಂತಕಥೆಯ ವ್ಯಕ್ತಿ ಇರಬಹುದು. ಆದರೆ ಜನರಿಗೆ ಮಿನೋವರೆಂಬ ಹೆಸರು ಬಂದುದು ಅವನಿಂದಲೇ (ಮೀನವರು?). ನೆಲವನ್ನು ಫಲಭರಿತಗೊಳಿಸುವ ಮಾತೃ ದೇವತೆಯ ಆರಾಧನೆ. ಹೋರಿಯೊಡನೆ ಕಾಳಗ, ಅದಕ್ಕೆ ನರಬಲಿ ಕೂಡ. ಕ್ನೊಸ್ಸೋಸ್ ಈ ದ್ವೀಪದ ಸ್ವರ್ಣಮಯ ರಾಜಧಾನಿ. 100,000 ಜನ ಅಲ್ಲಿ ವಾಸವಾಗಿದ್ದರು ಎನ್ನುತ್ತಾರೆ. ಸುಮಾರು ಆರು ಶತಮಾನ ಇದರ ಉತ್ಕರ್ಷ (ಕ್ರಿ. ಪೂ. 1950ರಿಂದ 1400 ವರೆಗೆ) ಜ್ವಾಲಾಮುಖಿಗೆ ತುತ್ತಾಗಿ ಇದು ಅಂತ್ಯಗೊಂಡಿತು ಎಂದು ಊಹೆ. ಕ್ರಿ. ಪೂ. 1900 ವೇಳೆಗೆ ಗ್ರೀಕ್ ಭಾಷೆ ಮಾತನಾಡುವ ಜನಾಂಗ ಕಂದು ಕಂಚು ಆಯುಧಗಳಿದ್ದ ವೀರ ಬಣ – ಗ್ರೀಸ್ ಭೂಭಾಗಕ್ಕೆ ಪ್ರವೇಶ ಮಾಡಿತು. ಇವರು ಸೂರ್ಯಾರಾಧಕರು. ಕಲ್ಲುಗಳು ಕಂಚಿಗೆ ಮಣಿದುವು. ದುರ್ಬಲರು ದಾಸರಾದರು. ಕಾಲಾನಂತರ, ಉರಿ

ಆರಿದ, ಮತ್ತೆ ಚಿಗುರಿದ ಕ್ರೀಟ್ ಇವರ ವಶವಾಯಿತು, ಮಿನೋವರನ್ನೂ ಒಳಗೊಂಡು ಮೈಸೀನಿಯ ಸಂಸ್ಕೃತಿ ಉದಿಸಿತು. ರಥಾರೂಢರು; ಪಾನಪ್ರಿಯರು; ಉಣ್ಣುವಾಗ, ಪ್ರಾಚೀನ ವೀರಗನ್ನು ಕುರಿತ ಹಾಡು ಕೇಳಿಸಬೇಕು! ಬಳಿಕ ಬಂದರು ಗ್ರೀಕ್ ಬುಡಕಟ್ಟಿನವರೇ ಆದ ಡೋರಿಯರು, ಕಬ್ಬಿಣದ ಆಯುಧ ಉಪಕರಣಗಳೊಂದಿಗೆ. (ಲ್ಯಾಟಿನ್ ಭಾಷೆ ಆಡುವ ಜನ ಇವರನ್ನೆಲ್ಲ ಗ್ರೀಚೆ ಎನ್ನುತ್ತಿದ್ದರು. ಅದರಿಂದ 'ಗ್ರೀಕ್' ಪದ.) ಕುಡುಗೋಲು, ಕೊಡಲಿ, ಚಾಕು, ಬೆಟ್ಟದ ತುದಿಯಲ್ಲಿ ಕೋಟೆ ಕೊತ್ತಲ. ಡೋರಿಯರ ಬರುವಿಕೆಗೆ ಮುನ್ನ ರೂಪುಗೊಂಡ ನಗರ ಅಥೆನ್ಸ್. ಡೋರಿಯರದೇ ಆದ ನಗರ ಸ್ಪಾರ್ಟ (1100 ಕ್ರಿ. ಪೂ.). (ಮೈಸೀನಿಯರು ಡೋರಿಯರ ಇದಿರಾಗಿ ನಡೆಸಿದ ಸಮರವೇ ಗ್ರೀಸಿನ ಮಹಾಕಾವ್ಯಗಳಿಗೆ ವಸ್ತು. ಸಣ್ಣ ಪ್ರಮಾಣದ ಘರ್ಷಣೆಗೆ ಕವಿಯ ಭೂತಗನ್ನಡಿ). ಭೂಮಧ್ಯ ಸಮುದ್ರದ ಸುತ್ತಲೂ ಗ್ರೀಕರ ವಸಾಹತುಗಳು. ವಾಸ್ತವವಾಗಿ ಆ ಸಮುದ್ರ ಅವರ ಈಜುಕೊಳ. ಪೂರ್ವ ದಂಡೆಯಲ್ಲಿ ಅವರು ಕಟ್ಟಿದ ಪುಟ್ಟ ಪಟ್ಟಣ ಬೈಜಾಂಟಿಯಮ್, ಮಾರ್ಸೇಲ್, ದಕ್ಷಿಣ ಇಟಲಿ, ಪೂರ್ವ ಸಿಸಿಲಿ, ನೇಪ್‌ಲ್ಸ್– ಎಲ್ಲ ಗ್ರೀಕರ ಕೈಯಲ್ಲಿ. ಪರಕೀಯ ಪ್ರತಿಷ್ಠಿತ ವರ್ಗವಾದ ಸ್ಪಾರ್ಟರು ಸ್ಥಳೀಯ ರೈತರನ್ನು ತೊತ್ತುಗಳಾಗಿ ಮಾಡಿದರು. ಸ್ಪಾರ್ಟರು ದೇಹ ದಂಡನೆಯ ದಂಡಿನ ಜನ. ಹುಟ್ಟಿದ ಮಕ್ಕಳು ಬಡಕಲಾಗಿದ್ದರೆ ಬೆಟ್ಟದ ತಪ್ಪಲಿಗೆ ಎಸೆಯುತ್ತಿದ್ದರು, ಸಾಯಲು. ಬದುಕಿದ ಹುಡುಗನಿಗೆ ಏಳು ವರ್ಷ ಆದೊಡನೆ 'ಶಿಕ್ಷಣ'ಕ್ಕಾಗಿ ಸೇನೆಗೆ ಭರ್ತಿ, ಉಗ್ರ ಶಿಸ್ತಿನ ಬದುಕಿಗಾಗಿ.

ಸ್ವಾವಲಂಬಿ ನಗರ ರಾಜ್ಯಗಳ ಬೆಳವಣಿಗೆ ಗ್ರೀಸಿನ ಇತಿಹಾಸದಲ್ಲಿ ಮುಖ್ಯ ಸಂಭವ. ಕ್ರಿ. ಪೂ. 7–6ನೇ ಶತಮಾನಗಳಲ್ಲಿ ಗ್ರೀಕ್ ನಗರ ರಾಜ್ಯಗಳು ಹಿರಿಮೆಯ ತುತ್ತತುದಿಯನ್ನು ಮುಟ್ಟಿದುವು. ಮುಂದೆ (ಕ್ರಿ. ಪೂ. 490) ಇವುಗಳ ಸಂಘಟಿತ ಶಕ್ತಿ ಪರ್ಸಿಯದ ಬಲಿಷ್ಠ ಸಮ್ರಾಟನನ್ನು ಸೋಲಿಸಲು ಶಕ್ತವಾಯಿತು. ಹತ್ತು ವರ್ಷ ದಾಟುವುದರೊಳಗೆ ಭಾರೀ ದಂಡಯಾತ್ರೆ ಕೈಗೊಂಡ ಸಮ್ರಾಟ ಪುತ್ರ ಅಥೆನ್ಸನ್ನು ಸೋಲಿಸಿದನಾದರೂ, ಗ್ರೀಕರು ಬೇಗನೆ ಚೇತರಿಸಿ ಕೊಂಡರು. ಸೊಲೊನ್ ರಚಿಸಿದ ರಾಜ್ಯಾಂಗ ಪ್ರಜಾಪ್ರಭುತ್ವಕ್ಕೆ ಅಡಿಪಾಯ ಹಾಕಿತು. ಚುನಾವಣೆಗಳಲ್ಲಿ ಆರಿಸಿದವರಿಂದ ಆಡಳಿತ, (ಜೀತದವರಿಗೂ ಹೆಂಗಸರಿಗೂ ಮತ ನೀಡುವ ಹಕ್ಕಿರಲಿಲ್ಲ. ಜನಸಂಖ್ಯೆಯ ಅರ್ಧದಷ್ಟು ಜನ ಗುಲಾಮರೇ.) 200 ನಗರ ರಾಜ್ಯಗಳಿಗೆ ಸಹಸದಸ್ಯತ್ವ ನೀಡಿ, ಪ್ರಬಲ ಗ್ರೀಕ್ 'ಸಾಮ್ರಾಜ್ಯ'ವನ್ನೇ

ಅಥೆನ್ಸ್ ನಿರ್ಮಿಸಿತು. ಅರ್ಧ ಶತಮಾನವಿದ್ದಿತು ಈ ಬಗೆಯ ವೈಭವ. ಪೆರಿಕ್ಲೀಸ್ ಇತಿಹಾಸದಲ್ಲಿ ಸ್ಥಾನ ಪಡೆದ ಶ್ರೇಷ್ಠತಮ ನಾಯಕ. ಬೆಸ್ತರು, ವರ್ತಕರು, ಕುಂಬಾರರು, ಅಕ್ಕಸಾಲಿಗರು, ಭೂಮಾಲಿಕರು ಎಲ್ಲರೂ ಆಡಳಿತ ಸಭೆಗಳಲ್ಲಿ ಭಾಗವಹಿಸಿ ಮಾತನಾಡುತ್ತಿದ್ದರೆಂಬುದು ಆ ಪ್ರಾಚೀನರು ನಿಜಗೊಳಿಸಿದ ಸುಂದರ ಕನಸು. ಆದರೆ, ಕೊನೆಯಿಲ್ಲದ ಕನಸು ಎಲ್ಲಿದೆ? ಪೆರಿಕ್ಲೀಸ್ ಇಡಿಯ ಗ್ರೀಕ್ ಜನಾಂಗಕ್ಕಾಗಿ ಏಕ ಆಡಳಿತವನ್ನು ಬಯಸಿದ. ಸ್ಪಾರ್ಟ ವಿರೋಧಿಸಿತು. 27 ವರ್ಷ, ಬಿಟ್ಟು ಬಿಟ್ಟು, ನಡೆದ ಅಂತರ್ಯುದ್ಧ. ಪರಿಣಾಮ: ಶಕ್ತಿ ಹಾನಿ. ಶತಮಾನ ಉರುಳಿದ ಮೇಲೆ ಮಾಸಿಡೋನಿಯದ ಫಿಲಿಪ್ ಗ್ರೀಕ್ ರಾಷ್ಟ್ರ ಕಟ್ಟಲು, ಸಾಮ್ರಾಜ್ಯ ವಿಸ್ತರಿಸಲು ಹೆಜ್ಜೆ ಇಟ್ಟ. ಮರಣ ಅಡ್ಡಿಯಾಯಿತು. ಮಗ ಅಲೆಗ್ಸಾಂಡರ್ ಸುಂಟರ ಗಾಳಿಯಾದ. ಪರ್ಸಿಯ ಮಣ್ಣು ಮುಕ್ಕಿತು. ಉದ್ದಕ್ಕೂ ರಕ್ತದ ಓಕುಳಿ. ಸಿಂಧೂನದಿಯಲ್ಲೂ ಜಲಕೇಳಿ. ಭಾರತದ ತಲೆ ಬಾಗಿತು. ಭೂಮಿಯ ಅಂಚು ಭಾರತ ಎಂದು ಆಗಿನ ಗ್ರೀಕರ ಭಾವನೆ. ಗಂಗಾತಟ ತಲಪಿದಾಗ ಯೋಧರು, "ದಾಟುವುದು ಬೇಡ, ಹಿಂತಿರುಗೋಣ" ಎಂದರು. ವಿಜಯಿಗಳ ಮರುಪಯಣ. ಬಾಬಿಲಿನಿನಲ್ಲಿ 32ರ ತರುಣ ಅಲೆಗ್ಸಾಂಡರ್ ಅಸ್ವಸ್ಥನಾಗಿ ಸತ್ತ. ಯೂರೋಪಿಗೆ ನಾಗರಿಕತೆಯನ್ನು ನೀಡಿದ ಗ್ರೀಸನ್ನು ಮರಣಛಾಯೆ ಆವರಿಸಿತು. 150 ವರ್ಷಗಳ ಬಳಿಕ ಉರುಳಿನ ಕುಣಿಕೆ ಬೀಸಿದವರು ರೋಮನರು. ಕ್ರಿ.ಪೂ. 146ರಲ್ಲಿ ಗ್ರೀಸ್ ರೋಮ್ ಸಾಮ್ರಾಜ್ಯದ ಒಂದು ಪ್ರಾಂತವಾಯಿತು.

ಅಲ್ಲಿಂದ 2000 ವರ್ಷ ಪರತಂತ್ರರಾಗಿಯೇ ಗ್ರೀಕರು ಬಾಳಿದರು. ಕ್ರಿಸ್ತ ಶಕ 330ರಲ್ಲಿ ರೋಮ್ ಸಾಮ್ರಾಜ್ಯ ಇಬ್ಭಾಗವಾದಾಗ ಗ್ರೀಸ್ ಪೂರ್ವ ಭಾಗಕ್ಕೆ–ಬೈಜಾಂಟಿಯಮಿಗೆ–ಸೇರ್ಪಡೆಯಾಯಿತು. ಆ ಸಾಮ್ರಾಜ್ಯದ ರಾಜಧಾನಿ 1453ರಲ್ಲಿ ತುರ್ಕರ ವಶವಾದವರೆಗೂ ಆ ಪಾರತಂತ್ರ್ಯ. ಬಳಿಕ ನಾಲ್ಕು ಶತಮಾನ ತುರ್ಕರ ಅಧೀನ. ಅಂತೂ ಕೊನೆಗೆ ಗ್ರೀಕ್ ಚೇತನ ಕಣ್ಣು ತೆರೆಯಿತು–19ನೇ ಶತಮಾನದ ಎರಡು ಮೂರನೆಯ ದಶಕಗಳಲ್ಲಿ. ತುರ್ಕಿ ಗದೆ ಎತ್ತಿತ್ತು. ಗ್ರೀಕ್ ಧರ್ಮ ಗುರುವಿನ ಬಹಿರಂಗ ಹತ್ಯೆ; ಚಿಯೊಸ್ ದ್ವೀಪದಲ್ಲಿ 25,000 ಗ್ರೀಕರ ಕಗ್ಗೊಲೆ; ಗುಲಾಮ ಮಾರುಕಟ್ಟೆಗೆ 45,000 ಗ್ರೀಕರ ರವಾನೆ. ಗ್ರೀಸ್ ಉರಿಯುವ ಕೆಂಡವಾಯಿತು. ಆ ಕುಂಡದಲ್ಲಿ ಓಡಾಡಿದ ಸ್ವಾತಂತ್ರ್ಯ ವೀರರಲ್ಲಿ ಆಂಗ್ಲ ಮಹಾಕವಿ ಬೈರನನೂ ಇದ್ದ. ಬ್ರಿಟನ್, ಫ್ರಾನ್ಸ್, ರಷ್ಯ ಮಧ್ಯ ಪ್ರವೇಶಿಸಿ, ತುರ್ಕಿಯನ್ನು ಸೋಲಿಸಿದುವು. 1830ರಲ್ಲಿ ಸ್ವತಂತ್ರ ಗ್ರೀಸ್ ಮತ್ತೆ

ಕಾಣಿಸಿಕೊಂಡಿತು. ಆಳುವವರು ಯಾರು? ಬೇರೆ ಬೇರೆ ದೇಶಗಳಿಂದ ಅರಸರು ಬಂದರು; ಇದು ಕಷ್ಟದ ಕೆಲಸ–ಎಂದು ಮನಗಂಡರು. ಈ ಶತಮಾನದಲ್ಲಿ ತುರ್ಕಿಯೊಡನೆ ಯುದ್ಧವಾಯಿತು. ನಾಲ್ಕನೆಯ ದಶಕದಲ್ಲಿ ದಂಡನಾಯಕರ ರಾಜ್ಯಭಾರ, ಎರಡನೆಯ ಯುದ್ಧದ ಕಾಲದಲ್ಲಿ ಆಕ್ರಮಿಸಿದ ಜರ್ಮನಿಗಿದಿರು ಕಮ್ಯೂನಿಸ್ಟ್ ಗೆರಿಲಾಗಳು ಪ್ರತಿಭಟಿಸಿದರು. 1950ರಲ್ಲಿ ತಾತ್ವಿಕ ನೆಲೆಗಟ್ಟಿನ ಮೇಲೆ ಅಂತರ್ಯುದ್ಧ ನಡೆಯಿತು. 1967ರಲ್ಲಿ ಯುವಕ ಅರಸ ರೋಮ್‌ಗೆ ಓಡಿಹೋದ. 50,994 ಚದರ ಮೈಲು ವಿಸ್ತೀರ್ಣದ, 1 ಕೋಟಿಗೆ ತುಸು ಕಮ್ಮಿ ಜನಸಂಖ್ಯೆಯ ಇಂದಿನ ಗ್ರೀಸಿನಲ್ಲಿರುವುದು ಒಂದು ಬಗೆಯ ಪ್ರಜಾಪ್ರಭುತ್ವ. ವೈಭವದ ಮಟ್ಟಿಗೆ ಪ್ರಾಚೀನ ಅಥೆನ್ಸಿಗೂ ಈಗಿನದಕ್ಕೂ ಆನೆ–ಆಡುಗಳ ಅಂತರ.

* * *

3572 ಚದರ ಮೈಲು ವಿಸ್ತೀರ್ಣವುಳ್ಳ, ಆರು ಲಕ್ಷ ಜನ ವಾಸಿಸುವ ದ್ವೀಪ ಸೈಪ್ರಸ್. (ರಾಜಧಾನಿ ನಿಕೊಸಿಯ.) ಇರುವುದು ಭೂಮಧ್ಯ ಸುಮುದ್ರದಲ್ಲಿ; ತುರ್ಕಿಯ ದಕ್ಷಿಣ ಕರಾವಳಿಯಿಂದ 40 ಮೈಲು ದೂರದಲ್ಲಿ. ಈಗ ಇರುವವರಲ್ಲಿ ಶೇಕಡಾ 80 ಗ್ರೀಕ್ ಮೂಲದ ಸಿಪ್ರಿಯೊಟ್ ಜನರು; ಶೇಕಡಾ 18 ತುರ್ಕಿ ಮೂಲದವರು. ಗ್ರೀಕ್ ನಿವಾಸಿಗಳಿಗೆ ಸೈಪ್ರಸ್ ಗ್ರೀಸಿನ ಒಂದು ಭಾಗವಾಗಬೇಕೆಂಬ ಬಯಕೆ. ತುರ್ಕಿಯವರಿಗೆ ದ್ವೀಪದ ನೆಲ ಇಬ್ಭಾಗವಾಗಬೇಕೆಂಬ ಅಪೇಕ್ಷೆ. ಇದು ಇವತ್ತಿನ ಕಥೆ.

ನಿನ್ನೆ–ಕ್ರಿಸ್ತ ಪೂರ್ವ 4000 ವರ್ಷ ಹಿಂದೆಯೂ–ಇಲ್ಲಿ ಬೇರೆಯೇ ಜನರಿದ್ದರು. ಮುಂದೆ ಹೇಳ ಹೆಸರಿಲ್ಲದಂತೆ ಗ್ರೀಕರು ಮತ್ತಿತರರೊಡನೆ ಬೆರೆತು ಹೋದವರು. ಆಗ ದ್ವೀಪದಲ್ಲಿ ಸ್ವೇಚ್ಛಾವಿಹಾರಿಗಳಾಗಿದ್ದವರು ನೂರು ಮಂದಿಯೋ ಸಾವಿರವೋ. ಬೇಟೆ, ಮೀನುಗಾರಿಕೆ, ಮುಂದೆ ತುಸು ಕೃಷಿ. ಆ ದ್ವೀಪವನ್ನು ಕೈಪ್ರೊಸ್ ಎಂದು ಕರೆದವರು ಗ್ರೀಕರು. ಅಲ್ಲಿ Copper – ತಾಮ್ರ – ಹೇರಳವಾಗಿದ್ದುದೇ ಇದಕ್ಕೆ ಕಾರಣವಿರಬೇಕು. ಲೋಹದ ಬಲ ಅರಿತಾಗ ಸೈಪ್ರಸಿನ ಮೇಲೆ ಎಲ್ಲರಿಗೂ ಕಣ್ಣು. ಕ್ರಿ.ಪೂ. 1500ರ ವೇಳೆಗೆ ಅದು ಗ್ರೀಕರ ವಸಾಹತಾಯಿತು. ಏಳು ಶತಮಾನಗಳ ಬಳಿಕ ಸಮರ್ಥ ವರ್ತಕರೂ ಅಂಬಿಗರೂ ಆದ ಫಿನೀಷಿಯರು ಬಂದರು. ದ್ವೀಪ ವಾಸಿಗಳು ಪ್ರೇಮ ದೇವತೆ ಅಫ್ರೊದಿತೆಯ ಆರಾಧಕರಾದದ್ದರಲ್ಲಿ ಆಶ್ಚರ್ಯವಿಲ್ಲ. ಕ್ರಿಸ್ತಾನಂತರ ಸೈಪ್ರಸ್ ಬೈಜಾಂಟಿಯಮ್ ಸಾಮ್ರಾಜ್ಯದ ವಶವಾಯಿತು. ಆಯಕಟ್ಟಿನ ಸ್ಥಳ. ಅತ್ತ ಇತ್ತ ಯುದ್ಧ ಹೂಡಲು ಅನುಕೂಲ. 15ನೆಯ ಶತಮಾನದ ಅಂತ್ಯದಲ್ಲಿ ಈ ದ್ವೀಪವನ್ನು ವಶಪಡಿಸಿಕೊಳ್ಳಲು

ಇಂಗ್ಲೆಂಡ್, ಫ್ರಾನ್ಸ್, ವೆನಿಸ್‌ಗಳು ಸೆಣಸಾಡಿದುವು. 1571ರಲ್ಲಿ ಅದು ತುರ್ಕರ ಅಧೀನಕ್ಕೆ ಬಂತು. 1878ರಲ್ಲಿ ರಷ್ಯದೊಡನೆ ಯುದ್ಧ ಶುರುವಾದಾಗ ಸೈಪ್ರಸ್ ಬ್ರಿಟನಿಗೆ ಶರಣೆಂದಿತು. ಮೊದಲ ಯುದ್ಧದ ಅಂತ್ಯದಲ್ಲಿ ಈ ದ್ವೀಪದ ಒಡೆತನ ತನ್ನದೆಂದು ಬ್ರಿಟನು ಜಗತ್ತಿಗೆ ಸಾರಿತು. ಬೇಡಿಗಳ ಭಾರ ಹೆಚ್ಚಿದಂತೆ ಅವನ್ನು ಕಳಚಿಕೊಂಡು ಪಾರಾಗುವ ಆಸೆ. ತುರ್ಕಿ ಮತ್ತು ಬ್ರಿಟನ್ ಇಬ್ಬರಿಗೂ ಇದಿರಾಗಿ ಸೈಪ್ರಸಿನ ಗ್ರೀಕರು ಗೆರಿಲಾ ಯುದ್ಧ ಆರಂಭಿಸಿದರು. ಸಂಪ್ರದಾಯಬದ್ಧ ಧರ್ಮಪೀಠದ ಆರ್ಚ್‌ಬಿಷಪ್ ಮಕಾರಿಯೊಸ್ ಜನನಾಯಕ ಕೂಡ. ಆತನನ್ನು ಬ್ರಿಟನು ಗಡಿಪಾರು ಮಾಡಿತು. ದಬ್ಬಾಳಿಕೆ ಉಗ್ರವಾದಷ್ಟೂ ಸ್ವಾತಂತ್ರ್ಯ ದಾಹ ಹೆಚ್ಚುತ್ತದೆ. ಒಪ್ಪಂದ ಅನಿವಾರ್ಯವಾಗಿ, ಸೈಪ್ರಸ್ ಸ್ವತಂತ್ರವೆನಿಸಿ, ಚುನಾವಣೆಯಾದಾಗ ಮಕಾರಿಯೊಸ್ ಅಧ್ಯಕ್ಷ ಸ್ಥಾನಕ್ಕೆ ಆಯ್ಕೆಯಾದರು. ಜನ ಸಹಬಾಳ್ವೆ ಬಯಸಬಹುದು; ಪರಸ್ಪರರೊಂದಿಗೆ ನೆಮ್ಮದಿಯಿಂದ ಬಾಳಬಹುದು. ಆದರೆ 'ರಾಜಕಾರಣಿ'ಗಳಿಗೆ ಕಸಬು ಬೇಡವೆ? ತುರ್ಕಿಯ ವಿದೇಶಾಂಗ ನೀತಿಯಲ್ಲಿ ಸೈಪ್ರಸ್ ಪ್ರಶ್ನೆಗೇ ಮಹತ್ವ. ಗ್ರೀಸಿಗೂ ಅನ್ವಯಿಸುವ ಮಾತು ಇದು. ಈ ತಿಕ್ಕಾಟಕ್ಕೆ, ಉದ್ವಿಗ್ನ ಸ್ಥಿತಿಗೆ ಅಂತ್ಯ? ತಾಮ್ರ ಕಾದಿದೆ–ಪಾತ್ರೆಯಾಗಿ ತನ್ನನ್ನು ರೂಪಿಸಬಲ್ಲ ಕುಶಲಕರ್ಮಿಗಳ ಸುತ್ತಿಗೆ ಏಟಿಗಾಗಿ.

*　　*　　*

ಆಧುನಿಕ ತುರ್ಕಿಯ (ವಿಸ್ತಾರ 301,380 ಚ. ಮೈ; ಜನಸಂಖ್ಯೆ ಮೂರು ಕೋಟಿ ಐವತ್ತಾರು ಲಕ್ಷ. ರಾಜಧಾನಿ ಅಂಕಾರ) ಹೃದಯ ಅನತೋಲಿಯದ ಪೀಠ ಭೂಮಿ. ಇಂದಿಗೆ 8000 ವರ್ಷ ಹಿಂದೆಯೇ ನವಶಿಲಾಯುಗದ ಕೃಷಿಕ ಜನ ಸಮುದಾಯಗಳು ಅಲ್ಲಿದ್ದುವು. ಇವರು ಪೂರ್ವ ದಿಕ್ಕಿನಿಂದ ಬಂದು ನೆಲೆಸಿದ ಜನ. ಕ್ರಿ. ಪೂ. 1800ರ ಸುಮಾರಿಗೆ ಮಧ್ಯ ಏಷ್ಯದಿಂದ ಆರ್ಯ ಮೂಲದ ಹಿಟ್ಟೈಟ್ ಜನ ಅಲ್ಲಿಗೆ ಬಂದರು. ಇವರು ಕಬ್ಬಿಣದ ಬಳಕೆ ಅರಿತಿದ್ದರು. ಕ್ರಿ. ಪೂ. 600ರ ಸುಮಾರಿಗೆ ತಾಮ್ರ–ಸೀಸಗಳನ್ನು ಕರಗಿಸುವ ವಿಧಾನವೂ ಜನರಿಗೆ ತಿಳಿಯಿತು. ಆರು ಶತಮಾನಗಳ ಕಾಲವಿದ್ದ ಹಿಟ್ಟೈಟ್ ಪ್ರಭುತ್ವ ಬಂಡಾಯಗಳಿಗೂ ಗ್ರೀಕ್ ವಲಸೆಗಾರರ ದಾಳಿಗೂ ತುತ್ತಾಗಿ ಮುಕ್ತಾಯಗೊಂಡಿತು. ಆಗಿನ ಗ್ರೀಕರು ಈ ಪ್ರದೇಶವನ್ನು 'ಪೂರ್ವ' ('ಅನಡೊಲು') ಎಂದಷ್ಟೇ ಕರೆಯುತ್ತಿದ್ದರು. ಗ್ರೀಕರ ಬಳಿಕ ರೋಮನರು ಬಂದರು. ಅನಂತರ, ಈ ನೆಲದಲ್ಲೇ, ಬೈಜಾಂಟಿಯಮ್ ಸಾಮ್ರಾಜ್ಯ ಮೆರೆಯಿತು. ಅಲ್ಲಿದ್ದ ಪುರಾತನರು ಭೂದೇವತೆಯ ಆರಾಧಕರು;

ಶಕ್ತಿಯ ಪ್ರತೀಕವಾದ ಹೋರಿಗೂ ಪೂಜೆ. ಸತ್ತವರನ್ನು ಹದ್ದುಗಳಿಗೆ ನೀಡಿ, ಉಳಿದ ಮೂಳೆಗಳನ್ನು ಹೂಳುತ್ತಿದ್ದರು. ಜತಲ್ ಹೂಯೂಕ್ ಆ ವಸತಿ ಪ್ರದೇಶ. ಮೊಗನೊಗೇಟು ಕ್ರಿಸ್ತಪೂರ್ವ ಪ್ರಾಚೀನರ ಆ ನಂಬುಗೆಗಳ ಜತೆಯಲ್ಲಿ ಬೆಳೆಯಿತು. ತುರುಕ ಬುಡಕಟ್ಟುಗಳ ಜನ ಪೂರ್ವದಿಂದ ಬರ ತೊಡಗಿದರು. ಇದು 11ನೆಯ ಶತಮಾನದಲ್ಲಿ ಬಂದ ವಲಸೆ. ಇವರ ಪೂರ್ವಜರನ್ನು 'ತು ಚುಎಹ್' ಎಂದು ಚೀನೀಯರು ಕರೆಯುತ್ತಿದ್ದರಂತೆ. ಅದರಿಂದ ತುರ್ಕ ಪದ ಬಂತೆಂದು ತರ್ಕಿಸಲಾಗಿದೆ. ಇವರು ಆಡುತ್ತಿದ್ದ ಭಾಷೆ ತರ್ಕಿಚ್. ಮೊದಲು ಬಂದವರು ಇದೇ ಬುಡಕಟ್ಟಿನ ಸೆಲ್ಜೂಕರು. ತುರಾನಿ ಭೂಮಿ ತಮ್ಮ ಹುಟ್ಟು ನಾಡು ಎಂದು ಇವರ ಹೇಳಿಕೆ. ಬಳಿಕ ಮಂಗೋಲರ ಪ್ರಹಾರ. 400 ತುರ್ಕಿ ಮನೆತನಗಳು ಸೆಲ್ಜೂಕರ ಜತೆ ಸೇರಿ ಮಂಗೋಲರನ್ನು ಸೋಲಿಸಿದರು. ಇವರೆಲ್ಲ ಮಹಮ್ಮದೀಯ ಮತ ಸ್ವೀಕರಿಸಿದರು. ಸೆಲ್ಜೂಕರ ಬಳಿಕ ಬಂದ ತುರ್ಕಿ ಬುಡಕಟ್ಟುಗಳ ಪೂರ್ವಜ ಉಸ್ಮಾನ್. ಇವನ ವಂಶಜರು 1453ರಲ್ಲಿ ಬೈಜಾಂಟಿಯಮ್‌ನ ರಾಜಧಾನಿ ಕಾನ್‌ಸ್ಟಾಂಟಿನೋಪ್‌ಲನ್ನು ವಶಪಡಿಸಿಕೊಂಡು ಅದಕ್ಕೆ ಇಸ್ತಾಂಬೂಲ್ ಎಂದು ಹೆಸರಿಟ್ಟರು. ಪಶ್ಚಿಮದವರ ಬಾಯಿಯಲ್ಲಿ ಉಸ್ಮಾನ್ ಒಟ್ಟೊಮಾನ್ ಆಯಿತು. ಒಟ್ಟೊಮಾನ್ ಸಾಮ್ರಾಜ್ಯದ ಶಕ್ತಿಶಾಲಿ ಪಡೆಗಳು ಆಕ್ರಮಣಕ್ಕೂ ಮತ ಪ್ರಸಾರಕ್ಕೂ ಮುಂದಾದುವು. ಏಷ್ಯ ಮೈನರ್, ಅರೇಬಿಯ, ಈಜಿಪ್ಟ್, ಉತ್ತರ ಆಫ್ರಿಕ, ಬಾಲ್ಕನ್ ದೇಶಗಳು – ಎಲ್ಲವೂ ಇಸ್ತಾಂಬೂಲಿನ ಬಾದಶಹನಿಗೆ ಕಪ್ಪ ತೆತ್ತುವು. ಜನವಧೆಯೇನೊ ಸಾಧ್ಯ. ಮತಾಂತರ ಕೂಡ. ಆದರೆ ಆಳುವುದು ಹೇಗೆ? ಅದೂ ನೌಕರಶಾಹಿಯ ಭ್ರಷ್ಟತೆ ಮೇರೆ ಮೀರಿದಾಗ? 1830ರಲ್ಲಿ ತುರ್ಕಿಗೆ 'ಯೂರೊಪಿನ ಅಸ್ವಸ್ಥ ಮನುಷ್ಯ' ಎಂಬ ಹೆಸರು ಬಂತು. ಕ್ರೈಸ್ತರ ರಕ್ಷಣೆಗೆಂದು ರಷ್ಯದ ಜಾರ್‌ಶಾಹಿ ತುರ್ಕಿಯ ಮೇಲೆ ಯುದ್ಧ ಸಾರಿತು. ರಕ್ಷಣೆ ಸರಿ. ಆದರೆ, ಭೂಖಂಡಗಳ ಕೊಂಡಿಯಾದ, ಹೆದ್ದಾರಿಯೂ ಆದ, ತುರ್ಕಿ ರಷ್ಯದ ವಶವಾದರೆ? ಬ್ರಿಟನ್ ಫ್ರಾನ್ಸ್‌ಗಳು ತುರ್ಕಿಯ ನೆರವಿಗೆ ಧಾವಿಸಿದುವು. 1854–56ರ ಈ ಕ್ರಿಮಿಯ ಯುದ್ಧ ರಾಜಿಯಲ್ಲಿ ಸಮಾಪ್ತಿಯಾಯಿತು. ಇತ್ತ 1878ರಲ್ಲಿ ಹೆರ್ಜೆಗೋವಿನ, ಬೊಸ್ನಿಯ, ಬಲ್ಗೇರಿಯಗಳಲ್ಲಿ ತುರ್ಕಿ ಸಾಮ್ರಾಜ್ಯವಾದಿಗಳು ಜನರ ಬಂಡಾಯಗಳನ್ನು ಹತ್ತಿಕ್ಕಿದರು. ಇದರಿಂದಾಗಿ ತುರ್ಕಿಯ ವೈರಿ ಸಂಖ್ಯೆ ಬಲಿಯಿತು.

ತುರ್ಕಿಯ ಒಕ್ಕೂಟ ಮತ್ತು ಪ್ರಗತಿ ಸಾಧಿಸಲು ಸೇನಾಧಿಕಾರಿಗಳ ಸಮಿತಿ ರಚಿತವಾಯಿತು. ಸದಸ್ಯರಿಗೆ 'ಯಂಗ್ ಟರ್ಕ್ಸ್' (ತರುಣ

ತುರ್ಕರು) ಎಂಬ ಮೆಚ್ಚುಗೆಯ ಅಡ್ಡ ಹೆಸರು ಬಂತು. ಈ ಶತಮಾನದಲ್ಲಿ ಮೊದಲ ಮಹಾಯುದ್ಧದ ಕಾಲದಲ್ಲಿ 'ಲಾರೆನ್ಸ್ ಆಫ್ ಅರೇಬಿಯ' ಎಂದು ಪ್ರಖ್ಯಾತನಾದ ಟಿ. ಇ. ಲಾರೆನ್ಸ್ ಪ್ಯಾಲೆಸ್ತೀನ್ ಮತ್ತು ಸಿರಿಯಗಳಿಂದ ತುರ್ಕರನ್ನು ಓಡಿಸಿದ. 1923ರಲ್ಲಿ ತುರ್ಕಿಯ ದಂಡು ಅರಸೊತ್ತಿಗೆಯನ್ನು ಕೊನೆಗಾಣಿಸಿತು. ಕೆಮಾಲ್ ಪಾಶಾ ಅಧ್ಯಕ್ಷನಾದ. 'ತುರ್ಕರ ತಂದೆ' (ಅಟಾಟರ್ಕ್) ಎಂದು ಬಿರುದು ಸಂಪಾದಿಸಿದ ಕೆಮಾಲ್ ಅರ್ಥಹೀನ ಮತೀಯ ಕಟ್ಟುಪಾಡುಗಳಿಂದ ಜನರನ್ನು ಮುಕ್ತಗೊಳಿಸಿದ. ಹೆಂಗಸರಿಗೆ ಅವಕುಂಠನ ಸಲ್ಲದು–ಎಂದ. ಅಭಿವ್ಯಕ್ತಿಗೆ ಅಸಮರ್ಪಕವಾಗಿ ಕಂಡ ಅರಬಿ ಲಿಪಿಯ ಬದಲು ತುರ್ಕಿ ಭಾಷೆಗೆ ಲ್ಯಾಟಿನ್ ಲಿಪಿಯನ್ನು ಕಡ್ಡಾಯಗೊಳಿಸಿದ. ಇಷ್ಟನ್ನೂ ಪ್ರಜಾಪ್ರಭುತ್ವದ ಚೌಕಟ್ಟಿನಲ್ಲೇ ಸಾಧಿಸಿದ್ದು ಅಪೂರ್ವ. ಸರಿದ ಪರದೆಗಳು, ತೆರೆದ ಕಿಟಿಕಿ ಬಾಗಿಲುಗಳು. ಹೊಸ ಅಲೆಗೆ ಅವಕಾಶ. ಆ ಅಲೆಗಳ ಬೆನ್ನೇರಿ ಪ್ರಗತಿಪರ ವಿಚಾರಗಳೂ ತುರ್ಕಿಗೆ ಬಂದುವು.

2

ಗ್ರೀಕರಿಗೆ ತಮ್ಮ ತೋಳ್ಬಲದಲ್ಲಿ ನಂಬಿಕೆ. ಅಗತ್ಯ ಬಿದ್ದಾಗ ದೇವರಿಗೆ ದೂರು, ಆತನಲ್ಲಿ ಯಾಚನೆ, ಆದರೂ, 'ದೇವರು ಮನುಷ್ಯರಿಗಿಂತ ಭಿನ್ನವಲ್ಲ' ಎಂಬ ಭಾವನೆ. ಗ್ರೀಕ್ ಜನಸಾಮಾನ್ಯರು ಧಾರ್ಮಿಕ ಮೆರವಣಿಗೆಗಳಲ್ಲಿ, 'ಬಲಿ'ಗಳಲ್ಲಿ ಉತ್ಸಾಹದಿಂದ ಪಾಲ್ಗೊಳ್ಳುತ್ತಿದ್ದರು. ಸಾಮಾನ್ಯರಿಂದ ಆಳುವವರ ತನಕ ಎಲ್ಲರಿಗೂ ಡೆಲ್ಫಿಯ ಅಪೊಲೊ ದೇವಮಂದಿರದಲ್ಲಿ ಅರ್ಚಕಿಯಿಂದ ಭವಿಷ್ಯವಾಣಿ ಕೇಳಿ ತಿಳಿಯುವ ಆತುರ. ಬೌದ್ಧಿಕ ವಲಯದ ಅಲ್ಪಸಂಖ್ಯಾತರು ಮಾತ್ರ ಜ್ಞಾನಸತ್ರದಲ್ಲಿ ನಿರತರು. ಅವರಿಗೆ ಪ್ರತಿಯೊಂದನ್ನು ತಿಳಿಯುವ ತವಕ. ಸಾಕ್ರಟೀಸ್, ಪ್ಲೇಟೊ, ಅರಿಸ್ಟಾಟಲ್ ಖಚಿತ ಆಯಾಮಗಳ ಗ್ರೀಕ್ ದರ್ಶನವನ್ನು ಪೋಣಿಸಿದರು. ಮನುಷ್ಯ ತನ್ನ ನಾಳೆಯನ್ನು ರೂಪಿಸುವುದರಲ್ಲಿ ಬಹಳ ಮಟ್ಟಿಗೆ ತಾನೇ ಜವಾಬ್ದಾರ ಎಂದರು. (ವೈಚಾರಿಕತೆಯ ತುತೂರಿ ಊದಿ ಯುವಕರ ಮನಸ್ಸನ್ನು ಕಲುಷಿತ ಗೊಳಿಸುತ್ತಾನೆಂದು 70ರ ವೃದ್ಧ ಸಾಕ್ರಟೀಸನನ್ನು ಮರಣ ದಂಡನೆಗೆ ಗುರಿ ಮಾಡಿದರು!) ಗ್ರೀಕ್ ಬಲದ ಶಿಖರಾರೋಹಣ ಮಾಡಿದ ಅಲೆಗ್ಸಾಂಡರನಿಗೆ ಅರಿಸ್ಟಾಟಲ್ ಅಧ್ಯಾಪಕನಾಗಿದ್ದ. ಅವನಿಗೂ ಮುಂಚೆ ಪ್ಲೇಟೊ ಸ್ಥಾಪಿಸಿದ ಅಕಾಡೆಮಿ ಒಂಬತ್ತು ಶತಮಾನ ಬಾಳಿ, ಇಂದಿಗೂ ಪದರೂಪದಲ್ಲಿ ಲೋಕದ ಬಹುದೇಶಗಳಲ್ಲಿ ಬಹುಭಾಷೆಗಳಲ್ಲಿ ವಿರಾಜಮಾನವಾಗಿದೆ. ಹೋಮರನಿಗಿಂತಲೂ 500 ವರ್ಷ ಹಿಂದೆಯೇ ಲೆಕ್ಕಪತ್ರ – ದಾಖಲೆಗಳನ್ನು ಗ್ರೀಕರು ಬರೆದಿಡುತ್ತಿದ್ದರು.

ಆ ಕ್ರಮವನ್ನು ಅವರು ಕಲಿತುದು ವ್ಯಾಪಾರಕ್ಕೆ ಬರುತ್ತಿದ್ದ ಫಿನೀಷಿಯರಿಂದ. ಹಳೆಯ ಗ್ರೀಕ್ ಭಾಷೆ; ಸ್ಫುಟ ರೂಪಕ್ಕಾಗಿ ತೊಳಲಾಡುತ್ತಿದ್ದ ಲಿಪಿ. 'ಹೋಮರ್' ಶಬ್ದಕ್ಕೆ ಕ್ರೋಢೀಕರಿಸುವವನು ಎಂಬ ಅರ್ಥವೂ ಇದೆ. ಕುಲದ ಸಾಹಸದ ಕಥೆಯನ್ನು ಬಹಳ ಜನ ಹೋಮರರು ಹಾಡಿರಬೇಕು, ವಿಸ್ತರಿಸಿರಬೇಕು. ಅದ್ಭುತ ರಚನಾ ಸಾಮರ್ಥ್ಯದ ಕೊನೆಯ ಹೋಮರ್-ಕುರುಡ-ಹಾಡಿದ್ದನ್ನೇ, ಬರಹ ರೂಪಕ್ಕಿಳಿಸಿದರು. ಗ್ರೀಕರ ನಂಬಿಕೆಯಂತೆ 'ಇಲಿಯಡ್', 'ಒಡಿಸಿ'ಗಳು ತಮ್ಮ ಕುಲದ ಚರಿತ್ರೆ. (ಹಿಂದೆ ಟ್ರಾಯ್‌ಗೆ ಇಲಿಯಮ್ ಎನ್ನುತ್ತಿದ್ದರು. ಟ್ರಾಯ್ ಈಗಿನ ತುರ್ಕಿಯ ಪಶ್ಚಿಮ ಕಿನಾರೆಯಲ್ಲಿದೆ.) ಮಹಾ ಕಾವ್ಯಗಳ ಬಳಿಕ ದೇವರ ಪ್ರೀತ್ಯರ್ಥ ಸ್ತೋತ್ರಗಳು ರಚಿತವಾದುವು.

ಆಧುನಿಕ ಅರ್ಥದಲ್ಲಿ ಲೆಸ್ಬೋಸ್ ದ್ವೀಪದ ಸಾಪ್ಫೊ, ಗ್ರೀಸಿನ - ಯಾಕೆ, ಇಡೀ ಜಗತ್ತಿನ - ಮೊದಲ ಕವಯಿತ್ರಿ. ಗ್ರೀಸಿನ ಮೊದಲ ಕವಿ, ಪಾರೊಸ್ ದ್ವೀಪದ ಆರ್ಕಿಲೋಕಸ್.

ತಂತಿ ವಾದ್ಯವನ್ನು ಮೀಟುತ್ತ ಸಾಪ್ಫೊ ಹಾಡಿದಳು:

"ಕರಿಮಣ್ಣಿನಲಿ ಯಾವುದತಿ ಚೆಲುವು ?
ಕೆಲವರೆನುವರು: 'ಕುದುರೆ ಸವಾರರ ತಂಡ'
ಬೇರೆ ಕೆಲವರೊ ? 'ಪದಾತಿಗಳ ದಂಡು'
ಇತರರಿಗೆ : 'ದೋಣಿಗಳು, ನೌಕೆಗಳು'
ಆದರೆ ನಾನೆನುವೆ-
ಯಾರು ಯಾವುದನು ಪ್ರೀತಿಸುವರೊ
ಅವರಿಗದೇ ಅತಿ ಚೆಲುವು."

ಸೊಲೊನ್ ರಾಜ್ಯಾಂಗ ಪ್ರಜಾಪ್ರಭುತ್ವಕ್ಕೆ ಅಡಿಪಾಯವಾದ ಮೇಲೆ. ಸಾಹಿತ್ಯ ಕಲೆ ಕ್ರೀಡೆಗಳು ಪ್ರಗತಿ ಹೊಂದಿದುವು; ಪರಿಣತರ ಬೌದ್ಧಿಕ ಚಟುವಟಿಕೆಗಳೂ ಹೆಚ್ಚಿದುವು. ಮಹಾನ್ ಶಿಲ್ಪಿ ಫಿಡಿಯಾಸ್ ಅಮೃತ ಶಿಲೆಯಿಂದ ಜ್ಞಾನದೇವತೆಯಾದ ಅಥೀನಾಳ 40 ಅಡಿ ಎತ್ತರದ ಅದ್ಭುತ ಶಿಲ್ಪ ನಿರ್ಮಿಸಿದ. ಗಾಂಧಾರದ ತನಕವೂ ಹರಿದುಬಂದ ಗ್ರೀಕ್ ಶಿಲ್ಪಕಲೆಯ ಸೌಂದರ್ಯ ಇಡೀ ಲೋಕದ ಆಸ್ತಿ. 14,000 ಪ್ರೇಕ್ಷಕರು ಕುಳಿತುಕೊಳ್ಳಲು ಅವಕಾಶವಿದ್ದ ಬಯಲು ನಾಟ್ಯಮಂದಿರ ನಿರ್ಮಾಣಗೊಂಡಿತು. ನಾಟಕೋತ್ಸವ ಸ್ಪರ್ಧೆ. ಅಸ್ಕೈಲಸ್ (ಪರ್ಸಿಯನರಿಗಿದಿರಾದ ಸಮರದಲ್ಲಿ ಭಾಗಿಯಾಗಿದ್ದವನು), ಸೊಫೊಕ್ಲೀಸ್, ಯೂರಿಪಿಡೀಸ್-ರುದ್ರ ನಾಟಕಕಾರರು. ಅರಿಸ್ಟಾಫನೀಸ್ ಪ್ರಹಸನ ಪ್ರಪಿತಾಮಹ. ಒಳಿತು - ಕೆಡುಕುಗಳ ಘರ್ಷಣೆಯೇ ಮುಖ್ಯ ವಸ್ತುವಾದ ಈ ನಾಟಕಗಳಿಗೆ ಇಡಿಯ ಅಥೆನ್ಸ್ ನಗರ ಸ್ಪಂದಿಸಿತು.

ಲೋಕದೆಲ್ಲ ಮಕ್ಕಳಿಗೆ ಗ್ರೀಸ್ ನೀಡಿದ ಇನ್ನೊಂದು ಬಳುವಳಿ: 'ಈಸೋಪನ ಕಥೆಗಳು.'

ಸಾಹಿತ್ಯ – ಕಲೆಗಳಂತೆಯೇ ವಿಜ್ಞಾನ. ಕಾಲದ ಅಂತರವನ್ನು ಹಾದು ಜೀವಂತರಾಗಿರುವ ಖ್ಯಾತನಾಮರು : ಲಿಯೂಸಿಪ್ಪಸ್, ಡೆಮೊಕ್ರಿಟಸ್, ಹಿಪಾಕ್ರಟೀಸ್, ಪೈಥಾಗರಸ್, ಯೂಕ್ಲಿಡ್, ಆರ್ಕಿಮಿಡೀಸ್, ಹಿರೊ. ಇವರೆಲ್ಲ ವಿವಿಧ ವೈಜ್ಞಾನಿಕ ಕ್ಷೇತ್ರಗಳಲ್ಲಿ ದುಡಿದು ಮನಷ್ಯನ ಅರಿವಿನ ಅಂಚನ್ನು ವಿಸ್ತರಿಸಿದವರು.

ಆರೋಗ್ಯಕರ ದೇಹದಲ್ಲಿ ಆರೋಗ್ಯಕರ ಮನಸ್ಸು. ಅದಕ್ಕಾಗಿಯೇ ಗ್ರೀಕರು ಪಂದ್ಯಾಟ ಮತ್ತಿತರ ಕ್ರೀಡೆಗಳಿಗೆ ಮಹತ್ವವಿತ್ತರು. ಒಲಿಂಪಸ್ ಬೆಟ್ಟದ ಬುಡದಲ್ಲಿ ನಾಲ್ಕು ವರ್ಷಗಳಿಗೊಮ್ಮೆ ಒಲಿಂಪಿಕ್ಸ್ ಕ್ರೀಡೋತ್ಸವ ನಡೆಯಿತು. ಗ್ರೀಸಿನ ನಾನಾ ಭಾಗಗಳಿಂದ ಪಟುಗಳು ಬರುತ್ತಿದ್ದರು. ವಿಜೇತರಿಗೆ ಪಾರಿತೋಷಕ–ಆಲಿವ್ ಎಲೆಗಳನ್ನು ಪೋಣಿಸಿ ಮಾಡಿದ ಶಿರೋಪಟ್ಟಿ. (ಭಾಗವಹಿಸುತ್ತಿದ್ದ ಎಲ್ಲ ಕ್ರೀಡಾಪಟುಗಳು ಬೆತ್ತಲೆಯಾಗಿ ಇರಬೇಕಾದದ್ದು ಕಡ್ಡಾಯ. ಪಂದ್ಯ ನೋಡಲು ಮಹಿಳೆಯರಿಗೆ ಅನುಮತಿ ಇರಲಿಲ್ಲ. ಇದು ಪ್ರಜಾಪ್ರಭುತ್ವದೊಳಗಿನ ಪುರುಷ ಪ್ರಭುತ್ವ!) ಅಥೆನ್ಸಿನ ಗ್ರೀಕರಿಗಿಂತ ಭಿನ್ನರಾದ ಸ್ಪಾರ್ಟದ ಗ್ರೀಕರು ಹುಡುಗಿಯರಿಗಾಗಿ ಪಂದ್ಯ ಏರ್ಪಡಿಸುತ್ತಿದ್ದರು. ಓಟ ಮತ್ತು ಕುಸ್ತಿ. ನಗ್ನ ಸ್ಥಿತಿಯಲ್ಲೇ.

ಗ್ರೀಸಿನ ಶ್ರೇಷ್ಠ ರಾಜಕಾರಣಿ ಪೆರಿಕ್ಲೀಸ್ ಹೇಳಿದ್ದ:

"ಇಂದಿನವರು ಸೋಜಿಗ ಪಡುವಂತೆಯೇ ಮುಂದಿನವರೂ ನಮ್ಮ ಬಗೆಗೆ ಅಚ್ಚರಿ ಪಡುತ್ತಾರೆ."

ನಿಜ. ಅಚ್ಚರಿಪಡುತ್ತೇವೆ. ಲೋಕದ ಬಯಲು ನಾಟ್ಯಮಂದಿರದಲ್ಲಿ. ಈ ಎರಡು ಸಾವಿರ ವರ್ಷಗಳಿಂದ ಗ್ರೀಕ್ ನಾಟಕ ಮಂಡಳಿ ನಾಪತ್ತೆ, ಮುಂದೆ ಪುನರುದಯ, ಅಥವಾ ಹೊಸದೇ ನಾಟಕ, ಸಾಧ್ಯವಿಲ್ಲವೆಂದೆ ? ಇಂಥ ಸಂದರ್ಭದಲ್ಲಿ 'ಇಲ್ಲ' ಎಂದು ಯಾವ ಜನಾಂಗದ ಬಗೆಗೂ ಯಾರೂ ಹೇಳುವಂತಿಲ್ಲ.

ಕ್ರಿ. ಶ. 10ನೆಯ ಶತಮಾನದಿಂದ ಧಾರ್ಮಿಕ ಲೌಕಿಕ ಇಲ್ಲವೆ ವಿಡಂಬನಾತ್ಮಕ ಕವಿತೆಗಳನ್ನು ಆಗೊಮ್ಮೆ ಈಗೊಮ್ಮೆ ಗ್ರೀಕ್ ಕವಿಗಳು ರಚಿಸಿದ್ದಾರೆ. ಕವನಗಳನ್ನು ಕೂಡ. 19–20ನೆಯ ಶತಮಾನಗಳಲ್ಲಿ ಗ್ರೀಕ್ ಸಾಹಿತ್ಯ ಸ್ವಂತಿಕೆಯನ್ನು ತೋರತೊಡಗಿತು. ಕಥೆಗಳು, ಕಾದಂಬರಿಗಳು, – ನಾಟಕಗಳು ಸಹ 1963ರಲ್ಲಿ ಕವಿ ಜಾರ್ಜ್ ಸೆಫೆರಿಸ್‌ಗೆ ನೊಬೆಲ್ ಪಾರಿತೋಷಕ ಬಂತು. ಅಂಥ ಗೌರವ ಸಿಗದಿದ್ದರೂ ಅದಕ್ಕೆ ಅರ್ಹನಾಗಿದ್ದ – 1933ರಲ್ಲೇ ತೀರಿಕೊಂಡ – ಇನ್ನೊಬ್ಬ ಕವಿ ಕವಾಫಿ. ಕಥೆ ಕಾದಂಬರಿ ಕ್ಷೇತ್ರಗಳಲ್ಲಿ ಹೆಸರು

ಗಳಿಸಿರುವ ಆಧುನಿಕರು : ಥೆವೊತೊಕಾಸ್, ಪಪಡಿಯ ಮಾಂಟಿಸ್, ಕಜಾಂಟ್ಜಾಕಿಸ್, ವೆನೆಜಿಸ್, ಯೂಲಿಯಾ ಇಯಾತ್ರಿದಿಸ್, ಬಿಕೆಲಾಸ್...

ಗ್ರೀಕ್ ಬರೆಹಗಾರರು ಅಮೆರಿಕಕ್ಕೆ, ಇಂಗ್ಲೆಂಡಿಗೆ, ನಾನಾ ದೇಶಗಳಿಗೆ ಹೋಗುತ್ತಾರೆ. ಆದರೆ, 'ಸೂರ್ಯ, ದೇವದಾರು ಮರ, ನೀಲಿ ಸಮುದ್ರ, ಬೆಚ್ಚಗಿನ ಕಿನಾರೆ', ತಾಯ್ನಾಡಿಗೆ ಮರಳುವಂತೆ ಅವರನ್ನು ಕರೆಯುತ್ತವೆ.

* * *

ಸೈಪ್ರಸಿನ ನೆಲದಲ್ಲಿ ಹಲವು ಪಾದಗಳ ಧೂಳಿದೆ. ಸೂಕ್ಷ್ಮ ಸಂವೇದಿಯಾದ ಯಾವನೂ ಅಲ್ಲಿನ ಜನರ ಬದುಕಿಗೆ, ನಿಸರ್ಗದ ಸೌಂದರ್ಯಕ್ಕೆ ಸ್ಪಂದಿಸದೆ ಇರುವುದು ಸಾಧ್ಯವಿಲ್ಲ. ಹಾಗೆ ಸ್ಪಂದಿಸಿ ಸಾಹಿತ್ಯದಲ್ಲಿ ಸೈಪ್ರಸನ್ನು ಸೆರೆ ಹಿಡಿದವನು ಲಾರೆನ್ಸ್ ಡರೆಲ್– ಇಂಗ್ಲೆಂಡಿನಿಂದ ಬಂದವನು. ಸೊಗಸಾದ ಕಥನ ಮಾಲಿಕೆ ಅವನ 'ಬಿಟರ್ ಲೆಮನ್ಸ್.'

ಆಂದ್ರೆ ಆಸ್ ರೋದಿತಿಸ್ ಸೈಪ್ರಸಿನ ಗ್ರೀಕ್ ಭಾಷೆಯ ಕಥೆಗಾರ.

ಈ ದ್ವೀಪಕ್ಕೆ ಸಾಹಿತ್ಯ ಗ್ರೀಸಿನಿಂದ, ತುರ್ಕಿಯಿಂದ ಬರುತ್ತದೆ. ಇಂಗ್ಲಿಷಿನ ಮಾರ್ಗವಾಗಿ ಹಲವು ದೇಶಗಳಿಂದ ಬಂದು ಸೇರುತ್ತದೆ.

* * *

ಅನತೋಲಿಯದ ಪೀಠಭೂಮಿಯಲ್ಲಿ ಪುರಾತನರು ಕೃಷಿ ನಿರತರಾಗಿದ್ದಾಗ ಭೂದೇವತೆಯ ಚಿತ್ರ ಬರೆದರು; ಮೂರ್ತಿ ನಿರ್ಮಿಸಿದರು. ಮುಂದೆ ಮಾನವ ಕುಲದ ಬೇರೆ ಬೇರೆ ಸೆಲೆಗಳು ಅಲ್ಲಿಗೆ ಹರಿದು ಬಂದುದರಿಂದ, ಅತಿ ಪ್ರಾಚೀನ ಹಾಡುಗಳ ಅಲಾಪನೆ ಕಾಲದ ಆಳದಲ್ಲಿ ಇಂಗಿಹೋಯಿತು. ಬೈಜಾಂಟಿಯಮ್ ಸಾಮ್ರಾಜ್ಯದ ಕಾಲದಲ್ಲಿ ಚಿತ್ರಕಲೆ ವಾಸ್ತುಶಿಲ್ಪಗಳಿಗೆ ಪ್ರೋತ್ಸಾಹವಿತ್ತು. ಸಾಹಿತ್ಯ ಸಂಗೀತ ಕ್ರೈಸ್ತ ಧಾರ್ಮಿಕ ವಿಷಯಗಳಿಗೆ ಸೀಮಿತ. ತುರ್ಕಿಯ – ಅನತೋಲಿಯದ – ಶ್ರೇಷ್ಠ ಕವಿ ಸೆಲಾಲೆದ್ದೀನ್ ರುಮಿ. ಸೆಲ್ಜೂಕರು ಪ್ರಬಲರಾಗಿದ್ದ 13ನೆಯ ಶತಮಾನದವನು. (ಸೆಲ್ಜೂಕರು ಅನತೋಲಿಯವನ್ನು 'ರುಮಿ' ಎಂದು ಕರೆಯುತ್ತಿದ್ದರು.) ಸೆಲಾಲೆದ್ದೀನ್ 26,000 ದ್ವಿಪದಿಗಳ ಕರ್ತೃ. ಈ ಉದ್ಗ್ರಂಥದ ಹೆಸರು 'ಮೆಸ್ನೆವೀ.' ರುಮಿ ಪ್ರತಿಪಾದಿಸಿದ್ದು ಹಿಂದೆ ಪರ್ಸಿಯ ಅರಬ್ ದೇಶಗಳಲ್ಲಿ ಪ್ರಚಲಿತವಿದ್ದ ವಿಚಾರಗಳನ್ನೇ. ಆದರೆ ಅವನ ಕವಿತ್ವ ಶಕ್ತಿ ಅವುಗಳಿಗೆ ಹೊಸ ಜೀವ ನೀಡಿತು. ಆತ ಕೊಳಲಿನ ಇಂಚರಕ್ಕೆ ಅನುಗುಣವಾಗಿ ಸುತ್ತುಸುಳಿಯ ಒಂದು ನರ್ತನವನ್ನು ರೂಪಿಸಿದ. ರುಮಿಯ ದ್ವಿಪದಿ, ಕಥನಕವನ, ನೃತ್ಯ ಆಧ್ಯಾತ್ಮಿಕ ಲೌಕಿಕ ಮಿಶ್ರಣವೆನಿಸಿದುವು. "ಸೂರ್ಯ ಕಿರಣದಲ್ಲಿನ ಧೂಳಿನ ಕಣ ನಾನು," "ನಾನು ಸೂರ್ಯಗೋಳ,"

“ನಾನು ಬೆಳಗಿನ ಪ್ರಭೆ,” “ಸಂಜೆಯ ಉಸಿರು ನಾನು”– ರುಮಿಯ ಅಭಿವ್ಯಕ್ತಿ ವೈಖರಿಯನ್ನು ಈ ಮಾತುಗಳಲ್ಲಿ ಕಾಣಬಹುದು.

ತುರ್ಕಿ ಭಾಷೆಗೆ ಲ್ಯಾಟಿನ್ ಲಿಪಿಯನ್ನು ಬಳಸಿದ್ದು ಕ್ರಾಂತಿಕಾರಕ ಹೆಜ್ಜೆ. ಮುದ್ರಣ ಸುಲಭವಾಯಿತು. ಹೋಮರನ ಮಹಾಕಾವ್ಯಗಳೆ? ಚಾರ್ಲ್ಸ್ ಡಿಕೆನ್ಸನ ಕಾದಂಬರಿಗಳೆ? ಫ್ರಾನ್ಸಿನ ಅರಗನ್, ಸ್ಪೇನಿನ ಲೊರ್ಕ, ಸೋವಿಯೆತ್ ರಷ್ಯದ ಮಯಕೊವ್‌ಸ್ಕಿ ಇವರ ಕೃತಿಗಳೆ? ತುರ್ಕಿ ಅನುವಾದದಲ್ಲಿ ಇವೆಲ್ಲವೂ ದೊರಕಿದುವು. ತುರ್ಕಿಯ ಸೂರ್ಯ ಕಿರಣಗಳು ವರ್ಣರಂಜಿತವಾದುವು.

ಸೆಲಾಲೆದ್ದೀನ್ ರುಮಿಯಿಂದ ಆಧುನಿಕ ಮಹಾಕವಿ ನಾಜಿಮ್ ಹಿಕ್ಮೆತ್ ರಾಣ್‌ಗೆ ಆರು ಶತಮಾನಗಳ ದೂರ. ತನ್ನ ನಾಡು ನಾಜಿಮ್ ಕಾಣಿಸಿದ್ದು ಹೀಗೆ :

“ರಕ್ತಮಯ ಮಣಿಗಂಟು, ಕಡಿದ ಹಲ್ಲು, ಬರಿಯ ಪಾದ
ಅಮೂಲ್ಯ ರೇಶಿಮೆ ಹಾಸುಗಂಬಳಿಯ ನೆಲ
ಈ ನರಕ, ಈ ಸ್ವರ್ಗ, ನಮ್ಮದು.”

ಈತ ತುರ್ಕಿಯ ಸಮಸ್ಯೆಗಳಿಗೆ ಕಮ್ಯೂನಿಸಂ ಪರಿಹಾರ ಎಂದು ನಂಬಿದವನು. ಆ ನಂಬುಗೆಗಾಗಿ ಸೆರೆಮನೆ ಸೇರಿ ಅಲ್ಲಿಂದ ಪಾರಾಗಿ ರಷ್ಯಕ್ಕೆ ಹೋದವನು. ಆ ನೆಲದಲ್ಲಿ ಹೃದ್ರೋಗದಿಂದ ನರಳಿ ಪ್ರಾಣ ಬಿಟ್ಟವನು. ತುರ್ಕಿಯ ಜನತೆಯ ಪಾಲಿಗೆ ನಾಜಿಮ್ ಮರೆಯಲಾಗದ ಚೇತನ.

ತನ್ನ ದೇಶದ ಸ್ತ್ರೀಲೋಕಕ್ಕೇ ಸ್ಫೂರ್ತಿಯ ಆಗರವಾದ ಹಲಿದೆ ಎದೀಬ್ ಖ್ಯಾತ ಕಾದಂಬರಿಕಾರ್ತಿ. ಮುಹ್‌ಸಿನ್ ಎರ್ತುಗ್ರುಲ್ ರಂಗಭೂಮಿಗೆ ಉಸಿರಾದವನು. ಯಶರ್ ಕೆಮಾಲ್, ರಫೀಕ್ ಹಲೀದ್, ಸೆವ್‌ದೆತ್ ಕುದ್ರೆತ್. ಆಜೀಜ್ ನೆಸಿನ್ ಹೆಸರಾಂತ ಕಥೆಗಾರರು.

3

ಸಾಹಿತ್ಯ ಸಂಸ್ಕೃತಿಗಳ ಕ್ಷೇತ್ರದಲ್ಲಿ ಪಶ್ಚಿಮ ಪೂರ್ವಗಳಾದ ಗ್ರೀಸ್, ತುರ್ಕಿ; ಇವುಗಳ ನಡುವೆ ಸಮನ್ವಯ ಸಾಧಿಸಲಾಗದೆ ಕುದಿಯುತ್ತಿರುವ ಸೈಪ್ರಸ್–ಈ ಮೂರು ಭೂ ಪ್ರದೇಶಗಳು ಈ ಸಂಪುಟದಲ್ಲಿರುವ ಹತ್ತು ಕಥೆಗಳಲ್ಲಿ ಮೆರೆದಿವೆ, ‘ಅವಸಾನ’ ಮೊದಲ ಕಥೆಯ ಹೆಸರು. ವಿಶ್ವಕಥಾಕೋಶ ಮಾಲಿಕೆಯಲ್ಲಿ ಇದು ಹದಿನಾರನೆಯ ಸಂಪುಟ.

ದೀಪಾವಳಿ 1981 **ನಿರಂಜನ**
ಬೆಂಗಳೂರು ಪ್ರಧಾನ ಸಂಪಾದಕ

ಗ್ರೀಸ್

○ ದೆಮೆತ್ರಿಯೊಸ್ ಬಿಕೆಲಾಸ್

ಅವಸಾನ

ನಾವು ನಾಯಿಗಳ ವಿಚಾರ ಮಾತನಾಡುತ್ತಿದ್ದೆವು.

ಆಗತಾನೇ ಊಟ ಮುಗಿಸಿದ್ದ ನಾವು ಕಾಫಿ ಮತ್ತು ಸಿಗಾರನ್ನು ಕೈಗೆತ್ತಿಕೊಂಡಿದ್ದೆವು. ಮುಳುಗುವ ಸೂರ್ಯನ ಕಿರಣಗಳಿಂದ ಹೊಂಬಣ್ಣವೇರಿದ್ದ ಮೋಡಗಳನ್ನು ನೋಡುವುದಕ್ಕಾಗಿ ಮಹಿಳೆಯರು ಬಾಲ್ಕನಿಗೆ ಹೋಗಿದ್ದರು. ಇನ್ನೂ ಧೂಮಪಾನಕ್ಕೆ ತೊಡಗಿರದ ನನ್ನ ಅಳಿಯ ಆಂದ್ರೂ (ಆತ ಸೇದಿದರೂ ಅದು ಗುಟ್ಟಾಗಿಯೇ) ಕೋಣೆಯ ಮೂಲೆಯಲ್ಲಿ ತನ್ನ ನಾಯಿಯೊಂದಿಗೆ ಆಟವಾಡುತ್ತಿದ್ದ. ಆತನ ಗಲಾಟೆ ಮೇಜಿನ ಸುತ್ತ ಸೇರಿದ ಹಿರಿಯರಿಗೆ ಖುಷಿ ನೀಡಿ ಅವರ ಪಚನ ಕ್ರಿಯೆಗೆ ನೆರವಾಗುವಂತಿರದಿದ್ದರೂ ಆ ಕುರಿತು ಆಕ್ಷೇಪಿಸಲು ಯಾರೂ ಸಿದ್ಧರಿರಲಿಲ್ಲ. ಯಾಕೆಂದರೆ ಆಂದ್ರೂ ನಮ್ಮ ಆತಿಥೇಯನ ಏಕಮಾತ್ರ ಪುತ್ರ ಮತ್ತು ಆ ನಾಯಿ ಆಂದ್ರೂವಿನ ಮೆಚ್ಚಿನ ಸಂಗಾತಿ. ಆದರೂ ಆ ನಾಯಿ ಅಲ್ಲಿಂದ ತೊಲಗಿದ್ದರೆ ನಮಗೆಲ್ಲರಿಗೂ ಸಂತೋಷವಾಗುತ್ತಿತ್ತು ಅನ್ನುವುದು ಸ್ಪಷ್ಟವಾಗಿತ್ತು.

ಇದನ್ನು ಗಮನಿಸಿದ ನನ್ನ ಭಾವ, ಹುಡುಗನ ಮುಖದಲ್ಲಿದ್ದ ಅಸಂತೋಷವನ್ನು ಲೆಕ್ಕಿಸದೆ, ನಾಯಿಯನ್ನು ಹೊರಗಟ್ಟಿದ.

ಕೋಣೆಯಲ್ಲಿ ಮತ್ತೊಮ್ಮೆ ಶಾಂತಿ ನೆಲೆಸಿದಾಗ ಸಂಭಾಷಣೆ ಚುರುಕಾಯಿತು. ಸಹಜವಾಗಿ ನಮ್ಮ ಮಾತುಕತೆ ಈಗತಾನೇ ಕೋಣೆಯಿಂದ ಗಡಿಪಾರು ಮಾಡಲ್ಪಟ್ಟ ಪ್ರಾಣಿಯ, ಆದರೆ ತಳಿಯ ಮತ್ತು ಸಾಮಾನ್ಯವಾಗಿ ನಾಯಿಗಳ ಕಡೆಗೆ ಹರಿಯಿತು. ಒಂದು ಇನ್ನೊಂದರತ್ತ ತಿರುಗಿ ಕೊನೆಗೆ ನಾಯಿ ಕಡಿದ ಹುಚ್ಚಿನ ಪ್ರಸ್ತಾಪ ಬಂತು. ಈ ವಿಷಯದ ಬಗ್ಗೆ ಅತ್ಯಂತ ಕುತೂಹಲ ತೋರಿದ ಅಂದ್ರೂ ಅತಿಥಿಗಳಲ್ಲಿ ಒಬ್ಬರಾದ ಗ್ರಾಮ ಗುರುಗಳೊಡನೆ ಅವರು ತುಂಬ ಹುಚ್ಚು ನಾಯಿಗಳನ್ನು ಕಂಡಿದ್ದರೇ ಎಂದು ವಿಚಾರಿಸಿದ.

"ಇಲ್ಲ, ಹೆಚ್ಚಿಲ್ಲ, ಆದರೆ ಅವು ನನಗೆ ಅಪರಿಚಿತವೂ ಅಲ್ಲ," ಎಂದು ಫಾದರ್ ಸೆರಾಫಿಮ್ ಉತ್ತರಿಸಿದರು. ಅಲ್ಲದೆ ತಾವು ಒಂದು ಒಳ್ಳೆಯ ನಾಯಿಯನ್ನು ಅದಕ್ಕೆ ಹುಚ್ಚು ಹಿಡಿದಿರಬಹುದು ಎನ್ನುವ ಸಂದೇಹದಿಂದ ಕೊಲ್ಲಬೇಕಾಗಿ ಬಂದ ಪ್ರಸಂಗವನ್ನೂ ವಿವರಿಸಿದರು.

ನಾಯಿಗೆ ಹುಚ್ಚು ಹಿಡಿದಿದೆ ಎಂದು ಫಾದರ್ ಸೆರಾಫಿಮ್‌ಗೆ ತಿಳಿದದ್ದು ಹೇಗೆ ? ನಾಯಿಗೆ ಹುಚ್ಚು ಹಿಡಿದದ್ದು ಹೇಗೆ ? ಅದೇನು ಮಾಡಿತ್ತು ? ಅದನ್ನು ಅವರು ಕೊಂದದ್ದು ಹೇಗೆ ? ಆಂದ್ರೂ ಗುರುಗಳನ್ನು ತಡೆದು ಪ್ರಶ್ನೆಗಳನ್ನು ಕೇಳುತ್ತಲೇ ಇದ್ದ.

ಹುಡುಗನ ಪ್ರಶ್ನೆ ಮತ್ತು ಗುರುಗಳ ಉತ್ತರದಿಂದ ನನಗೆ ಹಲವಾರು ವಿಚಾರಗಳು ತಿಳಿದು ಬಂದವು.

ಹುಡುಗನ ಕೊನೆಯ ಪ್ರಶ್ನೆಯನ್ನು ಕಡೆಗಣಿಸಿ ನನ್ನ ಭಾವ ಹೇಳಿದ :

"ಆಂದ್ರೂ, ಹುಚ್ಚು ನಾಯಿಗಳ ಮಾತಿರಲಿ, ಗುರುಗಳು ತಾವು ಒಬ್ಬ ಹುಚ್ಚನನ್ನು ಕಂಡಿರೋದಾಗಿ ಹೇಳಿದರೆ ನೀನೇನಂತಿ ?"

"ಹುಚ್ಚ!" ಆಂದ್ರೂ ಅಚ್ಚರಿಯಿಂದ ಉದ್ಗರಿಸಿದ. ನಾವೆಲ್ಲರೂ ಗುರುಗಳನ್ನು ಪ್ರಶ್ನೆಗಳಿಂದ ಮುತ್ತಿದೆವು. "ಹೇಗೆ ? ಎಲ್ಲಿ ? ಯಾವಾಗ ? ಹೇಳಿ ಅದರ ಕೊನೆ ಹೇಗಾಯಿತು ?"

ನಮ್ಮ ಆತಿಥೇಯನ ಮಾತಿನಿಂದ ಗುರುಗಳ ದಪ್ಪ ಹುಬ್ಬು ಗಂಟಿಕ್ಕಿಕೊಂಡಿತು. ಅವರು ಉತ್ತರಿಸಲಿಲ್ಲ. ಅವರ ಮೌನ ಮತ್ತು ವಿಷಾದದ ಛಾಯೆ ಅದನ್ನು ಜ್ಞಾಪಿಸಿಕೊಳ್ಳುವುದರಿಂದ ಅವರಿಗೆ ಅದೆಷ್ಟು ವೇದನೆಯುಂಟಾಗುತ್ತಿದೆ ಎನ್ನುವುದನ್ನು ಸೂಚಿಸಿತು. ಆದರೆ ನಾವೆಲ್ಲ ಕತೆ ಕೇಳುವದಕ್ಕಾಗಿ ಕುತೂಹಲ ಮತ್ತು ಅಸಹನೆಯಿಂದ ಇರುವುದನ್ನು ಕಂಡು, ಅವರು ತಮ್ಮ ನೋವನ್ನು ನುಂಗಿ, ಕುರ್ಚಿಯಲ್ಲಿ ನೆಟ್ಟಗೆ ಕುಳಿತು, ತಮ್ಮ ಟೊಪ್ಪಿಗೆಯನ್ನು ತೆಗೆದು ಮೇಜಿನ ಮೇಲಿರಿಸಿ, ಹಣೆಯ ಮೇಲೆ ಒಂದೆರಡು ಬಾರಿ ಕೈಯಾಡಿಸಿ, ನಮ್ಮನ್ನೆಲ್ಲ ಶಾಂತವಾಗಿ ನೋಡಿ ಹೇಳಲಾರಂಭಿಸಿದರು :

"ನಿಮಗೆಲ್ಲ 'ಓಲ್ಡ್ ಐರಿ' ಅನ್ನುವ ಸ್ಥಳ ಗೊತ್ತಿದೆಯಲ್ಲ ? ಅದೇ, ನಮ್ಮ ಹಳ್ಳಿಯ ಕೊನೆಯಲ್ಲಿ ತುಸು ಎತ್ತರದಲ್ಲಿರುವ ಜಾಗ. ನಮ್ಮ ಗೋರಿ ಅಲ್ಲೇ ತುಸು ಮುಂದೆ ಪಶ್ಚಿಮಕ್ಕಿದೆ. ಬಲಬದಿಗೆ ದ್ರಾಕ್ಷಿ ತೋಟಗಳು, ಎಡಬದಿಯಲ್ಲಿ ಬೆಟ್ಟ ಮತ್ತು ನಡುವೆ ಐರಿಯಿಂದ ಗೋರಿಗೆ ಹೋಗುವ ದಾರಿ ಇದೆ. ಈ ಮಾರ್ಗದ ಅರ್ಧ ದಾರಿಯಲ್ಲಿ, ಬೆಟ್ಟದ ಕಡೆ, ಒಂದು ದೊಡ್ಡ ಒಂಟಿ ದೇವದಾರು ಮರ ಇರುವುದನ್ನು ನೀವು ಗಮನಿಸಿರಬಹುದು. ಆ ಒಣಪ್ರದೇಶದಲ್ಲಿ ಅದರ ಪುರಾತನ ರೆಂಬೆಗಳು ಓಯಸಿಸ್‌ನಂಥ ತಂಪಾದ ನೆರಳನ್ನು ಕೊಡುತ್ತವೆ. ಪ್ರತಿ ಬಾರಿ ಆ ಮರವನ್ನು ಕಂಡಾಗ ನನ್ನ ಹೃದಯ ಒಂದು ಕ್ಷಣ ಸ್ತಬ್ಧವಾಗುತ್ತದೆ. ಆ ರೆಂಬೆಗಳ ನಡುವೆ ಗಾಳಿ ನಿಟ್ಟುಸಿರಿಟ್ಟಾಗ ನನಗೆ ದುರ್ದೈವಿ ಖ್ರಿಸ್ತೋಸ್‌ನ ಹೆಸರು ಕೇಳಿಸುತ್ತದೆ.

"ಇದು ನಡೆದು ಹದಿಮೂರು ವರ್ಷಗಳು ಸಂದಿವೆ – ಆಗಸ್ಟ್ ತಿಂಗಳ ನಡುವಿರಬೇಕು. ಕೆಲವು ದಿನಗಳಿಂದ ಹಳ್ಳಿಯಲ್ಲಿ ತೋಳವೊಂದು ಹೊಂಚುಹಾಕುತ್ತಿದೆ ಎನ್ನುವ ಸುದ್ದಿ ಹರಡಿತ್ತು. ಅದೇ ವರ್ಷ ಐರಿಯ ಬಳಿ ಗುಡಿಸಲು ಕಟ್ಟಿಕೊಂಡಿದ್ದ ಮುದಿಯ ಮಿತ್ರೋಸ್, ಒಂದು ದಿನ ರಾತ್ರಿ ತನ್ನ ನಾಯಿ ಜೋರಾಗಿ ಬೊಗಳಿದಾಗ ತನಗೆ ಎಚ್ಚರವಾದುದಾಗಿಯೂ, ಕಿಟಿಕಿ ತೆರೆದು ನೋಡಿದಾಗ ಹೊರಗೆ ಒಂದು ದೈತ್ಯ ತೋಳ ನಿಂತಿರುವುದನ್ನು ಕಂಡುದಾಗಿಯೂ ಹೇಳಿದ. ಆತ ಬಂದೂಕನ್ನೆತ್ತಿ ಗುಂಡು ಹಾರಿಸಿದ್ದರೂ ಅದು ತೋಳಕ್ಕೆ ತಗಲಿರಲಿಲ್ಲ. ಬಾಲ ತಗ್ಗಿಸಿ ಅದು ಜೋಲಾಡುತ್ತಾ ಹೋದುದನ್ನು ಆತ ತಿಂಗಳ ಬೆಳಕಿನಲ್ಲಿ ಕಂಡಿದ್ದ. ಮತ್ತೊಮ್ಮೆ ಬಂದೂಕನ್ನು ತುಂಬಿ ಹೊಡೆಯಲು ಆತ ತೀರಾ ಭೀತನಾಗಿದ್ದ. ಕುರುಬರು ಕೂಡ ತಾವು ಆ ತೋಳವನ್ನು ಕಂಡಿರುವುದಾಗಿ ಹೇಳಿದರು. ತಮ್ಮ ನಡುವೆ ಒಂದು ಅಪಾಯಕಾರಿ ತೋಳ ಸುಳಿದಾಡುತ್ತಿದೆ ಎನ್ನುವ ಸುದ್ದಿ ಹಳ್ಳಿ ತುಂಬಾ ಹರಡಿಕೊಂಡಿತು.

ತಮ್ಮ ದನ, ಕುರಿಗಳ ಚಿಂತೆಯಿಂದ ಹಳ್ಳಿಗರು ಒಂದು ಕಣ್ಣು ತೆರೆದೇ ನಿದ್ರಿಸುತ್ತಿದ್ದರು.

"ವಾಸ್ತವದಲ್ಲಿ ಅಪಾಯ ಅವರು ತಿಳಿದಿದ್ದುದಕ್ಕಿಂತಲೂ ಹೆಚ್ಚಾಗಿತ್ತು. ಯಾಕೆಂದರೆ ಅವರು ಇದಿರಿಸಬೇಕಾಗಿದ್ದುದು ಬರೀ ಹಸಿದ ತೋಳವನ್ನಲ್ಲ, ಒಂದು ಹುಚ್ಚು ಹಿಡಿದಿದ್ದ ಹೆಣ್ಣು ತೋಳವನ್ನು.

"ಒಂದು ಸಂಜೆ – ಅಂದು ಸೋಮವಾರ – ಖ್ರಿಸ್ತೋಸ್ ತನ್ನ ತಂದೆಯ ಕುರಿಗಳನ್ನು ನಾನಾಗಲೇ ಹೇಳಿದ್ದ ದೇವದಾರು ಮರದ ಕೆಳಗೆ ಮೇಯಿಸುತ್ತಿದ್ದ. ಆತ ನೆರಳಲ್ಲಿ ಕುಳಿತು ಹಳೆಯ ಹಾಲಿನ ಪಾತ್ರೆಯೊಂದನ್ನು ತಿಕ್ಕಿ ಶುಭ್ರ ಮಾಡುತ್ತಿದ್ದ. ಒಮ್ಮೆಲೆ ಕುರಿಗಳು ಭಯದಿಂದ ಒತ್ತಾಗಿ ಸೇರಿಬಿಡುವುದು ಕಾಣಿಸಿತು. ಆತ ಗೋರಿಯ ಕಡೆಗೆ ತಲೆ ಎತ್ತಿ ನೋಡಿದ. ಅಲ್ಲೆ, ಕೇವಲ ಇಪ್ಪತ್ತು ಹೆಜ್ಜೆ ದೂರದಲ್ಲಿ ರೋಮ ನಿಮಿರಿಸಿ, ಬಾಯಿ ತೆರೆದ ತೋಳ ಆಕ್ರಮಣಕ್ಕೆ ಸಜ್ಜಾಗಿ ನಿಂತಿತ್ತು.

"ಆತ ತಟ್ಟನೆ ಹಾರಿ ನಿಂತು ಕಲ್ಲೊಂದನ್ನು ಕೈಯಲ್ಲೆತ್ತಿಕೊಂಡ. ಸಾಮಾನ್ಯವಾಗಿ ತೋಳಗಳು ಮನುಷ್ಯರಿಗೆ ಹೆದರಿ ಓಡಿ ಹೋಗುತ್ತವೆ; ಆದರೆ ಹುಚ್ಚು ತೋಳದಿಂದ ದೇವರೇ ನಿಮ್ಮನ್ನು ಕಾಪಾಡಬೇಕು."

ಫಾದರ್ ಸೆರಾಫಿಮ್ ಯಾಂತ್ರಿಕವಾಗಿ ಟೊಪ್ಪಿಗೆಯನ್ನೆತ್ತಿ ತಲೆಯ ಮೇಲೆ ಇರಿಸಿಕೊಂಡು, ಮುಂದುವರಿಸಿದರು :

"ಗೆಳೆಯರೇ, ಎಂದಿಗೂ ನಿಮಗದರ ಅವಶ್ಯಕತೆ ಬಾರದಿರಲಿ ಎಂದು ನಾನು ಆಶಿಸಿದರೂ ನಿಮಗೊಂದು ಸಲಹೆ ಕೊಡುತ್ತೇನೆ. ಹುಚ್ಚು ತೋಳವನ್ನು ಇದಿರಿಸಬೇಕಾದ ಸಂದರ್ಭ ನಿಮ್ಮ ಪಾಲಿಗೆ ಬರುವ ಸಾಧ್ಯತೆ ಬಹಳ ಕಡಿಮೆ. ಆದರೆ ಎಂದಾದರೂ ಅಂಥ ಸಂದರ್ಭ ಬಂದಾಗ, ತೋಳವನ್ನು ಬಡಿದೋಡಿಸಲು ನಿಮ್ಮಲ್ಲಿ ಯಾವುದೇ ಆಯುಧ ಇಲ್ಲದೆ ಹೋದರೆ, ಎಲ್ಲಕ್ಕಿಂತಲೂ ಹೆಚ್ಚಾಗಿ ನಿಮ್ಮ ಕೈಗಳನ್ನು ಕಾಪಾಡಿಕೊಳ್ಳಿರಿ. ರಕ್ಷಣೆಗಾಗಿ ನೀವು ಕೈಯನ್ನು ಬಳಸಿಕೊಂಡರೆ ಪ್ರಾಣಿ ನಿಮ್ಮ ಕೈಯನ್ನು ಕಚ್ಚುವುದು ಖಚಿತ. ನಿಮ್ಮ ತಲೆಯಲ್ಲಿ ಹ್ಯಾಟು ಇದೆ ; ನನಗೆ ಈ ಪಾದ್ರಿಯ ಟೊಪ್ಪಿಗೆ ಇದೆ, ಹಳ್ಳಿಗರಲ್ಲಿ ಕೆಂಪು ಬಣ್ಣದ ಜುಟ್ಟಿನ ಟೋಪಿ ಇದೆ. ಯಾವುದನ್ನಾದರೂ ಉಪಯೋಗಿಸಿ, ಅಡ್ಡಿ ಇಲ್ಲ, ಆದರೆ ಕೈಯನ್ನು ಮಾತ್ರ ರಕ್ಷಿಸಿಕೊಳ್ಳಿ.

"ಖ್ರಿಸ್ತೋಸ್‌ನಿಗೆ ತಪ್ಪಿಸಿಕೊಳ್ಳಲು ಅವಕಾಶವೇ ಇರಲಿಲ್ಲ. ಅವನು ಎದ್ದುನಿಂತಾಗ ಓಡಿ ಹೋಗುವ ಬದಲು, ತೋಳ ಒಂದೇ ನೆಗೆತಕ್ಕೆ ಆತನ ಮೇಲೆರಗಿ, ಆತನಿಗೆ ಕಲ್ಲೆಸೆಯುವುದಕ್ಕೆ ಅವಕಾಶವನ್ನೇ ಕೊಡದೆ ಅವನ ಎದೆಯಲ್ಲಿ ಹಲ್ಲನ್ನು ನಾಟಿತು.

"ಕಲ್ಲು ಬೆರಳಿನಿಂದ ಜಾರಿಬಿತ್ತು, ಆದರೆ ಆತನ ಕೈಗಳು ಮುಕ್ತವಾಗಿದ್ದುವು.

"ಹಳ್ಳಿಯ ಹುಡುಗರಿಗಿಂತೆಲ್ಲ ಖ್ರಿಸ್ತೋಸ್ ಎತ್ತರವಾಗಿದ್ದುದು ಮಾತ್ರವಲ್ಲ ಅಷ್ಟೇ ಬಲ ಶಾಲಿಯೂ ಧೈರ್ಯವಂತನೂ ಆಗಿದ್ದ. ಅಪಾಯದಂಚಿನಲ್ಲಿ ಎಂಥ ಹೇಡಿಯೂ ಧೈರ್ಯಶಾಲಿಯಾಗುತ್ತಾನೆ ಎನ್ನುವುದು ನಮಗೆಲ್ಲ ಗೊತ್ತು. ಥಟ್ಟನೆ ಅವನು ತನ್ನ ಬಲತೋಳನ್ನು ಕೆಳಗೆ ಸರಿಸಿ ತೋಳದ ಕತ್ತನ್ನು ತನ್ನ ಕಂಕುಳಲ್ಲಿ ಇರುಕಿ ಅಮುಕಿ ಹಿಡಿದು, ಎಡಗೈಯಲ್ಲಿ ಅದರ ತಲೆಯನ್ನು ಬಾಗಿಸಿ ಉಸಿರು ಕಟ್ಟುವಂತೆ ಮಾಡಲು ಪ್ರಯತ್ನಿಸಿದ.

"ಹೋರಾಟ ಭೀಕರವಾಗಿತ್ತು. ಹುಚ್ಚು ತೋಳದ ಹಲ್ಲು ಮತ್ತು ಉಗುರುಗಳು ಆ ಬಡಪಾಯಿಯ ಮೈಯಲ್ಲಿ ಆಳವಾಗಿ ನಾಟಿದ್ದವು. ತೋಳದ ಕತ್ತನ್ನು ಅಮುಕಿ ಹಿಡಿದಿದ್ದ ಕೈಯನ್ನು ಸಡಿಲಿಸದೆ ಆತ ಸೊಂಟದಲ್ಲಿದ್ದ ಚೂರಿಯನ್ನು ಉಪಯೋಗಿಸುವಂತೆಯೂ

ಇರಲಿಲ್ಲ. ಆತ ಸಹಾಯಕ್ಕಾಗಿ ಕೂಗಲೂ ಯತ್ನಿಸಲಿಲ್ಲ. ಕಾದಾಟದ ನಡುವೆ ಬೊಬ್ಬಿಡಲು ವ್ಯಯ ಮಾಡುವಷ್ಟು ಶಕ್ತಿ ತನ್ನಲ್ಲಿ ಇಲ್ಲವೆನ್ನುವುದು ಆತನಿಗೆ ಚೆನ್ನಾಗಿ ಗೊತ್ತಿತ್ತು.

"ಕ್ರೂರವಾದ ಆಲಿಂಗನದಲ್ಲಿ ಕೊನೆಗೊಮ್ಮೆ ಮನುಷ್ಯನೂ ಪ್ರಾಣಿಯೂ ನೆಲಕ್ಕುರುಳಿದರು. ಖ್ರಿಸ್ತೋಸ್ ಮೇಲು ಬದಿಯಲ್ಲಿದ್ದರೂ ತೋಳ ತಪ್ಪಿಸಿಕೊಳ್ಳುವ ಯತ್ನದಲ್ಲಿ ಆತನ ಎದೆಯನ್ನು ಕಚ್ಚಿ ಹರಿಯತೊಡಗಿತು.

"ಕ್ಷಣದಿಂದ ಕ್ಷಣಕ್ಕೆ ಬಲಹೀನತೆಯೊಂದಿಗೆ ಖ್ರಿಸ್ತೋಸ್‌ನ ಧೈರ್ಯವೂ ಉಡುಗತೊಡಗಿದಾಗ ಆತನಿಗೆ ಒಮ್ಮೆಲೆ ಮುದಿ ಮಿತ್ರೋಸ್‌ನ ಧ್ವನಿ ಕೇಳಿಸಿತು :

'ಖ್ರಿಸ್ತೋಸ್, ಗಟ್ಟಿ ಹಿಡಿದುಕೋ, ನಾನು ಬರ್ತಿದ್ದೇನೆ.'

"ಕುರಿಗಳು ಭಯದಲ್ಲಿ ನೇರವಾಗಿ ಮುದುಕನ ಗುಡಿಸಲಿಗೆ ಓಡಿ ಹೋಗಿದ್ದುವು. ಆಶ್ಚರ್ಯದಿಂದ ಆತ ಬಾಗಿಲು ತೆಗೆದಾಗ ದೂರದಲ್ಲಿ ಖ್ರಿಸ್ತೋಸ್ ತೋಳದೊಂದಿಗೆ ಕಾದಾಡುವುದು ಕಾಣಿಸಿತ್ತು. ಅವಸರದಲ್ಲಿ ಗೋಡೆಗೆ ತೂಗು ಹಾಕಿದ್ದ ಬಂದೂಕನ್ನೆತ್ತಿಕೊಂಡು ತನ್ನ ಮುದಿ ಕಾಲುಗಳಿಗೆ ಸಾಧ್ಯವಿದ್ದಷ್ಟು ವೇಗದಿಂದ ಆತ ಓಡಿ ಬಂದಿದ್ದ.

"ದೇವದಾರು ಮರದ ಬಳಿಗೆ ಬಂದಾಗ ಅವರಿಬ್ಬರೂ ನೆಲದಲ್ಲಿ ಹೊರಳಾಡುತ್ತಿರುವುದನ್ನು ಕಂಡು ಮಿತ್ರೋಸ್ ಬಂದೂಕು ಹೊಡೆಯಲು ಹಿಂಜರಿದ. ಸಹಾಯದ ನಿರೀಕ್ಷೆಯಲ್ಲಿ ಹೊಸ ಜೀವ ತಳೆದ ಖ್ರಿಸ್ತೋಸ್ ತೋಳದ ತಲೆಯನ್ನು ತನ್ನ ದೇಹದಿಂದ ಸಾಧ್ಯವಾದಷ್ಟು ದೂರಕ್ಕೆ ಸರಿಸಿ ಕಿರಿಚಿಕೊಂಡ : 'ಹೊಡಿ!' ಮುದುಕ ತಡಮಾಡದೆ ಬಂದೂಕಿನ ನಳಿಗೆಯನ್ನು ತೋಳದ ಕಿವಿಗೆ ಒತ್ತಿ ಹಿಡಿದು ಕುದುರೆ ಎಳೆದ. ಪ್ರಾಣಿ ಸತ್ತು ಉರುಳಿತು."

ಕೆಲವು ನಿಮಿಷಗಳ ಕಾಲ ಫಾದರ್ ಸೆರಾಫಿಮ್ ಮೌನವಾಗಿದ್ದರು. ಅವರಿಗೆ ಇನ್ನಷ್ಟು ಹೇಳುವುದಿದೆ ಎನ್ನುವುದನ್ನು ತಿಳಿದ ನಾವು ಯಾರೂ ಮೌನವನ್ನು ಕದಡದೆ ಕಾದೆವು.

ಅಷ್ಟರಲ್ಲಿ ಸೂರ್ಯಾಸ್ತಮಾನವಾಗಿ ಕೋಣೆಯ ಮೂಲೆಗಳಲ್ಲಿ ಕತ್ತಲು ಆವರಿಸುತ್ತಿತ್ತು. ಇನ್ನೂ ಬಾಲ್ಕನಿಯಲ್ಲಿದ್ದ ಮಹಿಳೆಯರ ಮೋಜು ಮಾತಿನ ತುಣುಕುಗಳು, ನಗು ನಮಗೆ ಕೇಳಿಸುತ್ತಿದ್ದುವು.

ಗುರುಗಳು ಮುಂದುವರಿಸಿದರು :

"ಗೆಳೆಯರೇ, ನಾನೀಗ ಏನು ಯೋಚಿಸುತ್ತಿದ್ದೆ ಎನ್ನುವುದು ನಿಮಗೆ ಗೊತ್ತೆ? ಈ ಯೋಚನೆ ಆಗಾಗ ನನ್ನನ್ನು ಕಾಡುತ್ತಿರುತ್ತದೆ. ನಮ್ಮ ಅಜ್ಞಾನದ ಪರಿಣಾಮವನ್ನು ನಾನು ಚಿಂತಿಸುತ್ತಿದ್ದೆ. ತುಸು ಹೆಚ್ಚು ತಿಳಿದಿರುವ ಮೂಲಕ ಅದೆಷ್ಟು ಕೆಡಕುಗಳನ್ನು ನಮಗೆ ನಿವಾರಿಸಲು ಸಾಧ್ಯ! ಆದರೆ ನಮಗೆ ಕಲಿಸಲು ಇಲ್ಲಿ ಯಾರಿದ್ದಾರೆ? ನಾವು ಪ್ರಗತಿ ಹೊಂದುತ್ತಿದ್ದೇವೆ ನಿಜ, ಆದರೆ ನಾವು ಇನ್ನೂ ಬಹಳ ಹಿಂದುಳಿದಿದ್ದೇವೆ. ನಮ್ಮ ಈ ಜಿಲ್ಲೆಯ ಯಾವುದೇ ಹಳ್ಳಿಯಲ್ಲಿ ಒಬ್ಬನೇ ಒಬ್ಬಾತ ವೈದ್ಯ ಅಥವಾ ಔಷಧಾಲಯ ಇಲ್ಲವೆಂದರೆ ನೀವು ನಂಬುತ್ತೀರಾ? ಅಥೆನ್ಸ್‌ನಲ್ಲಿ ಈ ಕುರಿತು ಏನಾದರೂ ಪ್ರಕಟವಾಗಿದೆಯೋ ಇಲ್ಲವೋ ನನಗೆ ತಿಳಿಯದು. ಆದರೆ ಇಲ್ಲಂತೂ ಸಾಮಾನ್ಯ ರೋಗಗಳ ತಡೆ ಅಥವಾ ಆರೈಕೆಯ ಕುರಿತು ಸಲಹೆ ನೀಡುವ ಪುಸ್ತಕ ಅಥವಾ ಕರಪತ್ರಗಳು ನಮಗೆ ದೊರಕಿಲ್ಲ. ನಾಯಿ ಹುಚ್ಚಿನಂಥ ರೋಗ ಮಾತ್ರವಲ್ಲ, ನಮ್ಮ ಮಕ್ಕಳು ಬಲಿಯಾಗುವಂಥ ಸರ್ವೇ ಸಾಮಾನ್ಯ ರೋಗಗಳು. ಇರಲಿ, ಅದನ್ನು ಸಮಯ ಬಂದಾಗ ನೋಡೋಣ.

"ಮೈತುಂಬ ಹರಡಿದ್ದ ಗಾಯಗಳಿಂದ ನೆತ್ತರು ಸುರಿಸುತ್ತಾ ಚಿಂದಿ ಬಟ್ಟೆಯ ಖ್ರಿಸ್ತೋಸ್

ಮುದುಕನ ಹೆಗಲಿನಾಶ್ರಯ ಪಡೆದು ಬಂದಾಗ ಇಡೀ ಹಳ್ಳಿಯಲ್ಲಿ ಕೋಲಾಹಲವೆದ್ದಿತ್ತು. ನನಗೆ ಸಮಾಚಾರ ತಲಪಿದ ಕೂಡಲೇ ಆತನನ್ನು ಕಾಣಲು ಹೋದೆ. ಆತ ತಂದೆಯೊಂದಿಗೆ ಇಗರ್ಜಿಯ ಸಮೀಪದ ಪುಟ್ಟ ಮನೆಯೊಂದರಲ್ಲಿ ವಾಸಿಸುತ್ತಿದ್ದ. ಕೆಳಗೆ ಒಂದು ದಾಸ್ತಾನು ಕೋಣೆ ಮತ್ತು ಎಣ್ಣೆಯ ಗಿರಣಿ, ಮಹಡಿಯಲ್ಲಿ ಎರಡು ಚಿಕ್ಕ ಕೊಠಡಿಗಳು. ಮಾರ್ಗದ ಕಡೆಯಿಂದ ಹೊರಬದಿಯಿಂದಲೇ ಅಲ್ಲಿಗೆ ಹೋಗಲು ಮೆಟ್ಟಲುಗಳಿದ್ದುವು."

"ಈಗ ನಮ್ಮ ಶಾಲೆಯ ಉಪಾಧ್ಯಾಯರು ಇದ್ದಾರಲ್ಲ – ಅಲ್ಲಿಯಾ ?" ಎಂದು ಆಂದ್ರೂ ಕೇಳಿದ.

"ಹೌದು, ಅದೇ ಸ್ಥಳ". ನಾನು ಅಲ್ಲಿಗೆ ಬಂದಾಗ ಖ್ರಿಸ್ತೋಸ್‌ನ ಸಮೀಪಕ್ಕೆ ಹೋಗಲು ತುಂಬ ಕಷ್ಟವಾಯಿತು. ಕೋಣೆಯನ್ನು ತುಂಬಿದ್ದ ನೆರೆಕರೆಯ ಹೆಣ್ಣು ಮಕ್ಕಳು ಆತನಿಗೆ ಮುತ್ತಿಗೆ ಹಾಕಿದ್ದರು. ಅವರದ್ದು ಸದುದ್ದೇಶವಾಗಿದ್ದರೂ ಅಲ್ಲಿ ಸಹಾಯದ ಬದಲು ಕಾಣಿಸಿದ್ದು ತೊಡಕು ಮತ್ತು ಗೊಂದಲ.

"ಗಾಯವನ್ನು ತೊಳೆಯುವುದು, ಹರಿದ ಬಟ್ಟೆಯನ್ನು ಸರಿಪಡಿಸುವುದು ಈ ಸಂದರ್ಭದಲ್ಲಿ ಆದ್ಯ ಕರ್ತವ್ಯಗಳಲ್ಲ. ಮೊತ್ತ ಮೊದಲಾಗಿ ಆ ಬಡ ಹುಡುಗನ ಗಾಯಗಳನ್ನು ಸುಡುವುದು ಅಗತ್ಯವಾಗಿತ್ತು. ಆದರೆ ಯಾರೂ ಆ ಕುರಿತು ಆಲೋಚಿಸಲಿಲ್ಲ. ಹುಚ್ಚಿಗೆ ಗುಣಕಾರಿ ಎನ್ನಲಾದ ಗಿಡ ಮೂಲಿಕೆಯೊಂದನ್ನು ತರುವುದಲ್ಲದೆ ಬೇರೆ ಯಾವ ವಿಚಾರವೂ ಅವರಲ್ಲಿರಲಿಲ್ಲ. ಖ್ರಿಸ್ತೋಸ್‌ನನ್ನು ಆಥೆನ್ಸ್‌ನಲ್ಲಿರುವ ಆಸ್ಪತ್ರೆಗೆ ಕಳುಹಿಸುವಂತೆ ನಾನು ಪರಿಪರಿಯಾಗಿ ಕೇಳಿಕೊಂಡರೂ ಅವರು ಯಾರೂ ಅದಕ್ಕೆ ಕಿವಿಕೊಡಲಿಲ್ಲ. ಅವರು ಮಾತನಾಡುತ್ತಿದ್ದುದು ಒಂದೇ, 'ಹುಚ್ಚಿನ ಗಿಡ'. ಅದು ಬಿಟ್ಟು ಬೇರೊಂದಿಲ್ಲ. ಅದೊಂದೇ ಪರಿಹಾರ; ಆದರೆ ದುರದೃಷ್ಟವಶಾತ್ ಹಳ್ಳಿಯಲ್ಲಿ ಯಾರ ಬಳಿಯಲ್ಲೂ ಆ ಔಷಧಿ ಇರಲಿಲ್ಲ."

"ಅದೇನು ಮೂಲಿಕೆ ?" ನಾನು ಗುರುಗಳನ್ನು ತಡೆದು, ವಿಚಾರಿಸಿದೆ.

ಮೇಜಿನ ಸುತ್ತು ಕುಳಿತವರೆಲ್ಲ ನನ್ನತ್ತ ತಿರುಗಿ ನೋಡಿದರು. ನಾನು ನಾಚಿ ಕೆಂಪಾದೆ. ನನ್ನ ಪ್ರಶ್ನೆ ಯಾರಿಗೂ ಹಿತವಾದಂತೆ ಕಾಣಿಸಲಿಲ್ಲ. ಸಸ್ಯ ಶಾಸ್ತ್ರದ ಕುರಿತು ಪ್ರಶ್ನೆಗಳಿಗೆ ಅದು ತಕ್ಕ ಸಮಯವಲ್ಲ ಎನ್ನುವುದು ತಡವಾಗಿ ಅರಿವಾದಾಗ ನನಗೆ ಪಶ್ಚಾತ್ತಾಪವಾಯಿತು. ನನ್ನ ಪ್ರಶ್ನೆಗೆ ಫಾದರ್ ಸೆರಾಫಿಮ್ ಉತ್ತರಿಸಿದರು :

"ಅದನ್ನು ನಾನಿದುವರೆಗೆ ನೋಡಿಲ್ಲದ ಕಾರಣ ಅದೇನೆಂದು ವಿವರಿಸಲು ನನ್ನಿಂದ ಸಾಧ್ಯವಿಲ್ಲ. ಅದು ಸಲಾಮಿಸ್‌ನಲ್ಲಿ ಬೆಳೆಯುತ್ತಿದೆ ಎನ್ನುತ್ತಾರೆ. ಅದು ಫಾನೆರೊಮೆನಿಯ ಸನ್ಯಾಸಿಗಳ ರಹಸ್ಯ. ಅವರ ಒಂದು ಸಂಪಾದನೆಯ ಮೂಲವೂ ಹೌದು."*

ಈ ವಿವರಣೆಯಿಂದ ತೃಪ್ತಿಪಟ್ಟು ನಾನು ತಲೆ ತಗ್ಗಿಸಿ ಕುಳಿತೆ. ನನ್ನ ಸಂಕೋಚವನ್ನು

---

* ಗುರುಗಳು ಹೇಳುತ್ತಿದ್ದ ಕಾಲ ಪ್ಯಾಸ್ಚರನ ಸಂಶೋಧನೆಗಿಂತ ಹಿಂದಿನದ್ದೆನ್ನುವುದನ್ನು ಓದುಗರು ಗಮನಿಸಬೇಕು.

'ಮೈಲಾಬ್ರಿಸ್' ಎನ್ನುವ ಕೀಟ ಮತ್ತು 'ಸೈನಾಕಮ್ ಇರೆಕ್ರಮ್' ಎನ್ನುವ ಗಿಡದ ಬೇರಿನ ಪುಡಿಗಳನ್ನು ಬೆರೆಸಿ ಸನ್ಯಾಸಿಗಳು ಮುಲಾಮನ್ನು ತಯಾರಿಸುತ್ತಿದ್ದರು. ಆಧುನಿಕ ಗ್ರೀಕ್‌ನಲ್ಲಿ ಅದನ್ನು 'ಸತ್ತಪ್ರಾಣಿ' ಮತ್ತು 'ಹುಚ್ಚು ಗಿಡ' ಎಂದು ಕರೆಯುತ್ತಾರೆ.

ಪರಿಹರಿಸಲು ಗುರುಗಳು ಇತರರೆಡೆಗೆ ನೋಡುತ್ತಾ ಮುಂದುವರಿಸಿದರು :

"ಬಹಳ ಪ್ರಯಾಸದಿಂದ ಖ್ರಿಸ್ತೋಸ್‌ನನ್ನು ಆಥೆನ್ಸ್‌ಗೆ ಕರೆದೊಯ್ಯಲು ಅವರೆಲ್ಲರನ್ನು ನಾನು ಒಪ್ಪಿಸಿದೆ. ಖ್ರಿಸ್ತೋಸ್ ಪ್ರಯಾಣವನ್ನು ಒಂದು ದಿನ ಮುಂದೂಡಲು ಬಯಸಿದ್ದ. ನನ್ನ ಬಲವಂತಕ್ಕೆ ಮತ್ತು ನಾನು ಕೂಡಾ ಜೊತೆಯಲ್ಲಿರುತ್ತೇನೆ ಎನ್ನುವ ವಿಶ್ವಾಸದಿಂದ ಖ್ರಿಸ್ತೋಸ್ ತಕ್ಷಣವೇ ಹೊರಡಲು ಒಪ್ಪಿದ. ಹಾಗೆ ನಾವು ನಮ್ಮ ಕತ್ತೆಗಳನ್ನು ಏರಿ ಹೊರಟೆವು. ನೆರೆಕರೆಯವರ ಹೆಂಡಂದಿರು ನಮಗೆ ಶುಭಕೋರಿದರೂ ವೈದ್ಯಕೀಯ ಪರಿಣತಿ 'ಹುಚ್ಚುಗಿಡ'ಕ್ಕೆ ಸಾಟಿಯಾಗಲಾರದು ಎನ್ನುವ ಭಾವ ಅವರಲ್ಲಿ ಕಾಣಿಸುತ್ತಿತ್ತು.

"ನಾವು ಆಥೆನ್ಸ್ ತಲಪಿದಾಗ ತುಂಬ ತಡವಾಗಿತ್ತು. ಖ್ರಿಸ್ತೋಸ್‌ನನ್ನು ಆಸ್ಪತ್ರೆಯಲ್ಲಿ ಬಿಟ್ಟು ನಾನು ಆ ರಾತ್ರಿಯೇ ಹಳ್ಳಿಗೆ ಹಿಂದಿರುಗಿದೆ.

"ಇವೆಲ್ಲ ನಡೆದುದು ಸೋಮವಾರವೆಂದು ನಾನು ಮೊದಲೇ ಹೇಳಿದ್ದೇನೆ. ಗುರುವಾರದಂದು ಖ್ರಿಸ್ತೋಸ್ ಮನೆಗೆ ಬಂದ. ಗಾಯಗಳನ್ನು ಸುಡಿಸಿಕೊಂಡ ನೋವನ್ನು ಬಿಟ್ಟರೆ ಆತ ಇನ್ನೆಲ್ಲ ರೀತಿಯಲ್ಲೂ ಆರೋಗ್ಯವಾಗಿದ್ದ. ಕೆಲವು ದಿನಗಳಲ್ಲಿ ಗಾಯವೂ ಪೂರ್ತಿಯಾಗಿ ಮಾಸಿತು.

"ಆದರೆ ಹಳ್ಳಿಗರಿಗೆ ಆಸ್ಪತ್ರೆಯ ಆರೈಕೆಯಲ್ಲಿ ವಿಶ್ವಾಸವಿರಲಿಲ್ಲ. ಗಾಯಗಳನ್ನು ಸುಡುವುದರಲ್ಲಿ ಉಂಟಾದ ವಿಳಂಬ ಅವರ ಆತಂಕಕ್ಕೆ ಕಾರಣವಾಗಿರಲಿಲ್ಲ. ಹುಚ್ಚು ಗಿಡದ ಮದ್ದನ್ನು ಹಚ್ಚದೆ ಆ ಭೀಕರ ರೋಗದಿಂದ ಪಾರಾಗಲು ಹೇಗೆ ಸಾಧ್ಯ ಎನ್ನುವುದೇ ಅವರ ಯೋಚನೆ. ಖ್ರಿಸ್ತೋಸ್‌ನನ್ನು ಕಂಡಾಗ ಎಲ್ಲರಲ್ಲೂ ಏನೋ ಒಂದು ಬಗೆಯ ಕಳವಳ, ಸಂದೇಹ. ತಾಯಂದಿರು ಗಾಬರಿಯಿಂದ ಮಕ್ಕಳನ್ನು ಆತನಿಂದ ಮರೆಮಾಡಿದರೆ, ಗಂಡಸರು ಆತ ಯಾವುದೇ ಕಾರಣಕ್ಕಾಗಿ ಕೋಪಿಸಿಕೊಳ್ಳದಂತೆ ರಮಿಸುತ್ತಿದ್ದರು. ಒಂದೇ ಮಾತಿನಲ್ಲಿ ಹೇಳುವುದಿದ್ದರೆ ಹಳ್ಳಿ ಎಚ್ಚರ ವಹಿಸಿತ್ತು. ಕೊನೆಗೆ ಖ್ರಿಸ್ತೋಸ್ ಕೂಡಾ ತನ್ನ ಆರೈಕೆಯ ಯಶಸ್ಸಿನ ಬಗ್ಗೆ ಸಂದೇಹಿಸಲಾರಂಭಿಸಿದ. ನನಗೆ ಆತ ಪ್ರತಿವಂದಿಸುವಾಗ ಕಾಣಿಸಿದ ತಡವರಿಕೆ, ಜನರೆಡೆಗೆ ಆತನು ಬೀರುವ ಕಳ್ಳ ನೋಟ ಮತ್ತಿತರ ವಿಚಾರಗಳಿಂದ ಆ ಬಡಪಾಯಿಯ ಹೃದಯದಲ್ಲಿ ಗುಪ್ತ ಭೀತಿ ಹೆಪ್ಪುಗಟ್ಟಿದೆ ಎನ್ನುವ ಸಂದೇಹ ನನ್ನಲ್ಲಿ ಬಲವಾಯಿತು. ನನ್ನ ಹೃದಯಾಂತರಾಳದಿಂದ ಆತನಿಗಾಗಿ ಮರುಗಿದೆ. ಗೆಳೆಯರೆ, ತನ್ನೊಳಗೆ ಭೀಕರ ರೋಗದ ಅಣು ಅವಿತಿರುವುದಾಗಿ ಶಂಕಿಸಿ, ಅದು ಒಡೆದು ಹೊರ ಬರುವ ದಿನವನ್ನು ಕಾಯುವಾತನ ಘೋರ ಯಾತನೆ, ಚಿತ್ರಹಿಂಸೆಯನ್ನು ನೀವು ಊಹಿಸಿಕೊಳ್ಳಿರಿ."

ಆಗ ನನ್ನ ಭಾವ ಹೇಳಿದ :

"ದುರ್ದೈವದ ಸಂಗತಿ ಎಂದರೆ, ಈ ಭೀತಿಯೇ ಹುಚ್ಚಿಗೆ ಕಾರಣವಾಗುವುದೂ ಇದೆ. ಸ್ವಲ್ಪ ಸಮಯದ ಹಿಂದೆ ಈ ವಿಷಯದ ಮೇಲೆ ವೈಜ್ಞಾನಿಕ ಲೇಖನವೊಂದನ್ನು ನಾನು ಓದಿದ್ದೆ. ಎಷ್ಟೋ ಜನರು ಹುಚ್ಚು ನಾಯಿ ಕಡಿದಾಗ ತಮಗುಂಟಾದ ಭಯವನ್ನು ಸ್ವಾಭಿಮಾನದಿಂದಲೋ ಅಥವಾ ಆತ್ಮೀಯರಿಗೆ ಕಳವಳ ಉಂಟಾಗಬಾರದು ಎನ್ನುವ ಉದ್ದೇಶದಿಂದಲೋ ಮುಚ್ಚಿಡುತ್ತಾರೆ. ಅದೇ ಒಂದು ರೋಗವಾಗಿಬಿಡುತ್ತದೆ. ಇಂಥ ಒಂದು ಅಸ್ವಾಭಾವಿಕ ವ್ಯಾಕುಲತೆ ಕಡಿತದ ಮತ್ತು ಸುಡುವಿಕೆಯ ಪರಿಣಾಮವನ್ನು ಉಲ್ಬಣಗೊಳಿಸುತ್ತದೆ.

ಇದರಿಂದ ಹಲವುಬಾರಿ ಧನುರ್ವಾಯು ಬರುವುದೂ ಇದೆ. ಈ ರೋಗಕ್ಕೂ ಹುಚ್ಚುನಾಯಿ ಕಡಿತದಿಂದ ಉಂಟಾಗುವ ಜಲಭೀತಿ ರೋಗಕ್ಕೂ ಬಹಳಷ್ಟು ಸಾಮ್ಯ ಇದೆ. ಹೀಗೆಂದು ವೈದ್ಯರು ನಮಗೆ ಹೇಳುತ್ತಾರೆ. ಆದರೆ ಭೀತಿಯನ್ನು ನಿಯಂತ್ರಿಸುವ ಅಥವಾ ನಿವಾರಿಸುವ ದಾರಿ ನಮಗೆ ತಿಳಿಯದಿರುವಾಗ ಇದನ್ನು ಅರಿತುಕೊಂಡು ತಾನೇ ಏನು ಪ್ರಯೋಜನ? ಈ ಕುರಿತು ನಮ್ಮ ವೈದ್ಯ ಮಿತ್ರರು ಏನು ಹೇಳುತ್ತಾರೋ ಎಂದು ತಿಳಿಯಲು ನಾನು ಕಾಯುತ್ತಿದ್ದೇನೆ. ಮಧ್ಯೆ ಬಾಯಿ ಹಾಕಿದ್ದಕ್ಕೆ ಕ್ಷಮಿಸಿ ಗುರುಗಳೆ."

"ಆ ಬಗ್ಗೆ ಏನನ್ನು ಓದದೆಯೂ ನಾನು ಇದೇ ರೀತಿ ಯೋಚಿಸಿದ್ದೆ." ಎಂದು ಗುರುಗಳು ಉತ್ತರಿಸಿ ಪುನಃ ಕತೆಯ ಎಳೆಯನ್ನೆತ್ತಿಕೊಂಡರು :

"ಈ ನಡುವೆ ಕೆಲವು ವಾರಗಳೇ ಕಳೆದು ಹಳ್ಳಿಗರು ಆ ಘಟನೆಯನ್ನು ಮರೆತಿದ್ದರು ಅಥವಾ ಆ ಕುರಿತು ಯೋಚಿಸುವುದನ್ನು ಬಿಟ್ಟಿದ್ದರು. ಸೆಪ್ಟೆಂಬರ್ ತಿಂಗಳ ಕೊನೆಯಲ್ಲಿ ಒಂದು ದಿನ ಇದ್ದಕ್ಕಿದ್ದಂತೆ ಖ್ರಿಸ್ತೋಸ್‌ನ ತಂದೆ ಬಂದು ಮಗನ ಆರೋಗ್ಯ ಚೆನ್ನಾಗಿಲ್ಲ ಎಂದು ತಿಳಿಸಿದ.

" 'ಅವನಿಗೇನಾಗ್ತಿದೆ ?'

" 'ನನಗೆ ಗೊತ್ತಿಲ್ಲ. ಜ್ವರ ಬಂದವನಂತಿದ್ದಾನೆ. ಬಾಯಿ ರುಚಿ ಕೆಟ್ಟಿದೆ.'

"ನಾನು ತಡಮಾಡದೆ ಆತನನ್ನು ಕಾಣಲು ಹೋದಾಗ ಅವನು ಬಟ್ಟೆ ಹಾಸಿ ನೆಲದ ಮೇಲೆ ಮಲಗಿದ್ದ. ಬಿಳಿಚಿಕೊಂಡು ಅಸ್ವಸ್ಥನಾಗಿದ್ದ. ತನಗೆ ಉಸಿರು ಕಟ್ಟಿದಂತಾಗ್ತಿದೆ ಎಂದವನು ನನ್ನಲ್ಲಿ ಹೇಳಿದ. ನಾನು ಆತನ ಕೈಯಲ್ಲಿ ಹಾಲುಕೊಟ್ಟ ಅದನ್ನು ಕುಡಿಯುವಂತೆ ಒತ್ತಾಯಿಸಿದೆ. ಕುಳಿತುಕೊಂಡ ಆತ ಅದನ್ನು ತನ್ನ ತುಟಿಯ ಬಳಿ ಒಯ್ಯುತ್ತಲೇ ಅಸಹ್ಯ ಪಟ್ಟುಕೊಂಡು ನಡುಗಲಾರಂಭಿಸಿದ. ನಾನು ಆತನ ಕೈಯಿಂದ ಹಾಲನ್ನು ತೆಗೆದುಕೊಳ್ಳಬೇಕಿದ್ದರೆ ಅವನ ಮೈಯಲ್ಲಿ ಭಯಾನಕ ಛಳಕುಗಳು ಕಾಣಿಸಿಕೊಂಡವು. ಆತ ಸಾಯುತ್ತಿರುವನೆಂದೇ ನಾನು ಭಾವಿಸಿದ್ದೆ. ಆದರೆ ಆತ ನಿಧಾನವಾಗಿ ಶಾಂತನಾದ. ಬಳಿಕ ಕೂಗಿದ : 'ಅಯ್ಯೋ ! ಇದಕ್ಕೆಲ್ಲ ಅಪ್ಪನೇ ಕಾರಣ. ಅವನು ನನಗೆ ಹುಚ್ಚು ಗಿಡವನ್ನು ತಂದಿದ್ದಲ್ಲಿ ನಾನು ಈ ರೀತಿ ಹುಚ್ಚು ಹಿಡಿದು ಸಾಯಬೇಕಿರಲಿಲ್ಲ !'

"ಇದು ಬರೇ ಹೊಟ್ಟೆ ನೋವು ಎಂದು ನಾನು ಆತನನ್ನು ನಂಬಿಸಲು ಬಹಳಷ್ಟು ಯತ್ನಿಸಿದೆ. ಆದರೆ ನನ್ನ ಮಾತಿನಲ್ಲೇ ನನಗೆ ವಿಶ್ವಾಸವಿರಲಿಲ್ಲ. ಸಂಜೆ ಮತ್ತೆ ಬರುವುದಾಗಿ ಹೇಳಿ ನಾನಲ್ಲಿಂದ ಹೊರಬಿದ್ದೆ. ನನ್ನ ಧರ್ಮ ಕಕ್ಷೆಗೆ ಸೇರಿದ್ದ ದೂರದ ಹಳ್ಳಿಯೊಂದರಲ್ಲಿ ಒಂದು ವಿವಾಹ ಕಾರ್ಯವನ್ನು ನಾನು ನೆರವೇರಿಸಬೇಕಾಗಿತ್ತು. ಇದು ಗುರುವಿನ ಬದುಕು : ನೋವು, ನಲಿವು; ಮದುವೆ, ಮೃತ್ಯು ಹೂಂ...

"ಆ ಸಂಜೆ ನಾನು ಮನೆಗೆ ಹಿಂದಿರುಗಿದಾಗ ಖ್ರಿಸ್ತೋಸ್ ಉಗ್ರಸ್ವರೂಪದ ಬುದ್ಧಿಭ್ರಮಣೆಗೊಳಗಾಗಿದ್ದಾನೆ ಎನ್ನುವುದು ತಿಳಿಯಿತು. ನನಗಾಗಿ ಧರ್ಮ ಮಂದಿರದಲ್ಲಿ ಕಾಯುತ್ತಿದ್ದ ಆತನ ತಂದೆ ಖ್ರಿಸ್ತೋಸ್‌ನನ್ನು ಬೇರೆ ಮನೆಗೆ ಒಯ್ಯುವಲ್ಲಿ ನೆರವಾಗಬೇಕೆಂದು ಕೇಳಿಕೊಂಡ. ಆತ ಬೀದಿಗಿಳಿದು ಎಲ್ಲರನ್ನೂ ಕಚ್ಚಲು ತೊಡಗಬಹುದು ಎನ್ನುವ ಭಯದಿಂದ ನೆರೆಕರೆಯವರು ಆತನನ್ನು ಪ್ರತ್ಯೇಕ ಮನೆಯಲ್ಲಿ ಕೆಳಗಿನ ಒಂದು ಕೋಣೆಯಲ್ಲಿ ಇರಿಸುವಂತೆ ಒತ್ತಾಯಿಸಿದ್ದರು. ಮಾಳಿಗೆಯ ಬದಲು ಕೆಳಗಿದ್ದರೆ ಆತನನ್ನು ಕಾಯುವುದು ಸುಲಭ. ಹಳ್ಳಿಗರು ಭೀತರಾಗಿದ್ದರು, ಭಯ ಅವರನ್ನು ಕ್ರೂರಿಗಳನ್ನಾಗಿಸಿತ್ತು. ಖ್ರಿಸ್ತೋಸ್ ಅಪಾಯಕಾರಿ

ಅಂತ ಅನಿಸಿದರೆ ಹಳ್ಳಿಗರು ಅವನನ್ನು ನಿರ್ದಯೆಯಿಂದ ಗುಂಡಿಕ್ಕಿ ಕೊಲ್ಲುತ್ತಾರೆ ಅನ್ನುವುದು ನನಗೆ ವೇದ್ಯವಾಯಿತು.

"ನಾನು ತಡ ಮಾಡದೆ ಖ್ರಿಸ್ತೋಸ್‌ನ ಕೋಣೆಗೆ ಹೋದೆ. ಅದೃಷ್ಟವಶಾತ್ ಆಗ ಆತ ತುಸು ಶಾಂತನಾಗಿದ್ದ. ಮೊಣಕಾಲುಗಳನ್ನು ಸುತ್ತಿದ್ದ ಕೈಗಳ ಮೇಲೆ ತಲೆ ಇರಿಸಿ ಆತ ನೆಲದಲ್ಲಿ ಕುಳಿತಿದ್ದ. ಕೋಣೆ ತುಂಬ ಪೀಠೋಪಕರಣಗಳು, ಪಾತ್ರೆ ಪರಡಿಗಳು ಚೆಲ್ಲಾಪಿಲ್ಲಿಯಾಗಿ ಹರಡಿಕೊಂಡಿದ್ದುವು. ನನಗೆ ತುಸು ಭಯವಾಗಿತ್ತು ಎಂದು ಒಪ್ಪಿಕೊಳ್ಳುತ್ತೇನೆ. ಒಂಟಿಯಾಗಿ ಆತನನ್ನು ಸಮೀಪಿಸುವುದು ದುಸ್ಸಾಹಸವಾಗಿದ್ದರೂ, ಬೇಕೆನಿಸಿದರೂ ಹಿಂದಿರುಗುವುದು ಸಾಧ್ಯವಿಲ್ಲದ ಕಾರಣ, ನಾನು ಆತನ ತಲೆಯ ಮೇಲೆ ಕೈ ಇರಿಸಿ ಪ್ರಾರ್ಥಿಸಿದೆ.

"ನಾನು ಮುಗಿಸಿದಾಗ ಆತ ಶಿಲುಬೆಯ ಗುರುತು ಮಾಡಿ ನನ್ನ ಕೈಯನ್ನು ಮುದ್ದಿಸಿದ. ಅನಂತರ ನಾನಂದೆ: 'ಇಲ್ಲಿ ನಿನಗೆ ಅಷ್ಟೊಂದು ಆರಾಮವಾಗಿಲ್ಲ ಖ್ರಿಸ್ತೋಸ್. ಬಾ, ನಿನ್ನ ಚಿಕ್ಕಪ್ಪನ ಮನೆಗೆ ಹೋಗೋಣ. ಆ ಮನೆ ಖಾಲಿಯಾಗಿರೋದರಿಂದ ನಿನಗೇನೂ ತೊಂದರೆ ಇಲ್ಲ.'

"ಏನೊಂದನ್ನೂ ಹೇಳದೆ ಎದ್ದು ನಿಂತ ಆತ ಮೆತ್ತಗೆ ನುಡಿದ:

" 'ಯಾರಾದರೂ ನನ್ನನ್ನು ನೋಡೋದನ್ನು ನಾನು ಬಯಸೋದಿಲ್ಲ. ದಯವಿಟ್ಟು ಅವರೆಲ್ಲರನ್ನು ದೂರ ಹೋಗುವಂತೆ ಹೇಳಿ.'

"ಬಾಗಿಲು ತೆರೆದಾಗ ಹೊರಗೆ ಯಾರೂ ಇಲ್ಲದಿದ್ದರೂ ನಾನು ಗಟ್ಟಿಯಾಗಿ ಹೇಳಿದೆ: 'ದಯವಿಟ್ಟು ಎಲ್ಲರೂ ಮನೆಗೆ ಹೋಗಿ. ಖ್ರಿಸ್ತೋಸ್, ಮಾರ್ಗದಲ್ಲಿ ಈಗ ಯಾರೂ ಇಲ್ಲ. ಬಾ ಹೋಗೋಣ.'

" 'ನನಗೆ ಬೆಳಕನ್ನು ನೋಡೋದಕ್ಕಾಗ್ತಿಲ್ಲ ಗುರುಗಳೇ, ನೋವಾಗ್ತಿದೆ.'

"ಮುಳುಗುತ್ತಿರುವ ಸೂರ್ಯನ ಕಿರಣಗಳು ತೆರೆದ ಬಾಗಿಲಿನೆಡೆಯಿಂದ ಒಳಗೆ ಹರಿದು ಬರುತ್ತಿದ್ದುವು. ನಿಲುವಂಗಿಯನ್ನು ತೊಟ್ಟ ಖ್ರಿಸ್ತೋಸ್ ಕಣ್ಣಿನ ಮೇಲೆ ಟೊಪ್ಪಿಗೆಯನ್ನೆಳೆದು ಕೊಂಡು ನನ್ನ ಕೈಹಿಡಿದುಕೊಂಡ. ಖ್ರಿಸ್ತೋಸ್ ಆತನ ಚಿಕ್ಕಪ್ಪನ ಮನೆಗೆ ನನ್ನನ್ನು ಅನುಸರಿಸಿ ಬಂದ. ತುಂಬ ಹೊತ್ತಿನವರೆಗೆ ಅವನನ್ನು ಸಂತೈಸುತ್ತ ಕುಳಿತಿದ್ದ ನಾನು ಹೊರಟಾಗ ರಾತ್ರಿಯಾಗಿತ್ತು.

"ನಾನು ಹೊರಗೆ ಬರಲು ಬಾಗಿಲು ತೆಗೆದಾಗ ಕತ್ತಲಲ್ಲಿ ಕೆಲವು ಜನರು ಬಂದೂಕು ಹಿಡಿದುಕೊಂಡು ನಿಂತಿರುವಂತೆ ಭಾಸವಾಯಿತು.

"ನಾನು ಬಾಗಿಲಿಗೆ ಬೀಗ ಹಾಕಿ ಬೀಗದ ಕೈಯನ್ನು ತೆಗೆದುಕೊಂಡೆ. ಹಳ್ಳಿಗರು ನನ್ನ ಸುತ್ತು ಸೇರಿ ಖ್ರಿಸ್ತೋಸ್‌ನ ಕುರಿತು ಪ್ರಶ್ನೆಗಳನ್ನು ಕೇಳಲಾರಂಭಿಸಿದರು. ಅವನು ಸಾಯುತ್ತಿರುವುದಾಗಿ ಹೇಳಿ ನಾನು ದಯಾಮಯನಾದ ದೇವರ ಹೆಸರಲ್ಲಿ ಅವನನ್ನು ಅವನಷ್ಟಕ್ಕೆ ಬಿಡುವಂತೆ ವಿನಂತಿಸಿಕೊಂಡೆ. ನಿಜಕ್ಕೂ ಆ ಬಡಜನರು ಹೃದಯ ಶೂನ್ಯರಾಗಿರಲಿಲ್ಲ. ತಮ್ಮದೇ ಆದ ರೀತಿಯಲ್ಲಿ ಅವರು ಖ್ರಿಸ್ತೋಸ್‌ಗಾಗಿ ಮರುಗುತ್ತಿದ್ದರು. ಆದರೆ ಸ್ವಂತದ ಅಳಿವು ಉಳಿವಿನ ಪ್ರಶ್ನೆ ಬಂದಾಗ ಕರುಣೆ ಮೂಲೆಪಾಲಾಗಿ, ಹೃದಯದಲ್ಲಿ ತುಂಬಿದ್ದ ಭೀತಿ ಪ್ರಾಣಿ ಸಹಜವಾದ ಪ್ರವೃತ್ತಿಯನ್ನು ಮೇಲಕ್ಕೆ ತಂದಿತ್ತು."

ಅಷ್ಟರಲ್ಲಿ ಸಂಜೆಯ ಶೀತಗಾಳಿಗೆ ಬಾಲ್ಕನಿಯನ್ನು ತೊರೆದು ಮಹಿಳೆಯರು ಒಳಬಂದು ನಮ್ಮನ್ನು ಸೇರಿಕೊಂಡರು. ನನ್ನ ತಂಗಿ ಕೇಳಿದಳು :

"ಇದೇನು ನೀವಿನ್ನೂ ಕತ್ತಲಲ್ಲಿ ಕುಳಿತಿದ್ದೀರಾ ! ಫಾದರ್ ಸೆರಾಫಿನ್‌ರ ಕತೆ ತುಂಬ ಚೆನ್ನಾಗಿದ್ದಿರಬೇಕು. ಸ್ವಲ್ಪ ನಮಗೂ ಹೇಳಿ."

ಬಳಿಕ ತಂಗಿ ದೀಪ ತರುವಂತೆ ಕೆಲಸದವಳಿಗೆ ಆಜ್ಞಾಪಿಸಿದಳು.

"ಖ್ರಿಸ್ತೋಸ್‌ಗೆ ಏನಾಯಿತು ?" ಆಂದ್ರೂ ಪಿಸುಗುಟ್ಟಿದ.

ಗುರುಗಳು ಕಣ್ಣು ಮುಚ್ಚಿ ಕೈ ಮುಂದೆ ಚಾಚಿದರು.

ಅದರ ಅರ್ಥ ಏನಿರಬಹುದೆಂದು ಚಿಂತಿಸಲು ನಾನು ಇಷ್ಟಪಡುವುದಿಲ್ಲ. ಖ್ರಿಸ್ತೋಸ್ ಶಾಂತಿಯಿಂದ ಕಣ್ಣು ಮುಚ್ಚಿದನೇ – ಇಲ್ಲ ಅವರು ಆತನನ್ನು ಕೊಂದರೆ ?

ಹಚ್ಚಿದ ಮೇಣದ ಬತ್ತಿಗಳನ್ನು ಕೆಲಸದವಳು ತಂದಾಗ ನಾವು ಮಾತುಗಳಿಗೆ ಬೇರೆ ವಿಷಯಗಳನ್ನೆತ್ತಿಕೊಂಡೆವು.

○ ಯೂಲಿಯಾ ಇಯಾತ್ರಿದಿಸ್

ಮಿಖಾಲಿಯ ರಾತ್ರಿ

ಕೋಣೆಯ ಮಧ್ಯ ಭಾಗದಲ್ಲಿ, ಒಂದು ನೀಳವಾದ ಮೇಜಿನ ಮೇಲೆ, ಶವದ ಪೆಟ್ಟಿಗೆಯನ್ನಿರಿಸಲಾಗಿದೆ. ಶವದ ತಲೆಯ ಬಳಿ, ಕಾಲ ಬುಡದಲ್ಲಿ ಒಂದೊಂದು ಮೇಣದ ಬತ್ತಿ ಮಂದವಾಗಿ ಉರಿಯುತ್ತಿದೆ. ಇಬ್ಬರು ಹೆಂಗಸರು ಕಾಯುತ್ತಿದ್ದಾರೆ.

ಕಿರಿಯಾಕೆ, ಬಿಲಿಯೊ, ಬಹು ಹೊತ್ತಿನಿಂದ ನಸುಗತ್ತಲಲ್ಲಿ ಅಸ್ಪಷ್ಟವಾಗಿ ಕಾಣಿಸುತ್ತಿರುವ ಸೋಫಾವನ್ನೇ ನೋಡುತ್ತಿದ್ದಾಳೆ. ಅಲ್ಲೇನೋ ಭಯಾನಕವಾದದ್ದು ಕಾಣಿಸಬಹುದು ಎನ್ನುವಂತೆ ಅವಳ ನೋಟ ವಿಚಿತ್ರವಾಗಿತ್ತು.

ಅವಳಿಗೆ ವಿರುದ್ಧ ದಿಕ್ಕಿನಲ್ಲಿ, ಪೆಟ್ಟಿಗೆಯ ಇನ್ನೊಂದು ಬದಿಯಲ್ಲಿ, ಸತ್ತಾತನ ತಾಯಿ, ಕ್ಸಂತಿ ಅತ್ತೆ ಕುಳಿತಿದ್ದಾಳೆ. ಮಾತಿಲ್ಲ, ಚಲನೆಯಿಲ್ಲ. ಅವಳ ಲಂಗದ ಕರಿ ಹಿನ್ನೆಲೆಯಲ್ಲಿ ಅವಚಿ ಕೊಂಡಿದ್ದ ಬಿಳಿ ಕೈಗಳು ಕಾಣಿಸುತ್ತಿವೆ. ತಲೆ ತಗ್ಗಿಸಿರುವ ಅವಳು ಎತ್ತಲೂ ನೋಡುತ್ತಿಲ್ಲ.

ಸೋಫಾದಲ್ಲಿ ತನಗೆ ಮಾತ್ರ ಕಾಣಿಸುತ್ತಿರುವ ಭಯಾನಕ ದೃಶ್ಯವನ್ನು ಇನ್ನು ನೋಡಲು ಸಾಧ್ಯವಿಲ್ಲ ಎನ್ನುವಂತೆ ಬಿಲಿಯೊ ಸತ್ತವನತ್ತ ಕಣ್ಣು ತಿರುಗಿಸಿದಳು. ಅಲ್ಲಿರುವ ಮಿಖಾಲಿಯ ಅವಶೇಷವನ್ನು ಕಂಡಾಗ ಅವಳ ನೋಟ ಮೃದುವಾಯಿತು. ತಾನು ಬಯಸಿದ ಪರಿಹಾರ ದೊರೆತಂತೆ ಅವಳ ಮುಖಭಾವ ಶಾಂತವಾಯಿತು. ತನ್ನ ತಲೆಯಲ್ಲಿ ಸುತ್ತುತ್ತಿದ್ದ ಯೋಚನೆಗಳನ್ನು ಅವಳು ಮತ್ತೆ ಮೆಲುಕು ಹಾಕಿದಳು.

...ತಾಸ್ಸೊ ಮಿಖಾಲಿಗಿಂತ ಐದು ವರ್ಷ ದೊಡ್ಡವನು. ತಾಸ್ಸೊ ಅವಳ ಗಂಡ. ಮಿಖಾಲಿ ಸತ್ತಿದ್ದಾನೆ....ನೋಡು, ಅವಳು ಯೋಚಿಸುತ್ತಾಳೆ, ಅದು ಹೇಗೆ ಅವನ ಮುಚ್ಚಿದ ಕಣ್ಣ ರೆಪ್ಪೆಗಳ ಮೇಲೆ ಚರ್ಮ ಬಿಗಿದುಕೊಂಡಿದೆ! ದುಂಡು ಕಣ್ಣುಗೋಲಿಗಳು ಮೇಲಕ್ಕೆ ಉಬ್ಬಿನಿಂತಿವೆ! ನಾನು ಚಿಕ್ಕವಳಿದ್ದಾಗ ನಾವು ಜೊತೆಯಾಗಿ ಆಟವಾಡುತ್ತಿದ್ದೆವು. ಅವನು ಕಣ್ಣು ಮುಚ್ಚುವಂತೆ ಮಾಡಿ ಅವನ ಕಣ್ಣಗುಡ್ಡೆಗಳನ್ನು ನಾನು ಬೆರಳಿನಿಂದ ಮುಟ್ಟುತ್ತಿದ್ದೆ. ರೆಪ್ಪೆಗಳಡಿಯಲ್ಲಿ ಅವು ಕಂಪಿಸಿದಾಗ ನಾವು ನಗುತ್ತಿದ್ದೆವು. ಅವುಗಳು ಉರುಳುವ ಪುಟ್ಟ ಚೆಂಡುಗಳಂತಿದ್ದವು... ಪಾಪ

ಮಿಖಾಲಿ... ಅದೆಷ್ಟು ಬದಲಾಗಿದ್ದಾನೆ! ಅವನ ತುಟಿಗಳು ಬಣ್ಣ ಕಳೆದುಕೊಂಡಿದ್ದವು. ತುಂಬ ತೆಳುವಾಗಿದ್ದವು. ಮಿಖಾಲಿ ಕೋಪಿಸಿಕೊಂಡಂತೆ ಅಥವಾ ದುಃಖಿತನಾದಂತೆ ಕಾಣಿಸಲು ಅದೇ ಕಾರಣವಿರಬೇಕು. ಅವನ ಜೀವಿತದಲ್ಲಿ ಅವನು ಅದೆಷ್ಟು ಅನಾರೋಗ್ಯಗ್ರಸ್ತನಾಗಿದ್ದರೂ ಅವನ ತುಟಿಗಳು ಮಾತ್ರ ಯಾವತ್ತೂ ಹಸಿಯಾಗಿ, ಕೆಂಪಗಿರುತ್ತಿದ್ದವು. ಆ...! ಅದೇನು ಅವಳಿಗೀಗ ನೆನಪಾಗುತ್ತಿರುವುದು? ಒಮ್ಮೆ ಮಿಖಾಲಿಗೆ ಅವಳು ಹೊಡೆದಿದ್ದಳು... ಸರಿಯಲ್ಲ, ಸತ್ತವನನ್ನು ನೋಡಿ ತಾನು ಅವನಿಗೆ ಹೊಡೆದುದನ್ನು ಜ್ಞಾಪಿಸಿಕೊಳ್ಳುವುದು ಚೆನ್ನಾಗಿರುವುದಿಲ್ಲ.

ಅದು ನಡೆದದ್ದು ಅವಳ ಮತ್ತು ತಾಸ್ಸೊನ ಮದುವೆಯ ನಿಶ್ಚಿತಾರ್ಥದ ದಿನದಂದು. ಅವಳು ಅದೇತಾನೇ ಪಾನೀಯ ಮತ್ತು ಸಿಹಿ ತಿಂಡಿಗಳ ಟ್ರೇಯನ್ನು ಕೋಣೆಗೆ ತಂದಿದ್ದಳು. ಅವಳ ತಂದೆ ಮತ್ತು ತಾಸ್ಸೊ ಅಲ್ಲಿ ಕುಳಿತು ಹರಟುತ್ತಿದ್ದರು. ಯಾರೋ ಬಾಗಿಲು ಬಡಿದರು. ಅವಳು ಬಾಗಿಲು ತೆರೆಯಲು ಕೆಳಗೆ ಅಂಗಳಕ್ಕೆ ಓಡಿದಳು. ಮಿಖಾಲಿ ಬಂದಿದ್ದ. ಕುಡಿದು ಅಮಲೇರಿದವನಂತೆ ತೋರುತ್ತಿದ್ದ ಅವನು ಏನೇನೋ ಹೇಳುತ್ತಾ ಅವಳನ್ನು ಚುಂಬಿಸುವುದಕ್ಕೆ ಮುಂದಾಗಿದ್ದ. ಅಂಗಳದ ಮೂಲೆಯಲ್ಲಿದ್ದ ಮರದ ಕಡೆಗೆ ತನ್ನನ್ನು ಮಿಖಾಲಿ ಎಳೆಯ ತೊಡಗಿದಾಗ ಅವಳು ಅವನಿಗೆ ಹೊಡೆದಿದ್ದಳು. ಮುಖದ ಮೇಲೊಂದು ಬಲವಾದ ಏಟು.

"ಅವನು ಕುಗ್ಗಿ ಹೋಗಿದ್ದಾನೆ". ಮಿಖಾಲಿಯನ್ನು ನೋಡುತ್ತಾ ಬಿಲಿಯೊ ಅಂದು ಕೊಂಡಳು. ಮೊದಲೇ ಅವನದ್ದು ಚಿಕ್ಕ ಜೀವ. ಸತ್ತ ಮೇಲಂತೂ ಅವನ ದೇಹ ಹುಡುಗನ ಗಾತ್ರಕ್ಕೆ ಕುಗ್ಗಿತ್ತು.

ತಲೆಯಲ್ಲಿ ಸುಳಿಯುತ್ತಿದ್ದ ನೂರಾರು ಚಿತ್ರಗಳಿಗೆ ಅವಳೀಗ, ಕೈಹಿಸುಕುತ್ತಾ ಕುಳಿತಿದ್ದ ಕ್ಸಂತಿ ಅತ್ತೆಯ ರೂಪವನ್ನೂ ಸೇರಿಸುತ್ತಾಳೆ.

"ಹೋಗಿ ಮಲಗಿಕೋ..." ಅವಳ ಅತ್ತೆ ಹೇಳುತ್ತಾಳೆ. ಅವಳ ಮಾತಿಗೆ ಬಿಲಿಯೊಳಿಂದ ಉತ್ತರವಿಲ್ಲ. ಒಂದು ಕ್ಷಣ ನಿಶ್ಚಲವಾಗಿ ಕಾಯುತ್ತಿದ್ದ ಅತ್ತೆಯ ಕೈಗಳು ಮತ್ತೆ ಒಂದಿನ್ನೊಂದನ್ನು ಹಿಸುಕತೊಡಗುತ್ತವೆ. ಅವಳು ಇನ್ನೊಮ್ಮೆ ಹೇಳುತ್ತಾಳೆ:

"ಹೋಗು. ಪ್ರಯಾಣ ಮಾಡಿ ಆಯಾಸಗೊಂಡಿರಬೇಕು ನೀನು."

–ಆಕ್ಷೇಪಿಸುವಂತೆ ಅವಳ ದನಿ ಈಗ ಕಟುವಾಗಿತ್ತು ಮಿಖಾಲಿಯೊಂದಿಗೆ ಕಳೆಯಬಹುದಾದ ಈ ಕೊನೆಯ ಕೆಲವು ಗಂಟೆಗಳನ್ನು ತನ್ನಿಂದ ಬಿಲಿಯೊ ಯಾಕೆ ಕಸಿದುಕೊಳ್ಳಬೇಕು?

"ಹೋಗು, ಮಲಗಿಕೋ," ಅವಳು ಮತ್ತೆ ಹೇಳುತ್ತಾಳೆ. ಬಿಲಿಯೊ ಉತ್ತರಿಸುವುದಿಲ್ಲ.

ಬೇಸಿಗೆಯ ರಾತ್ರಿ ನಿಶ್ಶಬ್ದವಾಗಿದೆ. ತುಂಬ ಸೆಕೆ. ಮೇಣದ ಬತ್ತಿಯ ಬೆಳಕು ನೆರಳುಗಳನ್ನು ಕೆಲವೊಮ್ಮೆ ಕಿರಿದುಗೊಳಿಸಿ ಮರುಕ್ಷಣ ಗೋಡೆ ತುಂಬ ಹರಡುವಂತೆ ಮಾಡುತ್ತದೆ. ಕೋಣೆಯಲ್ಲಿ ಸತ್ತವನ ಸುತ್ತು ಚಲಿಸುತ್ತಿರುವುದು ನಿಧಾನವಾಗಿ ಬದಲಾಗುತ್ತಿರುವ ಈ ನೆರಳು ಬೆಳಕುಗಳು ಮಾತ್ರ. ಇದರಿಂದಾಗಿ ಹೆಣವನ್ನು ಕಾಯುತ್ತಿರುವ ಇಬ್ಬರು ಹೆಂಗಸರ ನಿಶ್ಚಲತೆ ಎದ್ದು ಕಾಣಿಸುತ್ತದೆ. ಓ ಅಲ್ಲಿ, ಕಿಟಕಿಯ ಕೆಳಗಿರುವ ಸೋಫಾ ಕೂಡ ಈ ಚಲನೆಯಲ್ಲಿ ಭಾಗ ವಹಿಸುತ್ತದೆ. ಒಂದು ಗಳಿಗೆ ಅದು ಬಿಳಿದಾಗಿ ಆಹ್ವಾನಿಸುವಂತೆ ಕಾಣಿಸಿಕೊಂಡರೆ ಮರುಗಳಿಗೆ ನೆರಳಲ್ಲಿ ಮಾಯವಾಗುತ್ತದೆ. ಯುವತಿ ಬಿಲಿಯೊಳ ಕಣ್ಣುಗಳು ಅದನ್ನೇ ಹಿಂಬಾಲಿಸುತ್ತವೆ. ಅವಳಿಗೆ ತನ್ನ ನಾಡಿ ದೌಡಾಯಿಸುವಂತೆ ಅನಿಸುತ್ತದೆ. ಎದೆಯ ಬಡಿತ ಅತ್ತೆಯ ಮಾತುಗಳನ್ನು ಮುಚ್ಚಿಬಿಡುತ್ತದೆ.

"ಹೋಗಮ್ಮ, ಸ್ವಲ್ಪ ಹೊತ್ತಾದರೂ ಮಲಗಿಕೊ."

ಬಳಿಕ ಮಗನೊಡನೆ ತನ್ನೊಬ್ಬಳನ್ನೇ ಬಿಡುವಂತೆ ಮಾಡಲು ಕೊನೆಯ ಅಸ್ತ್ರವಾಗಿ ಅವಳು ಕಟು ವ್ಯಂಗ್ಯದಿಂದ ನುಡಿಯುತ್ತಾಳೆ :

"ಬಿಟ್ಟು ಹೋದೆ ಅಂತ ಬೇಸರಿಸಿಕೊಳ್ಳೋ ಸ್ಥಿತಿಯಲ್ಲಿ ಅವನಿಲ್ವಲ್ಲಾ ಈಗ."

ಬಿಲಿಯೊ ಈಗಲೂ ಉತ್ತರಿಸುವುದಿಲ್ಲ. ಸೋಫಾದ ಬಳಿ ಹೊದಿಕೆಯನ್ನು ಮತ್ತೆ ನೋಡದಂತೆ ಅವಳು ಸತ್ತವನ ಮೇಲೆ ದೃಷ್ಟಿ ನೆಡುತ್ತಾಳೆ. ಈಗ ಅವಳಿಗೆ ಅದೊಂದೇ ಯೋಚನೆ, ಅದೊಂದೇ ಯತ್ನ.

ಒಂದು ಮೇಣದ ಬತ್ತಿಯ ಜ್ವಾಲೆ ತೊಯ್ದಾಡುತ್ತದೆ. ಕಿಡಿಯೊಂದು ಹಾರಿದ ಬೆಳಕಿನಲ್ಲಿ ಮಿಖಾಲಿಯ ಬೂಟಿನ ತುದಿ ಮಿನುಗುತ್ತದೆ. ರಬ್ಬರಿನ ದಪ್ಪವಾದ ತಳಭಾಗವಿರುವ, ಹೊಳೆಯುವ, ಹೊಸ ಬೂಟು.

ಬೂಟುಗಳನ್ನು ನೋಡುತ್ತಾ, ನೋಡುತ್ತಾ ಬಿಲಿಯೊ, ಇಲ್ಲಿ ಮಿಖಾಲಿಯ ದೇಹದ ಬಳಿ ಕುಳಿತಿರುವವಳು ತಾನಲ್ಲವೇ ಅಲ್ಲ ಎನ್ನುವ ವಿಭ್ರಾಂತ ಸ್ಥಿತಿಗೆ ತಲಪುತ್ತಾಳೆ. ಆದರೆ ಏನನ್ನೂ ಖಚಿತವಾಗಿ ಹೇಳುವಂತಿಲ್ಲ. ಆ ದಿನ ಬೆಳಿಗ್ಗೆ ದ್ವೀಪದಲ್ಲಿ, ಕ್ಸಂತಿ ಅತ್ತೆಯ ತಾರನ್ನು ಪಡೆದವಳು ತಾನೇ ಅಲ್ಲವೆ ? ಮಕ್ಕಳ ಕೈಹಿಡಿದುಕೊಂಡು ತಾಸ್ಸೊನ ತಾಯಿಯ ಬಳಿಗೆ ಓಡಿದ್ದು, ದ್ವೀಪದಿಂದ ದೋಣಿ ಹೊರಟಾಗ ಡೆಕ್‌ನಲ್ಲಿ ನಿಂತದ್ದು ತಾನೇ ಅಲ್ಲವೆ ? ತನಗೆ ಸಂತೋಷವಾದುದನ್ನು, ನಿಜಕ್ಕೂ ಸಂತೋಷವಾದುದನ್ನು ಅವಳು ನಿರಾಕರಿಸುವಂತೆ ಇರಲಿಲ್ಲ...

ಈ ಘಟ್ಟದಲ್ಲಿ ಅವಳ ಮಿದುಳು ಕೆಲಸ ಮಾಡುವುದನ್ನು ನಿಲ್ಲಿಸುತ್ತದೆ. ಸಹಾಯ ವನ್ನರಸುತ್ತ ಅವಳು ಸತ್ತವನನ್ನು ನೋಡುತ್ತಾಳೆ. ಆಗ ಅವಳಿಗೆ ಅವನ ಅಂಗಿಯ ಗುಂಡಿಗಳನ್ನು ಅಸ್ತವ್ಯಸ್ತವಾಗಿ ಸಿಕ್ಕಿಸಿರುವುದು ಗೋಚರಿಸುತ್ತದೆ. ಅವಳು ಎದ್ದು ನಿಲ್ಲುತ್ತಾಳೆ. ಅವಳ ಕೈಬೆರಳುಗಳು ಆ ತಣ್ಣಗಿನ. ಮೆತ್ತಗಿನ ಎದೆಯನ್ನು ಸ್ಪರ್ಶಿಸುತ್ತವೆ. ಅವಳು ಗುಂಡಿಗಳನ್ನು ಕಳಚಿ ಕ್ರಮವಾಗಿ ಸಿಕ್ಕಿಸುತ್ತಾಳೆ. ಬೆರಳ ತುದಿಗೆ ಮಣ್ಣು ಮೆತ್ತಿಕೊಂಡಂತೆ ಅನಿಸುತ್ತದೆ ಅವಳಿಗೆ.

ಕ್ಸಂತಿ ಅತ್ತೆ ಇದನ್ನೆಲ್ಲ ಸೂಕ್ಷ್ಮವಾಗಿ ಗಮನಿಸುತ್ತಾಳೆ. ಮಗನ ಮುಖವನ್ನೇ ದಿಟ್ಟಿಸುತ್ತಿದ್ದ ಆಕೆಗೆ ಮಿಖಾಲಿಯ ಎದೆಯನ್ನು ಬಿಲಿಯೊ ಮುಚ್ಚಿದಾಗ ಆತ ಗುಟ್ಟಾಗಿ ಮುಗುಳು ನಕ್ಕದ್ದು ಭ್ರಮೆಯಾಗಿರದೆ ವಾಸ್ತವವಾಗಿತ್ತು. ಬಿಲಿಯೊಳ ನೆನಪನ್ನು ಕಿತ್ತೊಗೆಯುವಂಥ ಸುಂದರ, ಶ್ರೀಮಂತ ಹುಡುಗಿಯನ್ನು ತಂದು ನಿನಗೆ ಮದುವೆ ಮಾಡಿಸುತ್ತೇನೆ ಎಂದು ಅವಳೊಮ್ಮೆ ಹೇಳಿದಾಗ ಮಿಖಾಲಿ ಇದೇ ರೀತಿ ನಕ್ಕಿದ್ದ. ಒಮ್ಮೆಲೆ ಒಂದು ವಿಚಿತ್ರ ಆಸೆ ಅವಳ ನೆತ್ತರು ಉಕ್ಕಿ ಹರಿಯುವಂತೆ ಮಾಡುತ್ತದೆ. ಅವಳ ಕಿವಿಯೊಳಗೆ ಘಂಟಾನಾದ ಮೊಳಗಿದಂತೆ, ಉತ್ಸವದಲ್ಲಿ ಸಂಗೀತ ವಾದ್ಯಗಳು ಝೇಂಕರಿಸಿದ ಅನುಭವವಾಗುತ್ತದೆ. ಸುತ್ತೂ ಕತ್ತಲು....ಬಯಕೆಯಿಂದ ಅವಳು ತೀವ್ರವಾಗಿ ಉಸಿರಾಡುತ್ತಾಳೆ. ದೃಢಪಡಿಸಿಕೊಳ್ಳುವುದಕ್ಕಾಗಿ ಅವಳು ಬಿಲಿಯೊಳನ್ನು ಕೇಳುವ ಸಾಹಸ ಮಾಡುತ್ತಾಳೆ.

"ಬಿಲಿಯೊ, ಏನಾಯ್ತು ಮಗಳೆ ?"

ತಕ್ಷಣ ಉತ್ತರ ಬರುವುದಿಲ್ಲ. "ಏನಿಲ್ಲ... ಏನಿಲ್ಲ ಅತ್ತೆ. ಅಂಗಿ ಗುಂಡಿ ಹಾಕಿದ್ದು ತಪ್ಪಾಗಿತ್ತು ; ನಾನದನ್ನು ಸರಿಮಾಡಿದೆ."

ಕ್ಸಂತಿ ಮೌನ ತಾಳುತ್ತಾಳೆ. ಬಿಲಿಯೊ ಮತ್ತೆ ಬಂದು ಕುಳಿತುಕೊಳ್ಳುತ್ತಾಳೆ. ನೆರಳು ಬೆಳಕು

ಶವದ ಸುತ್ತಲಿನ ನಾಜೂಕು ಚಲನೆಯನ್ನು ನಿಯಂತ್ರಿಸುತ್ತದೆ. ಒಂದೇ ಸಮನೆ ಮಿಖಾಲಿಯನ್ನು ದಿಟ್ಟಿಸುತ್ತಿದ್ದುದರಿಂದ ಮತ್ತು ಈ ಬೆಳಕಿನಾಟದಿಂದ ಬಿಲಿಯೊಳ ಕಣ್ಣುಗಳು ನೋಯಲು ತೊಡಗುತ್ತವೆ. ಮೆಲ್ಲ ಮೆಲ್ಲನೆ ಸಾವಿನ ವಾಸನೆ ತನ್ನ ದೇಹದೊಳಗೆ ಹರಿದು ಅಲ್ಲಿ ಹೆಪ್ಪುಗಟ್ಟುವ ಅನುಭವವಾಗುತ್ತದೆ. ಅವಳಿಗೆ–ತಾನು ತಣ್ಣಗಾಗುತ್ತಿರುವಂತೆ... ಇಲ್ಲವಾದಂತೆ... ಉತ್ಕಟ ಭೀತಿಯಿಂದ ಯೋಚನೆಯ ದಿಕ್ಕನ್ನು ಬದಲಿಸಿ ನಡೆದು ಹೋದುದನ್ನು ಚಿಂತಿಸುತ್ತಾಳೆ ಅವಳು. ಚುಚ್ಚಿ ನೋಯಿಸಿ, ನೀನಿನ್ನೂ ಸತ್ತಿಲ್ಲ... ನೀನಿನ್ನೂ ಸತ್ತಿಲ್ಲ... ಎಂದು ಸಾಧಿಸುವ ಘಟನೆಗಳು.

...ದೋಣಿಯಲ್ಲಿ ನಿಂತ ಅವಳು ದುಂಡಗಿನ ಹೊಳೆಯುವ ಚಂದ್ರ ಮೇಲೆ ಬಂದು ಸಾಗರದಲ್ಲೊಂದು ಬೆಳ್ಳಿಯ ದಾರಿ ತೆರೆಯುವುದನ್ನು ನೋಡುತ್ತಿದ್ದಳು. "ತಾಸ್ಸೊ..." ಅವಳು ಕೂಗಿದ್ದಳು. ಎಲ್ಲವೂ ಅತ್ಯಂತ ಸುಂದರವಾಗಿರುವಾಗ ಅವಳಿಗೆ ಅವನನ್ನು ಕೂಗಿ ಕರೆಯುವುದು ಅನಿವಾರ್ಯವಾಗಿತ್ತು. ಅವಳು ಆನಂದವನ್ನು ಅನುಭವಿಸುವ ರೀತಿಯೇ ಅದಾಗಿತ್ತು: 'ತಾಸ್ಸೊ...' ಮೂರು ಬಾರಿ ಮಗುವಿಗೆ ಜನ್ಮವಿತ್ತಾಗಲೂ ಅವಳು ಕೂಗಿಕೊಂಡಿದ್ದಳು: "ತಾಸ್ಸೊ!" ಅವಳ ಬಳಿ ಬಂದು ಬಾಗಿ ಅವನು ಅವಳ ಕಣ್ಣುಗಳನ್ನು ಮುದ್ದಿಸಿದ್ದ.

ಕ್ಸಂತಿ ಅತ್ತೆ ಈಗ ಬಿಲಿಯೊಳನ್ನು ಗಮನಿಸುತ್ತಿದ್ದಾಳೆ. ಅದೇಕೆ ಅವಳು ಮಿಖಾಲಿಯನ್ನು ಹೀಗೆ ಪಟ್ಟು ಹಿಡಿದು ದಿಟ್ಟಿಸುತ್ತಿದ್ದಾಳೆ? ಈ ರಾತ್ರಿ ಯಾಕೆ ಅವಳು ವಿಚಿತ್ರವಾಗಿ ವರ್ತಿಸುತ್ತಿದ್ದಾಳೆ? ಹುಡುಗ ದಿನಗಳನ್ನು ಎಣಿಕೆ ಮಾಡುತ್ತಿದ್ದ ಎನ್ನುವುದು ಅವರೆಲ್ಲರಿಗೂ ತಿಳಿದಿರಲಿಲ್ಲವೇ? ಅವನ ಅವಧಿ ಸದ್ಯದಲ್ಲೇ ಮುಗಿಯಲಿದೆ ಅನ್ನುವುದು ಗೊತ್ತಿರಲಿಲ್ಲವೇ? ರಾತ್ರಿ ಮುಗಿಯುತ್ತಾ ಬರುತ್ತಿದೆ. ಇನ್ನು ಕೆಲವೇ ಗಂಟೆಗಳಲ್ಲಿ ಅವನನ್ನು ಕೊಂಡೊಯ್ಯಲಿದ್ದಾರೆ.

"ನೀನು ಹೋಗಿ ಮಲಗಿಕೋ ಬಿಲಿಯೊ. ತುಸುವಾದರೂ ನಿದ್ದೆ ಮಾಡು. ಅದೆಷ್ಟು ಸುಸ್ತಾಗಿದ್ದೀಯಾ!"

ದೇವರೆ, ಬಿಲಿಯೊಳನ್ನು ಕೋಣೆಯಿಂದ ಹೊರದೂಡುವ ಬಗೆಯಾದರೂ ಹೇಗೆ? ಇನ್ನು ಕೆಲವೇ ಗಂಟೆಗಳಲ್ಲಿ ಅವರು ಮಿಖಾಲಿಯನ್ನು ತನ್ನಿಂದ ದೂರ ಒಯ್ಯಲಿದ್ದಾರೆ. ಬಿಲಿಯೊ ತನಗೇಕೆ ಈ ರೀತಿ ಮಾಡುತ್ತಿದ್ದಾಳೆ? ಆಕೆ ಬಿಲಿಯೊಳಿಗೆ ಹೇಳುತ್ತಾಳೆ:

"ಒಳಗೆ, ಊಟದ ಮನೆಯ ಮೇಜಿನ ಮೇಲೆ ಬಟ್ಟೆ ಹಾಸಿದ್ದೇನೆ."

ಬಿಲಿಯೊ ಉತ್ತರಿಸುವುದಿಲ್ಲ. ಅವಳಿಗೆ ಅದಕ್ಕಿಂತ ಹೆಚ್ಚು ಪ್ರಾಮುಖ್ಯವಾದ ಕೆಲಸ ಮಾಡುವುದಿದೆ. ಈ ರಾತ್ರಿ ನಡೆದುದೆಲ್ಲವನ್ನೂ ಅವಳು ಮತ್ತೊಮ್ಮೆ ಯೋಚಿಸಲೇಬೇಕು.

...ಅವಳು ದೋಣಿಯಿಂದ ಕೆಳಗಿಳಿದಾಗ ಗಡಿಯಾರ ಹನ್ನೆರಡು ಗಂಟೆ ಕಳೆದು ಹತ್ತು ನಿಮಿಷಗಳನ್ನು ತೋರಿಸುತ್ತಿತ್ತು. ಅವಳು ಮಾರ್ಗದುದ್ದಕ್ಕೂ ಓಡಿದ್ದಳು. ಮನೆ ಸಮೀಪಿಸಿದಂತೆ ಈ ಕ್ಷಿಪ್ರ ಪ್ರಯಾಣಕ್ಕೆ ಕಾರಣವಾಗಿದ್ದ ಅವಳ ಸಂತಸವೂ ಉಕ್ಕುತ್ತಿತ್ತು. ಅವಳು ಚೀಲದಲ್ಲಿ ತಡಕಾಡಿ ಬೀಗದ ಕೈಯನ್ನು ಹುಡುಕಿ ತೆಗೆದಿದ್ದಳು. ಅದನ್ನು ಕೈಯಲ್ಲಿ ಅಮುಕಿ ಹಿಡಿದು ಮತ್ತೂ ಓಡಿದ್ದಳು. ಬೇಕರಿಯನ್ನು ದಾಟಿ ಪಕ್ಕಕ್ಕೆ ತಿರುಗಿದ್ದಳು.

"ತಾಸ್ಸೊ ಈಗ ನಿದ್ರಿಸುತ್ತಿರಬಹುದು," ಅವಳು ಯೋಚಿಸಿದ್ದಳು. ಅದಲ್ಲದೆ ಬೇರೇನನ್ನೂ ಯೋಚಿಸುವುದು ಅವಳಿಂದ ಸಾಧ್ಯವಿರಲಿಲ್ಲ. "ತಾಸ್ಸೊ ನಿದ್ರಿಸುತ್ತಿರಬಹುದು." ತಾನು

ಹಾಸಿಗೆಯಲ್ಲಿ ಅವನ ಪಕ್ಕದಲ್ಲಿ ಸೇರಿಕೊಳ್ಳಬೇಕು. ಮಕ್ಕಳನ್ನು ದ್ವೀಪಕ್ಕೆ ಕರೆದುಕೊಂಡು ಹೋದಂದಿನಿಂದ, ಅಂದರೆ ಒಂದು ತಿಂಗಳಿಂದ ಅವಳು ಅವನನ್ನು ನೋಡಿರಲಿಲ್ಲ. ಈಗ ಮಿಖಾಲಿಯ ಸಾವು ತಾಸ್ಸೊನನ್ನು ನೋಡುವುದಕ್ಕೊಂದು ನೆಪ. ಅವಳು ಹೊರಬಾಗಿಲನ್ನು ತಲಪಿದಾಗ ಅದಕ್ಕೆ ಬೀಗ ಹಾಕದಿರುವುದು ಕಂಡಿತ್ತು. ಬಾಗಿಲನ್ನು ತೆರೆದು ಅವಳು ಒಳ ಹೊಕ್ಕಿದ್ದಳು. ಕಲ್ಲಿನ ಮೆಟ್ಟಲುಗಳನ್ನು ಏರಲಾರಂಭಿಸಿದ್ದಳು. ಅಂಗಳದ ಮೂಲೆಯ ಮರದ ಎಲೆಗಳು ತಿಂಗಳ ಬೆಳಕಿನಲ್ಲಿ ತೊಯ್ದಂತೆ ಹೊಳೆಯುವುದು ಕಾಣಿಸಿತ್ತು. ಅವಳ ಒಳಗಿನ ಉಲ್ಲಾಸದ ದನಿಯೊಂದು ತಾಸ್ಸೊನನ್ನು ಕೂಗಿತ್ತು.

ಆಗ ಅವಳು ಅಲ್ಲಿ ನಿಂತು, ಸದ್ದಿನಿಂದ ತಾಸ್ಸೊ ಎಚ್ಚರಗೊಳ್ಳಬಾರದೆಂದು ತನ್ನ ಕಾಲಿಂದ ಬೂಟುಗಳನ್ನು ಕಳಚಿ ತೆಗೆದಿದ್ದಳು. ಬರಿಗಾಲಿನಿಂದ ಅವಳು ಮೇಲಕ್ಕೆ ಹೋಗಿದ್ದಳು. ಪ್ರತಿ ಮೆಟ್ಟಲಿನ ಬದಿಯಲ್ಲಿ ಒಂದೊಂದು ಹೂದಾನಿ ಇತ್ತು; ಅವಳ ಹೂದಾನಿಗಳು. ಬಿಗಾನಿಯ ಹೂದಾನಿಯಲ್ಲಿ ಬೆರಳಿರಿಸಿ ನೋಡಿದ್ದಳು. ಮಣ್ಣು ಹಸಿಯಾಗಿ ಬೆರಳಿಗಂಟಿಕೊಂಡಿತ್ತು. ಹೂಂ... ತಾಸ್ಸೊ ನೀರು ಹಾಕಿದ್ದ! ಮೆಟ್ಟಲುಗಳನ್ನೇರಿ ಅವಳು ಬಾಗಿಲ ಮುಂದೆ ನಿಂತಿದ್ದಳು. ಅವಳು ಮುಟ್ಟಿದೊಡನೆ ಬಾಗಿಲುಗಳು ತೆರೆದುಕೊಂಡಿದ್ದವು. ಅದಕ್ಕೂ ಅಗಳಿ ಹಾಕಿರಲಿಲ್ಲ! "ಚೆನ್ನಾಯಿತು," ಅವಳಂದುಕೊಂಡಿದ್ದಳು, "ಕಳ್ಳನಿಗೆ ದಾರಿ ಸುಲಭವಾಗಿದೆ..." ಅವಳು ಒಳಗೆ ಹೋಗಿದ್ದಳು. ತಾಸ್ಸೊನ ಸೂಟು ಕುರ್ಚಿಯ ಮೇಲೆ ಹರಡಿಕೊಂಡಿತ್ತು. ಅವಳು ಅಲ್ಲೇ ತನ್ನ ಬೂಟುಗಳನ್ನಿರಿಸಿದ್ದಳು. ಅವರು ಮಲಗುವ ಮುಂಚೆ ತಮ್ಮ ಉಡುಪುಗಳನ್ನು ಕಳಚಿ ಒಂದೇ ಕಡೆಯಲ್ಲಿರಿಸುತ್ತಿದ್ದರು. ತುದಿಗಾಲಲ್ಲಿ ಅವಳು ಮಲಗುವ ಕೋಣೆಯತ್ತ ನಡೆದಿದ್ದಳು. ಅಲ್ಲೆ ನಿಂತಿದ್ದಳು. ನಿಟ್ಟುಸಿರು ಮತ್ತು ಪಿಸು ಮಾತು ಕೇಳಿಸಿದಂತೆ ಅನಿಸಿತ್ತು ಡ್ರಾಯಿಂಗ್ ರೂಂನಿಂದ. ಅವಳು ಆ ಕಡೆಗೆ ತಿರುಗಿದಾಗ ಬಾಗಿಲು ಅಗಲವಾಗಿ ತೆರೆದುಕೊಂಡಿತ್ತು.

"ಮೇರಿ!" ಎದೆಯೊಡೆದು ಅಳು ಬಂದಾಗ ಹಿಮದಂತೆ ಶೀತಲವಾಗಿದ್ದ ಅವಳ ಕೈಗಳು ಬಾಯನ್ನು ಮುಚ್ಚಿದ್ದವು. ಅವಳು ಅಲ್ಲೆ ನಿಂತು ನೋಡಲಾರಂಭಿಸಿದ್ದಳು. ಅಸ್ಪಷ್ಟ ಆಕೃತಿಗಳು ಸೋಫಾದಲ್ಲಿ ಹೊರಳಾಡುತ್ತಿದ್ದವು. ತಾಸ್ಸೊ ಯಾವುದೋ ಹೆಣ್ಣಿನೊಂದಿಗಿದ್ದ. ಹೆಣ್ಣಿನ ತಲೆಗೂದಲು ಮಾತ್ರ ಕಾಣಿಸುತ್ತಿತ್ತು. ಕಿಟಿಕಿಯೆಡೆಯಿಂದ ನುಸುಳಿದ್ದ ತಿಂಗಳ ಬೆಳಕು ಅವಳ ಗಂಡನ ನಗ್ನ ದೇಹದ ಮೇಲೆ ಚೆಲ್ಲಿತ್ತು. "ಮೇರಿ!... ಅಮ್ಮಾ ಮೇರಿ!" ಅವಳ ಧ್ವನಿ, ಹೃದಯದಲ್ಲಿನ ಬೀಭತ್ಸದ ಪ್ರತಿಧ್ವನಿಯಂತೆ ಆಂತರ್ಯದಲ್ಲೇ ಉಳಿದುಕೊಂಡಿತ್ತು. ಬರಿಗಾಲಿನ ಕಿರು ಹೆಜ್ಜೆಗಳಿಂದ ಅವಳು ಡ್ರಾಯಿಂಗ್ ರೂಮಿನಿಂದ ಹಿಂದಕ್ಕೆ ಸರಿದಿದ್ದಳು. ಗಂಟಲಿನ ಅಳು ಹೊರಗೆ ಬಾರದಂತೆ ಅವಳು ಬಾಯನ್ನು ಒತ್ತಿ ಹಿಡಿದಿದ್ದಳು. ಅವಳು ಹೊರಗಿನ ಕೋಣೆಗೆ ಬಂದಿದ್ದಳು. ಅವನ ಬಟ್ಟೆಗೆ ಕೈ ಸೋಂಕದಂತೆ ಕುರ್ಚಿಯ ಕೆಳಗಿನಿಂದ ಬೂಟುಗಳನ್ನು ತೆಗೆದುಕೊಂಡಿದ್ದಳು. ಸದ್ದಾಗದಂತೆ ಬಾಗಿಲನ್ನು ತೆರೆದು, ಮುಚ್ಚಿ, ಮೆಟ್ಟಲುಗಳಿಂದ ಕೆಳಗೆ ಸರಿದಿದ್ದಳು.

ಅಗಲವಾದ ಮಾರ್ಗ ತಿಂಗಳ ಬೆಳಕಿನಲ್ಲಿ ಬಿಳಿದಾಗಿ ತೋರುತ್ತಿತ್ತು. ನಡು ರಸ್ತೆಯಲ್ಲಿ ಗೊತ್ತುಗುರಿ ಇಲ್ಲದೆ ಅವಳು ತುಸು ಹೊತ್ತು ನಡೆದಿದ್ದಳು. ಫಕ್ಕನೆ ಅವಳಿಗೆ ನೆನಪಾಗಿತ್ತು: ಮಿಖಾಲಿ ಸತ್ತಿದ್ದ. ಕ್ಸಂತಿ ಅತ್ತೆಯ ಮನೆ ಕಡೆಗೆ ನಡೆದಾಗ ತಾನಿನ್ನೂ ಬರಿಗಾಲಲ್ಲಿರುವುದು ಅವಳಿಗೆ ಅರಿವಾಗಿತ್ತು. ನಿಂತು ಕೈಯಲ್ಲಿದ್ದ ಬೂಟುಗಳನ್ನು ತೊಟ್ಟುಕೊಂಡಿದ್ದಳು.

ಯಾರೋ ತನ್ನನ್ನು ಹಿಂಬಾಲಿಸಿ ಬರುವಂತೆ ಅವಳು ಓಡತೊಡಗಿದ್ದಳು, ಸತ್ತವನ ಮನೆಯ ಕಡೆಗೆ ಆಶ್ರಯಕ್ಕಾಗಿ.

ಸ್ವಲ್ಪ ಹೊತ್ತಿನಿಂದ ಕ್ಸಂತಿ ಬಿಲಿಯೊಳನ್ನು ಗಮನಿಸುತ್ತಿದ್ದಾಳೆ. ಮೇಣದ ಬತ್ತಿಯ ಬೆಳಕು ಪೇಲವವಾಗುತ್ತಿದೆ; ಕೋಣೆಯ ಮೂಲೆಗಳಲ್ಲಿ ಮಾತ್ರ ಕತ್ತಲು ಉಳಿದುಕೊಂಡಿದೆ. ಕಿಟಕಿಯ ಮುಚ್ಚಿಗೆಗಳೆಡೆಯಿಂದ ಸೋರಿದ ಹಗಲ ಬೆಳಕು ಕೋಣೆಯಲ್ಲಿ ಹರಡಿಕೊಳ್ಳುತ್ತಿದೆ. ಯಾವುದೇ ವಸ್ತು ಚಲಿಸಿಲ್ಲವಾದರೂ ಈಗೆಲ್ಲವೂ ಭಿನ್ನವಾಗಿ ಕಾಣಿಸುತ್ತಿದೆ.

"ಬೆಳಗಾಯಿತು..." ನಿರಾಶೆಯಿಂದ ಕಂಪಿಸುವ ಧ್ವನಿಯಲ್ಲಿ ಕ್ಸಂತಿ ನುಡಿಯುತ್ತಾಳೆ. ಮುಗಿದೇ ಹೋಯಿತು...ಇನ್ನು ಅವಳು ಹುಡುಗನೊಂದಿಗೆ ಒಂಟಿಯಾಗಿರಲು ಸಾಧ್ಯವಿಲ್ಲ. ಸತ್ತಮೇಲೂ ಅವನನ್ನು ಬಿಲಿಯೊ ಪೂರ್ತಿಯಾಗಿ ಅವಳಿಗೆ ಬಿಟ್ಟುಕೊಡುತ್ತಿಲ್ಲ. ಅವಳು ಕಟ್ಟಕಡೆಯ ಪ್ರಯತ್ನವನ್ನು ಮಡುತ್ತಾಳೆ.

"ನೀನು ಒಳಗೆ ಹೋಗಿ ಕಾಫಿಯನ್ನಾದರೂ ಯಾಕೆ ಮಾಡಬಾರದು ?"

ಈಗ ತಾನೇ ತನ್ನ ಅಸ್ತಿತ್ವದ ಅರಿವಾದಂತೆ ಬಿಲಿಯೊ ಕ್ಸಂತಿಯನ್ನು ನೋಡುತ್ತಾಳೆ. ಯಾಕೋ ಅವಳ ಮುಖ ಸತ್ತಾತನ ಮುಖದಂತೆಯೇ ಕಾಣಿಸುತ್ತದೆ. ಒಂದೇ ಒಂದು ವ್ಯತ್ಯಾಸವೆಂದರೆ ತೆರೆದುಕೊಂಡಿದ್ದ ಅವಳ ಕಣ್ಣುಗಳು ತನ್ನತ್ತ ನೆಟ್ಟ ನೋಟವನ್ನು ಬೀರುತ್ತಿವೆ. ಅವಳ ಅತ್ತೆ ಹೇಳುತ್ತಾಳೆ :

"ನಿನ್ನ ಇಂದಿನ ವರ್ತನೆಯಿಂದ ಅವನಿಗೆ ಆನಂದವಾಗಬಹುದು ಅಂತ ಭಾವಿಸಿದೆಯಾ ? ಈಗ ಅವನಿರುವಲ್ಲಿ ಅವನಿಗೆ ಸುಖ ಕೊಡ್ತಿದ್ದೇನೆ ಅಂತ ನಂಬಿದ್ದೀಯಾ ?"

ಸುಖ ! ಆನಂದ ! ಅವಳ ಅತ್ತೆ ಹೇಳುತ್ತಿರುವುದಾದರೂ ಏನು? ಅವಳಿಗೇನಾದರೂ ಹುಚ್ಚು ಹಿಡಿಯುತ್ತಿದೆಯೇ ? ಕ್ಸಂತಿ ಮುಂದುವರಿಸುತ್ತಾಳೆ :

"ಈ ಒಂದು ಬಾರಿ ಮಿಖಾಲಿಗಾಗಿ ನೀನು ಗಂಡನನ್ನು ಬಿಟ್ಟು ಬಂದೆ. ಈ ಒಂದು ಬಾರಿ ನೀನು ಅವನನ್ನು ಅರಿಸಿದೆ–ಅದಕ್ಕೆ ಇದೇ ರಾತ್ರಿಯಾಗಬೇಕಿತ್ತು !"

ಕಾಫಿ ತಯಾರಿಸುವುದಕ್ಕಾಗಿ ಬಿಲಿಯೊ ಎದ್ದಳು. ಬಾಗಿಲು ಬಳಿಗೆ ಹೋದವಳು ತಿರುಗಿದಳು. ಬೆಳಕು ಈಗ ಇನ್ನಷ್ಟು ಬಲವಾಗಿತ್ತು. ಸತ್ತವನ ಮುಖ ಬಿಳಿಚಿಕೊಂಡು ಬೂದಿಯಾಗಿತ್ತು. ಕಿಟಕಿಯ ಕೆಳಗೆ ಅದೇ ಸೋಫಾ. ಅದು ಈಗ ಇನ್ನಷ್ಟು ದೊಡ್ಡದಾಗಿ, ಅಗಲವಾಗಿ ಕಾಣಿಸಿ, ಅದರ ಶುಭ್ರತೆ ಬಿಲಿಯೊಳನ್ನು ಮುಸುಕಿನಂತೆ ಆವರಿಸಿತು. ಬಿಲಿಯೊ ಕಣ್ಣು ಮುಚ್ಚಿದಳು. ರೆಪ್ಪೆಗಳಡಿಯಲ್ಲಿ ಬಿಳಿದಾದ ಕತ್ತಲು ! ತಾನು ತೆಗೆದುಕೊಳ್ಳಬೇಕಾದ ನಿರ್ಧಾರ ಮನಸ್ಸಿನಲ್ಲಿ ಊರುವವರೆಗೆ ಬಿಲಿಯೊ ಅಲ್ಲೇ ನಿಂತಳು. ಇಲ್ಲ, ಅವಳು ತಾಸ್ಸೊನನ್ನು ಕಂಡಿಲ್ಲ. ಮನೆಯ ಸೋಫಾದಲ್ಲಿ ತಾನು ಗಂಡನನ್ನು ಇನ್ನೊಂದು ಹೆಣ್ಣಿನೊಡನೆ ಕಂಡದ್ದಿಲ್ಲ. ತಾನು ಏನನ್ನೂ ನೋಡಿಲ್ಲ.

ಅವಳು ಕಣ್ಣು ತೆರೆದಳು. ಉಸಿರು ಕಟ್ಟಿದವಳಂತೆ ಅವಳು ಅತ್ತೆಯೊಡನೆ ಬೇಗನೆ ಹೇಳಿದಳು. "ನಾನು ಈ ರಾತ್ರಿಯನ್ನು ಇಲ್ಲಿ ಕಳೆದಿರೋದು ತಾಸ್ಸೊಗೆ ತಿಳಿಯೋದು ಬೇಡ. ಕೇಳಿಸ್ತಾ ಅತ್ತೆ? ಅವನಿಗೆ ಖಂಡಿತ ಗೊತ್ತಾಗಬಾರದು. ನಾನು ಈ ದಿನ ಬೆಳಿಗ್ಗೆ ದೋಣಿಯಲ್ಲಿ ಬಂದೆ ಅಂತ ಅವನಲ್ಲಿ ಹೇಳ್ಳೋಣ."

ಅವಳು ಬಾಗಿಲಿನಿಂದ ಮರೆಯಾದಳು. ಕ್ಸಂತಿ ಕೂಡಲೆ ಎದ್ದು ಬಾಗಿಲನ್ನು ಮುಚ್ಚಿದಳು. ಅಬ್ಬ ದೇವರೆ ! ಕೊನೆಗೂ ಬಿಲಿಯೊ ತನ್ನನ್ನು ಮಗನೊಂದಿಗೆ ಇರುವುದಕ್ಕೆ ಬಿಟ್ಟಳು. ಅವಳು

ಬಾಗಿ ಸತ್ತವನ ಹಣೆ, ಗುಳಿಬಿದ್ದ ಕೆನ್ನೆ, ತುಟಿಗಳನ್ನು ಬೆರಳಿನಿಂದ ಸವರಿದಳು. ತಣ್ಣಗೆ ಕೊರೆಯುವ ಅವನ ಕಿವಿಯ ಬಳಿ ಬಾಯಿ ಇರಿಸಿ ಆನಂದದಿಂದ ಉಸುರಿದಳು: "ಕೇಳಿದೆಯಾ ಮಗನೆ, ತಾಸ್ಸೊಗೆ ಮತ್ಸರವಾಗ್ತಿದೆ – ನಿನ್ನ ಮೇಲೆ ಹೊಟ್ಟೆಕಿಚ್ಚುಪಡ್ತಾನೆ. ಆದಕಾರಣ ಅವಳು ರಾತ್ರಿ ಎಲ್ಲ ಇಲ್ಲೇ ಇದ್ದಳು ಅಂತ ಅವನಲ್ಲಿ ಹೇಳೋದು ಬೇಡ. ಇಡೀ ರಾತ್ರಿ ಅವಳು ನಿನಗೆ ಸಿಕ್ಕಿದ್ದಳು ಅನ್ನೋದನ್ನು ನಾವು ಅವನಲ್ಲಿ ಹೇಳೋದು ಬೇಡ... ನಾವು ಅವನಲ್ಲಿ ಹೇಳೋದೇ ಬೇಡ..."

ಮುಗಿಯುತ್ತಾ ಬಂದಿದ್ದ ಎರಡು ಮೇಣದ ಬತ್ತಿಗಳು ಸಣ್ಣದಾಗಿ ಉರಿಯುತ್ತಿದ್ದವು. ಇನ್ನು ಹೆಚ್ಚು ಸಮಯ ಅವು ಉಳಿಯುವಂತಿರಲಿಲ್ಲ. ❍

○ ಯೋರ್ಯಿಸ್ ಥೆವೊತೊಕಾಸ್

ವೆಸ್ಟ್‌ಮಿನ್‌ಸ್ಟರ್*

ಇದೆಲ್ಲ ನಡೆದದ್ದು ಒಂದು ಸಂಜೆ, ಸಿಲ್ವಿಯಾಳೊಂದಿಗೆ ಸಿನಿಮಾ ಬಿಟ್ಟು ಲಂಡನಿನ ಭೂಗತ ರೈಲಿನಲ್ಲಿ ಹಿಂದಿರುಗುತ್ತಿದ್ದಾಗ.

ನಾನು ತುಂಬ ನಿರುತ್ಸಾಹಿಯಾಗಿದ್ದೆ; ಆಯಾಸವೂ ಆಗಿತ್ತು. ಯಾಕೆಂದರೆ ನಾನು ಅಂಥ ಹವಾಮಾನ ಮತ್ತು ಆ ಬಗೆಯ ಜೀವನಕ್ಕೆ ಹೊಂದಿಕೊಂಡಿರಲಿಲ್ಲ. ಅದೃಶ್ಯ ಇಕ್ಕುಳಗಳು ನನ್ನ ಹಣೆಯನ್ನು ಒತ್ತಿಹಿಡಿದಂತೆ ಅನಿಸುತ್ತಿತ್ತು. ಸೂರ್ಯ! ನನಗೆ ಸೂರ್ಯ, ದೇವದಾರು ಮರಗಳು, ನೀಲಿ ಸಮುದ್ರ, ಬೆಚ್ಚಗಿನ ಕಿನಾರೆ ಬೇಕಾಗಿದ್ದುವು. ಬಿಸಿಲು ಮತ್ತು ಏಜಿಯನ್ ಸಮುದ್ರದ ತಂಗಾಳಿ ನನ್ನ ಹಣೆಯನ್ನು ನೇವರಿಸಬೇಕು; ನಾನು ಮತ್ತೆ ನನ್ನ ಸಂವೇದನೆಗಳನ್ನು ಪಡೆಯಬೇಕು. ಮಲಗುವ ಮುಂಚೆ ಒಂದು ಆಸ್ಪಿರಿನ್ ಗುಳಿಗೆ ತೆಗೆದುಕೊಳ್ಳಲು ಸಿಲ್ವಿಯಾ ಸೂಚಿಸಿದ್ದಳು. ಆದರೆ ತೀರಾ ಬಳಲಿದ್ದ ನಾನು, ರಾತ್ರಿಯಂತಿದ್ದ ಆ ಮಬ್ಬಿನಲ್ಲಿ ಔಷಧದ ಅಂಗಡಿಯನ್ನು ಹುಡುಕುತ್ತಾ ಅಲೆಯಲು ಮುಂದಾಗಲಿಲ್ಲ. ಕೊನೆಗೆ ನಾನು ಹೇಳಿದೆ :

"ನನಗೆ ಆಸ್ಪಿರಿನ್ ಬೇಡ, ನನಗೆ ನಿದ್ದೆ ಮಾಡಬೇಕಾಗಿದೆ."

"ಏನು ಬೇಕೋ ಅದನ್ನು ಮಾಡು," ಸಿಲ್ವಿಯಾ ಹೇಳಿದಳು.

ಈ ಮಾತನ್ನು ಹೇಳುವಾಗ ಅವಳು ಯಾವಾಗಲೂ ಮುಖ ಸಿಂಡರಿಸಿಕೊಳ್ಳುತ್ತಾಳೆ. ಹುಬ್ಬು ಗಂಟಿಕ್ಕಿ, ಮೂತಿ ಚೂಪು ಮಾಡಿ, ತಲೆ ತಗ್ಗಿಸಿ ಆಮೇಲೆ ಒಡೆಯಲಾರದ ಮೌನ ತಾಳುತ್ತಾಳೆ. ಮರುಕ್ಷಣ ಮೊದಲಿನಂತೆ ಉತ್ಸಾಹದ ಚಿಲುಮೆಯಾಗಿ, ಕಂಡದ್ದರ ಕುರಿತೆಲ್ಲ ತಟಪಟನೆ ಹರಟುತ್ತಾಳೆ.

ಈ ಸಲವೂ ಹಾಗೆಯೇ. ತುಸು ಹೊತ್ತಿನ ಬಳಿಕ ಅವಳು ಯಾವುದೇ ಮುನ್ನೆಚ್ಚರಿಕೆ ಕೊಡದೆ ಒಮ್ಮೆಲೇ ಕೇಳಿದಳು :

"ನಿನಗೆ ಕುದುರೆ ಅಂದರೆ ಇಷ್ಟನಾ ? ಓ, ನನಗೆ ಅವೆಂದರೆ

---

* ವೆಸ್ಟ್‌ಮಿನ್‌ಸ್ಟರ್ : ಲಂಡನಿನ ಒಂದು ಉಪನಗರ. ಪಾರ್ಲಿಮೆಂಟ್ ಭವನ ಮತ್ತು ಪ್ರಸಿದ್ಧ ವೆಸ್ಟ್‌ಮಿನ್‌ಸ್ಟರ್ ಇಗರ್ಜಿ ಇಲ್ಲಿದೆ. ಇಂಗ್ಲೆಂಡಿನ ಪ್ರಖ್ಯಾತ ವ್ಯಕ್ತಿಗಳನ್ನು ಈ ಇಗರ್ಜಿಯಲ್ಲಿ ಸಮಾಧಿ ಮಾಡುವ ಕಾರಣ ಈ ಪದಕ್ಕೆ ಘನವಾದ, ದಿವ್ಯವಾದ ಮರಣ ಎನ್ನುವ ಭಾವಾರ್ಥವೂ ಇದೆ.

ಪಂಚಪ್ರಾಣ, ನಾಯಿಗಳಂತೆ. ದೊಡ್ಡ ಎಸ್ಟೇಟು, ಹಲವಾರು ಒಳ್ಳೆ ತಳಿಯ ಕುದುರೆ, ನಾಯಿಗಳಿರುವಾತನನ್ನು ನಾನು ಮದುವೆಯಾಗ್ಬೇಕು ಅಂದ್ಕೊಂಡಿದ್ದೇನೆ. ನನಗೆ ಹಳ್ಳಿಯ ಜೀವನ ಇಷ್ಟ ಅಂತ ನಿನಗೆ ಗೊತ್ತಾ? ನಾನು ಅಪರೂಪಕ್ಕೊಮ್ಮೆ ಸಿನಿಮಾ ನೋಡಲು ಮಾತ್ರ ಲಂಡನಿಗೆ ಬರಬೇಕು ಅಂತಿದ್ದೇನೆ. ಹಳ್ಳಿಯಲ್ಲಿ ಸಿನಿಮಾ ಇರೋದಾದರೂ ಹೇಗೆ..."

ರೈಲಿನ ಪ್ರತಿಯೊಂದು ಕುಲುಕಾಟಕ್ಕೂ ನನ್ನ ಮಿದುಳಿನೊಳಗೆಲ್ಲ ತಲೆಕೆಳಗಾಗುತ್ತದೆ. ಅಸ್ಪಷ್ಟ, ಅರ್ಧ ಮರೆತ, ಸತ್ತು ಹುಟ್ಟಿದ ನೆನಪುಗಳೆಲ್ಲ ಒಂದರ ಹಿಂದೆ ಒಂದು ಬಂದು ಪಿಶಾಚಿಗಳಂತೆ ಹುಚ್ಚು ನಾಟ್ಯವಾಡುತ್ತವೆ. ಕೊನೆಗೆ ಅವುಗಳೆಲ್ಲ ಬೆರೆತು ಒಂದಾಗುತ್ತವೆ – ಮನೆಗಳ ಪ್ರಚಂಡ ಗುಂಪು, ಬೆಳಕು, ಯಂತ್ರಗಳು, ಪುರಾಣಗಳು, ಕಪ್ಪು ನದಿ, ಬೃಹತ್ತಾದ ತೇವಭರಿತ ಉದ್ಯಾನವನಗಳು, ಅರಮನೆಗಳು, ಪುರಾತನ ಕೋಟೆ ಕೊತ್ತಲಗಳು, ಮಧ್ಯಯುಗದ ಗೋಪುರಗಳು, ಬ್ಯಾಂಕುಗಳು, ಅಮೃತ ಶಿಲೆ, ಬಂಗಾರ, ಕಲ್ಲಿದ್ದಲು – ಇವೆಲ್ಲವುಗಳಿಗಿಂತ ಮೇಲೆ ನಿಂತು, ಬಾಗದೆ, ಭ್ರಷ್ಟನಾಗದೆ ಗದ್ದವನ್ನು ಮುಂದೆ ಚಾಚಿ ಕಲ್ಲಾಗಿ ನಿಂತು, ಸಾಮ್ರಾಜ್ಯವನ್ನು ಕಾಯುತ್ತಿರುವ ನೆಲ್ಸನ್. ಆ ಸ್ವಾಭಿಮಾನಿ ದ್ವೀಪದ ಕಂದು ಆಕಾಶದೆತ್ತರಕ್ಕೆ ಜಿಗಿಯಲು ಸೆಟೆದು ನಿಂತ ಬಾಣದಂತಿರುವ ನೆಲ್ಸನ್... ನಾವು ಲಂಡನಿನ ಹೊಟ್ಟೆಯೊಳಗೆ ಹಡಗು ವಿನಾಶಿಕೆಯಂಥ ಯಂತ್ರದಲ್ಲಿ ಕುಳಿತು ಉರುಳಾಡುತ್ತಿದ್ದೇವೆ. ಓ ಮಬ್ಬು ಕವಿದ, ಜೀವನೋತ್ಸಾಹ ತುಂಬಿದ ಸ್ವಪ್ನ ಲೋಕವೆ...

"ನಾವೆಲ್ಲಿಗೆ ಹೋಗ್ತಿದ್ದೇವೆ ? ಸಿಲ್ವಿಯಾ, ನಾವೆಲ್ಲಿಗೆ ಹೋಗ್ತಿದ್ದೇವೆ ?"

ಮೌನಿ ಜನರು, ತೆರೆದ ಪತ್ರಿಕೆಗಳು, ಒದ್ದೆ ಕೊಡೆಗಳು, ಸಿಗರೇಟಿನ ನಾತ ಮತ್ತು ಮಣ್ಣು ಮೆತ್ತಿದ ಬೂಟುಗಳಿಂದ ನಮ್ಮ ಬೋಗಿ ತುಂಬಿಕೊಂಡಿತ್ತು. ವಿದ್ಯುದ್ದೀಪಗಳ ಬೆಳಕಿಗೆ ನನ್ನ ಕಣ್ಣು ನೋಯುತ್ತಿತ್ತು. ನಾನು ಕಿಟಕಿಯಿಂದ ಹೊರಗೆ ನೋಡಿದೆ. ಅಲ್ಲಿನ ಅಭೇದ್ಯ ಕತ್ತಲಿನಿಂದ ಕಣ್ಣನ್ನು ಮತ್ತೆ ಇತ್ತ ಹೊರಳಿಸಿದೆ.

"ಚಳಿಯಾಗುತ್ತಿದೆ," ಸಿಲ್ವಿಯಾ ನುಡಿದಳು.

ಅವಳು ತನ್ನ ಕಾಲುಗಳನ್ನು ಸ್ಕರ್ಟಿನಿಂದ ಸಾಧ್ಯವಾದಷ್ಟು ಮುಚ್ಚಿ, ತೋಳ ಕೆಳಗೆ ಕೈ ಮಡಿಚಿ, ನಡುಗುತ್ತಾ ನನಗೆ ಒತ್ತಿ ಕುಳಿತಳು. ಅವಳ ಮುಖ ಮಗುವಿನ ಕನಸಿನಷ್ಟು ಸ್ವಚ್ಛವಾಗಿತ್ತು. ಅವಳ ಕಣ್ಣುಗಳ ಅನಂತವಾದ ನೀಲಿಯಲ್ಲಿ ನನ್ನ ಕಣ್ಣುಗಳಿಗೆ ಆಶ್ರಯ ದೊರೆಯಿತು. ಅವಳ ಸಾಮೀಪ್ಯದಿಂದ ನನ್ನ ಎದೆಯ ಬಡಿತ ತೀವ್ರಗೊಂಡಿತು.

"ನಾನು ನಿನ್ನನ್ನು ತುಂಬ ಮೆಚ್ಚಿಕೊಂಡಿದ್ದೇನೆ," ನಾನು ಸ್ವರ ತಗ್ಗಿಸಿ ಅವಳಲ್ಲಿ ಕೇಳಿದೆ.

"ಛೆ! ಅದನ್ನೆಲ್ಲ ಹೇಳಲು ಇದು ಸಮಯವಲ್ಲ," ಎಲ್ಲೊ ನೋಡುತ್ತಾ ಅವಳು ಉತ್ತರಿಸಿದಳು.

ಹಾಗಂದರೂ ಅವಳಿಗೆ ಸಂತೋಷವಾಗಿತ್ತು.

ನಮಗೆದುರಾಗಿ, ಸಂಜೆಯ ಉಡುಪು ಮತ್ತು ಹ್ಯಾಟ್ ಧರಿಸಿದ್ದ ಗಂಭೀರ ವ್ಯಕ್ತಿಯೊಬ್ಬ ಕುಳಿತಿದ್ದ. ಆತ ಎಲುಬು ಕಾಣಿಸುವಷ್ಟು ತೆಳ್ಳಗಾಗಿದ್ದ. ತನ್ನ ಕಾಲುಗಳ ನಡುವೆ ಇರುಕಿಕೊಂಡಿದ್ದ ಕೊಡೆಯನ್ನು, ಅದಕ್ಕೇನೋ ಜೀವವಿದೆಯೋ ಅನ್ನುವಂತೆ, ಆಗಾಗ ನೇವರಿಸುತ್ತಲೇ ಇದ್ದ. ಆತ ಒಮ್ಮೆ ಸಿಲ್ವಿಯಾಳತ್ತ, ಇನ್ನೊಮ್ಮೆ ನನ್ನೆಡೆಗೆ ಕೆಂಪೇರಿದ್ದ, ಅಸ್ವಸ್ಥ ಕಣ್ಣುಗಳಿಂದ ನೋಡುತ್ತಿದ್ದ. ಆತನ ಕಣ್ಣುಗಳಲ್ಲಿ ಅಳೆಯಲಾಗದ ಯಾವುದೋ ಹೊಳಪಿತ್ತು. ಅವನು ಸಭ್ಯ ಗೃಹಸ್ಥನಂತಿದ್ದರೂ ನನಗೆ ಯಾಕೋ ಅವನ ನೋಟದ ರೀತಿ ಹಿಡಿಸಲಿಲ್ಲ.

ಹಾಗಾಗಿ ನಾನು ಅವನತ್ತ ನೋಡುವುದನ್ನು ನಿಲ್ಲಿಸಿದೆ. ಅವನನ್ನು ಯಾವುದೇ ರೀತಿಯಲ್ಲಿ ಉತ್ತೇಜಿಸುವುದು ನನಗೆ ಬೇಕಿರಲಿಲ್ಲ.

ಸಿಲ್ವಿಯಾ ಕೂಡಾ ಆತನನ್ನು ಗಮನಿಸಿದಂತೆ ಕಂಡಿತು. ಅವನು ನಮ್ಮನ್ನೇ ನೋಡುತ್ತಿರುವುದು ಅರಿವಾದಾಗ ಸಿಲ್ವಿಯಾ ನನ್ನ ಕಿವಿಯ ಬಳಿ ಪಿಸುನುಡಿದಳು.

"ನಿನಗೆ ಅವನು ಗೊತ್ತೇ ?"

ನಾನು ತಲೆ ಅಲ್ಲಾಡಿಸಿದೆ.

"ಅವನು ಹುಚ್ಚನಿರಬಹುದೇ ಅನ್ನೋ ಸಂದೇಹ ನನಗೆ !"

ತನ್ನ ಅಸಮಾಧಾನವನ್ನು ಹೋಗಲಾಡಿಸುವುದಕ್ಕಾಗಿ ಅವಳು ಶುಷ್ಕವಾಗಿ ನಕ್ಕಳು. ಆ ಒತ್ತಾಯದ ನಗು ನನ್ನ ಕಾತರವನ್ನು ಹೆಚ್ಚಿಸಿತು. ನನ್ನೆದುರು ಕುಳಿತಿದ್ದ ಆ ವಿಚಿತ್ರ ಮನಷ್ಯನಿಂದ ದೂರ ಓಡಿ ಹೋಗಬೇಕು ಎಂದೆನಿಸಿತು.

"ಏನಾದರೊಂದು ಹಾಡು ಹೇಳ್ತೀಯಾ ?" ನಾನವಳನ್ನು ಕೇಳಿದೆ.

"ಹಾಡು ? ಈಗ ?"

ನನ್ನ ಬೇಡಿಕೆ ಅದೆಷ್ಟು ಅಸಹಜವಾಗಿತ್ತೆಂದರೆ ಅವಳು ನಗುವುದನ್ನು ಥಟ್ಟನೆ ನಿಲ್ಲಿಸಿದಳು. ನನಗೇನಾಗಿದೆ ಎನ್ನುವಂತೆ ಅವಳು ಗಂಭೀರವಾಗಿ ನನ್ನತ್ತ ನೋಡಿದಳು.

"ಹಾಡೋದಕ್ಕೆ ಇದು ಸ್ಥಳವಲ್ಲ," ಅವಳು ನುಡಿದಳು.

ನಾನು ಮಿದುವಾಗಿ ಅವಳನ್ನು ಮತ್ತಷ್ಟು ಒತ್ತಾಯಿಸಿದೆ.

"ನೀನು ಹಾಡಿದರೆ ನನಗೆ ತುಂಬಾ ಖುಷಿಯಾಗ್ತದೆ. ಬೇರೆ ಯಾರಿಗೂ ಕೇಳಿಸದಂತೆ ಸ್ವರ ತಗ್ಗಿಸಿ ಹಾಡು."

ಅವಳು ನಿರಾಕರಿಸಿದಳು. ನನ್ನ ಒತ್ತಾಯ ಮುಂದುವರಿಯಿತು. ಕೊನೆಗೆ ಕಣ್ಣಲ್ಲಿ ಸವಾಲಿನ ಮಿಂಚಿನೊಂದಿಗೆ ಅವಳು ಹಾಡಲು ಒಪ್ಪಿದಳು. ಅವಳ ನನ್ನತ್ತ ಬಾಗಿ, ನನ್ನ ಕಿವಿಯ ಬಳಿ ತುಟಿ ಇರಿಸಿ ನಾವು ಇತ್ತೀಚೆಗೆ ನೋಡಿದ್ದ ಅಮೇರಿಕನ್ ಸಿನಿಮಾ ಒಂದರ ಹಾಡನ್ನು ಗುನುಗಿದಳು.

"ನಕ್ಷತ್ರಗಳು ಎಲ್ಲರಿಗೂ ಸೇರಿವೆ,
ಹೂಗಳು ಎಲ್ಲರಿಗೂ ಸೇರಿವೆ,
ಪ್ರೇಮ ಎಲ್ಲರಿಗೂ ಸೇರಿದೆ,
ಬದುಕಿನಲ್ಲಿ ಉತ್ತಮವಾದುವೆಲ್ಲ ಉಚಿತವಾಗಿವೆ."

ಹಾಡಿನ ಈ ನಿರಾಡಂಬರ ಪದಗಳು. ಅದರ ರಾಗದ ಸರಳಲಯ, ಅಪ್ಯಾಯಮಾನ ಲೇಪನದಂತೆ ನನ್ನೊಳಗೆ ಇಳಿಯುತ್ತವೆ. ಒಂದು ಕ್ಷಣ ಪರಿಸರವನ್ನು ಮರೆತ ನನಗೆ ಸ್ವಚ್ಛಂದದ ಆನಂದದ ಅನುಭವವಾಯಿತು. ಈ ಭೂಮಿಯ ಮೇಲಿನ ಬದುಕು ಸರಳವೂ, ಸುಖಮಯವೂ ಆಗಿದೆ – ಮತ್ತು ಈ ಭೂಮಿ ನನ್ನದು. ನಾನು ಕೈಚಾಚಬೇಕಾದ್ದು ಮಾತ್ರ; ನಾನು ಬಯಸಿದ್ದೆಲ್ಲವೂ ನನ್ನ ಪಾಲಿಗೆ ಬರುತ್ತವೆ. ನನ್ನ ಚಿಂತೆಗಳೆಲ್ಲವೂ ದೂರಾಗುತ್ತವೆ. **'ಬದುಕಿನಲ್ಲಿ ಉತ್ತಮವಾದವುಗಳೆಲ್ಲವೂ ಉಚಿತ.'** ನಾನು ತಾರೆಗಳ ಬೆಳಕಿನಲ್ಲಿ ತೇಲುತ್ತಿದ್ದೆ, ಎಲ್ಲೋ ದೂರ ಸರೋವರದಲ್ಲಿ, ದೇವತೆಗಳ ನೆರಳಡಿಯಲ್ಲಿ ಅದೃಶ್ಯ ಕೊಳಲಿನ ಗಾನ ನನ್ನ ಆತ್ಮವನ್ನು ತಣಿಸುತ್ತಿತ್ತು. ತಾರೆಗಳು, ಹೂಗಳು, ಪ್ರೇಮ, ಹಕ್ಕಿ, ಕ್ರಿಮಿಕೀಟಗಳ ಗಾನ, ಜೀವನದ ಉಲ್ಲಾಸಭರಿತ ಚಲನೆ – ಎಂಥ ಆನಂದ ! ಸಿಲ್ವಿಯಾಳ ಕೆನ್ನೆ ನನ್ನ ಕೆನ್ನೆಯನ್ನು

ಸೋಂಕುತ್ತಿತ್ತು. ದೇವರು ಮಾಡಿದ ಹೊಸ ದಿನದಷ್ಟೆ, ಶುಭ್ರವಾಗಿದ್ದಾಳೆ ಅವಳು... ಓ... ಬದುಕಿನ ಸಂತಸವೇ!

ಒಂದು ವಿಚಿತ್ರ ಘಟನೆ ನನ್ನ ಈ ಸ್ಥಿತಿಯನ್ನು ಮುರಿಯಿತು. ಬೋಗಿಯ ಒಳ ಬದಿಯ ಬಾಗಿಲು ತೆರೆದುಕೊಂಡು ಒಬ್ಬ ಕಂಡಕ್ಟರ್ ಒಳಗೆ ಬಂದ. ಬ್ರಿಟನಿನ ನಾಗರಿಕ ಸಿಬ್ಬಂದಿಗಳಂತೆ ಆತ ಹೊಂಬಣ್ಣದ ಗುಂಡಿಗಳುಳ್ಳ ಶುಭ್ರವಾದ ಸಮವಸ್ತ್ರ ಧರಿಸಿದ್ದ. ನನ್ನ ಇದುರಿದ್ದ ವ್ಯಕ್ತಿಯಂತೆ ಆತನ ಕಣ್ಣುಗಳು ಕೆಂಪಾಗಿದ್ದುವು. ಅಲ್ಲದೆ ಅವನು ಯಾವುದೋ ದಿವ್ಯಾನಂದದಲ್ಲಿದ್ದವನಂತೆ ಕಾಣಿಸುತ್ತಿದ್ದ.

"ವೆಸ್ಟ್‌ಮಿನ್‌ಸ್ಟರ್!" ಅವನು ಬೊಬ್ಬೆ ಹೊಡೆದ. "ವೆಸ್ಟ್‌ಮಿನ್‌ಸ್ಟರ್! ವೆಸ್ಟ್‌ಮಿನ್‌ಸ್ಟರ್‌ನ ಅಡಿಯಲ್ಲಿ ನಾವೀಗ ಹೋಗ್ತಿದ್ದೇವೆ!"

ಅದೇ ಸಮಯದಲ್ಲಿ ನಮ್ಮ ರೈಲಿನ ವೇಗ ಮಿತಿಮೀರಿ ಹೆಚ್ಚುತ್ತಿರುವಮತೆ ನನಗೆ ಕಂಡಿತು. ನಾನು ಸೀಟಿನಿಂದ ಜಿಗಿದೆ.

"ಇಲ್ಲಿ ಯಾಕೆ ರೈಲು ನಿಲ್ಲುತ್ತಿಲ್ಲ?" ನಾನು ಕೇಳಿದೆ.

ಆದರೆ ಏನನ್ನೂ ಗಮನಿಸದವನಂತೆ ಕಂಡಕ್ಟರ್ ಬಾಗಿಲು ಹಾಕಿ ಕಣ್ಮರೆಯಾದ.

ಯಾವನೇ ಪ್ರಯಾಣಿಕ ಆಗತಾನೇ ನಡೆದ ಘಟನೆಯಲ್ಲಿ ಎಳ್ಳಷ್ಟೂ ಆಸಕ್ತಿ ತೋರಲಿಲ್ಲ. ಯಾರೂ ತಮ್ಮ ತಮ್ಮ ಜಾಗೆಯಿಂದ ಒಂದಿಂಚು ಕೂಡ ಕದಲಿರಲಿಲ್ಲ. ಓದುವವರು ಓದುತ್ತಲೇ ಇದ್ದರು; ಕಾಲಬುಡದಲ್ಲಿ ಭಾವಶೂನ್ಯ ದೃಷ್ಟಿ ನೆಟ್ಟವರು ಪ್ರತಿಮೆಗಳಾಗಿದ್ದರು. ಸಂಜೆಯ ಉಡುಪಿನಲ್ಲಿದ್ದಾತ ಮಾತ್ರ ನನ್ನ ಬವಣೆ ಕಂಡು ಕುಚೋದ್ಯದಿಂದ ನಗುತ್ತಿದ್ದ. ಅವನ ಕಣ್ಣ ಹೊಳಪಿನ ಪ್ರಖರತೆಗೆ ನನ್ನ ಕಣ್ಣು ಮುಚ್ಚಿಕೊಳ್ಳುವಂತಾಯಿತು. ಹಿಮದ ನೀರು ಮೈಮೇಲೆ ಹರಿದಂತೆ ನನ್ನ ಚರ್ಮ ಬಿಗಿದುಕೊಳ್ಳುವ ಅನುಭವವಾಯಿತು.

"ನಾವು ವೆಸ್ಟ್‌ಮಿನ್‌ಸ್ಟರ್‌ನ ಕೆಳಗಿನಿಂದ ಹೋಗ್ತಿದ್ದೇವೆ," ಸಿಲ್ವಿಯಾ ತಗ್ಗಿನ ಸ್ವರದಲ್ಲಿ ಗುನುಗಿದಳು.

"ಆದರೆ, ರೈಲು ನಿಲ್ಲಲಿಲ್ಲ ಯಾಕೆ?" ನಡುಗುವ ಸ್ವರದಲ್ಲಿ ನಾನು ಪುನಃ ಕೇಳಿದೆ.

"ಅವರು ರೈಲು ನಿಲ್ಲಿಸೋದಿಲ್ಲ" ಅಪರಿಚಿತ ಘೂತ್ಕರಿಸಿದ. ಅವನ ಮಾತಿನ ಧ್ವನಿ ನನ್ನನ್ನು ಹಾವಿನಂತೆ ಸುರುಳಿ ಸುತ್ತಿತ್ತು. ಪಕ್ಷವಾತ ಬಡಿದಂತೆ ನನ್ನ ಕೈಕಾಲುಗಳು ಮರಗಟ್ಟಿದವು. ನನಗೆ ಸರಾಗವಾಗಿ ಉಸಿರಾಡಲೂ ಆಗುತ್ತಿರಲಿಲ್ಲ. ಯಾವುದೋ ಶಕ್ತಿ ನನ್ನ ಕತ್ತಲನ್ನು ಹಿಸುಕುತ್ತಿತ್ತು. ವೆಸ್ಟ್‌ಮಿನ್‌ಸ್ಟರ್, ಭಯಾನಕ ವೆಸ್ಟ್‌ಮಿನ್‌ಸ್ಟರ್ ನಮ್ಮ ಮೇಲೆ ಎತ್ತರಕ್ಕೆ ನಿಂತು ತನ್ನ ಕರಿ ಕಲ್ಲುಗಳಿಂದ ಎಲ್ಲ ದ್ವಾರಗಳನ್ನೂ ಮುಚ್ಚಿ ಉಸಿರು ಕಟ್ಟಿಸುತ್ತಿದೆ.

"ಸಿಲ್ವಿಯಾ ನಾವೆಲ್ಲಿಗೆ ಹೋಗ್ತಿದ್ದೇವೆ; ನಾವೆಲ್ಲಿಗೆ ಹೋಗ್ತಿದ್ದೇವೆ?"

ಅವಳು ಅಪರಿಚಿತನ ಬುಸುಗುಟ್ಟುವಿಕೆಯನ್ನಾಗಲೀ ನನ್ನ ದನಿಯನ್ನಾಗಲಿ ಕೇಳಿಸಿಕೊಂಡಿರಲಿಲ್ಲ ಎನ್ನುವುದು ಸ್ಪಷ್ಟವಾಗಿತ್ತು. ಅವನು ಆರಾಮವಾಗಿ ಟೊಪ್ಪಿಗೆಯನ್ನು ತೆಗೆದು, ತಲೆಯನ್ನು ನನ್ನ ಭುಜದ ಮೇಲಿರಿಸಿ ಕಣ್ಣು ಮುಚ್ಚಿದಳು. ಅವಳ ಹೊಂಗೂದಲು ನನ್ನ ಮುಖವನ್ನು ನೇವರಿಸುತ್ತಾ ಹಾರಾಡಿದವು.

"ನಕ್ಷತ್ರಗಳು ಎಲ್ಲರಿಗೂ ಸೇರಿವೆ," ಅವಳು ಕೊನೆಯ ಬಾರಿ ಗೊಣಗಿದಳು.

ಮರುಕ್ಷಣ ಅವಳು ಲಯಬದ್ಧವಾಗಿ ಉಸಿರಾಡುತ್ತಾ ನಿದ್ದೆಹೋದಳು. ಅವಳ ತುಟಿಗಳಲ್ಲಿದ್ದ ಮುಗ್ಧ ಮಂದಹಾಸದ ನೋಟಕ್ಕಿಂತಲು ಹೆಚ್ಚಾಗಿ ಅದರ ಅನುಭವ

ನನಗುಂಟಾಯಿತು. ಕನ್ನಿಕೆಯ ನೀಲಿ ಕಲ್ಪನಾಲೋಕದಲ್ಲಿ ಅವಳ ಎಳೆ ಹೃದಯ ಆಗಲೇ ವಿಹರಿಸುತ್ತಿದ್ದಿರಬೇಕು.

ಮತ್ತೊಮ್ಮೆ ಅಪರಿಚಿತನತ್ತ ನೋಡದೆ ನಾನು ಕೂಡಾ ಕಣ್ಣುಗಳನ್ನು ಮುಚ್ಚಿದೆ. ಏನು ನಡೆಯುತ್ತಿದೆ ಅನ್ನುವುದು ಅವನಿಗೆ–ಅವನಿಗೆ ಮಾತ್ರ ತಿಳಿದಿದೆ ಎನ್ನುವ ಸಂದೇಹ ನನ್ನಲ್ಲುಂಟಾಯಿತು. ಆದರೆ ಅವನಲ್ಲಿ ಕೇಳುವ ಅಥವಾ ಆ ಕಣ್ಣುಗಳನ್ನು ಇದಿರಿಸುವ ಶಕ್ತಿ ಆಗ ನನ್ನಲ್ಲಿರಲಿಲ್ಲ. ನಾನು ಮತ್ತೊಮ್ಮೆ ವಿಸ್ಮೃತಿಗೆ ಶರಣು ಹೋದೆ.

ಕತ್ತಲಿನ ಸುರಂಗದಲ್ಲಿ ರೈಲು ಈಗ ಹುಚ್ಚುಕಟ್ಟಿ ಓಡುತ್ತಿತ್ತು. ಅದರ ಕುಲುಕಾಟ, ಅಲುಗಾಟಕ್ಕೆ ಶರಣಾಗಿ, ಅತ್ತಿತ್ತ ಹೊಯ್ದಾಡುತ್ತ, ಯಾವುದೇ ದೈಹಿಕ ತಡೆಯೊಡ್ಡುವ ಯತ್ನವನ್ನು ನಾನು ಬಿಟ್ಟು ಕೊಟ್ಟಿದ್ದೆ. ನನ್ನ ತಲೆ ಈಗಲೋ ಆಗಲೋ ಒಡೆದು ಹೋಗುವಂತಿತ್ತು. ಅನಂತವಾದ ಕತ್ತಲಲ್ಲಿ ಸಾವಿರಾರು ಕಬ್ಬಿಣದ ತುಂಡುಗಳು ಕರ್ಕಶವಾಗಿ ಚೀರುತ್ತಾ ಜಲಪಾತದಂತೆ ನನ್ನ ಮೇಲೆ ಧುಮುಕುವ ದೃಶ್ಯವೊಂದೇ ನನ್ನ ಕಲ್ಪನೆಯಲ್ಲಿ ಉಳಿದುಕೊಂಡಿತ್ತು. ನುಚ್ಚುನೂರಾಗಿ ಹೋಗಿದ್ದ ನನ್ನನ್ನು ಲೋಹದ ಹೊಳೆ ಎತ್ತಲೋ ಸೆಳೆದೊಯ್ಯುತ್ತಿತ್ತು.

ನಿದ್ದೆಯ ಜ್ವರದಿಂದ ನನ್ನನ್ನು ಮತ್ತೆ ಅದೇ ಗದ್ದಲ ಬಡಿದೆಬ್ಬಿಸಿತು.

"ವೆಸ್ಟ್‌ಮಿನ್‌ಸ್ಟರ್ ! ನಾವು ವೆಸ್ಟ್‌ಮಿನ್‌ಸ್ಟರ್‌ನ ಕೆಳಗಿನಿಂದ ಹೋಗ್ತಿದ್ದೇವೆ !"

ಹುಚ್ಚು ಹುಚ್ಚಾಗಿ ವಿರೂಪಗೊಂಡಿದ್ದ ಕಂಡಕ್ಟರನ ಆಕೃತಿಯನ್ನು ನಾನು ನೋಡಬೇಕಿದ್ದರೆ ಮತ್ತೆ ಬೋಗಿಯ ಬಾಗಿಲು ಮುಚ್ಚಿಕೊಂಡಿತು. ನೆತ್ತರು ಚಿಮ್ಮುವಂತಿದ್ದ ಅಪರಿಚಿತನ ಕಣ್ಣುಗಳಲ್ಲಿ ಅದೇ ಪ್ರಖರತೆ ಇತ್ತು. ನನ್ನ ಅಳಿದುಳಿದ ಧೈರ್ಯವನ್ನೆಲ್ಲ ಒಟ್ಟುಗೂಡಿಸಿ ನಾನು ಅವನನ್ನು ಮೊದಲ ಬಾರಿಗೆ ಮಾತನಾಡಿಸಿದೆ.

"ಸ್ವಾಮೀ, ನೀವು ಯಾರೇ ಆಗಿರಿ, ಇವೆಲ್ಲವುಗಳ ಅರ್ಥವೇನು ಅಂತ ದಯವಿಟ್ಟು ನನಗೆ ಹೇಳ್ತೀರಾ ?" ಎಂದು ಕ್ಷೀಣವಾದ ದನಿಯಲ್ಲಿ ನಾನು ತೊದಲಿದೆ.

"ಏನು ನಡೆಯಿತು ಅಂತ ನಿನಗೆ ಗೊತ್ತಿಲ್ಲವೆ ?" ಸಾಮಾನ್ಯ ವಿಚಾರವನ್ನು ಮಾತನಾಡುವ ಸಹಜ ಸ್ವರದಲ್ಲಿ ಅವನು ಕೇಳಿದ. ಅವನ ಕಣ್ಣುಗಳೂ ಈಗ ತುಸು ಮೃದುವಾಗಿ, ಮಾನವ ಸಹಜವಾಗಿ ತೋರಿದವು. "ನಾನು ಹೇಳ್ತೇನೆ. ಎಲ್ಲ ಕಂಡಕ್ಟರ್‌ಗಳಿಗೂ ಹುಚ್ಚು ಹಿಡಿದಿದೆ. ಆದ ಕಾರಣ ಅವರು ಈ ರೈಲನ್ನು ಎಲ್ಲೂ ನಿಲ್ಲಿಸೋದಿಲ್ಲ. ನಿನಗೆ ಗೊತ್ತಲ್ಲ. ಇದೊಂದು ಸರ್ವೇ ಸಾಮಾನ್ಯ ಸಂಗತಿ."

ಏನೇ ಅಸಾಧಾರಣ ವಿವರಣೆ ಬಂದರೂ ಅದನ್ನು ನಂಬಲು ನಾನು ಅಂತರ್ಯದಲ್ಲಿ ಸಿದ್ಧನಾಗಿದ್ದೆ. ಆದ್ದರಿಂದ ಇತರ ಸಮಯದಂತೆ ಆತನ ಮಾತುಗಳು ನನಗೆ ದಿಗ್ಭ್ರಮೆ ಹುಟ್ಟಿಸಲಿಲ್ಲ. ತರ್ಕಬದ್ಧವಾಗಿ ಚಿಂತಿಸುವುದಕ್ಕೆ ಕೂಡಾ ನನ್ನಲ್ಲಿ ಶಕ್ತಿ ಉಳಿದಿರಲಿಲ್ಲ. ಆದರೂ ಇನ್ನಷ್ಟು ವಿಚಾರಗಳನ್ನು ತಿಳಿಯುವುದಕ್ಕಾಗಿ ಮಾತುಕತೆಯನ್ನು ಮುಂದುವರಿಸುವ ಪ್ರಯತ್ನವನ್ನು ಮಾಡಿದೆ.

"ಅವರೆಲ್ಲರಿಗೂ ಒಂದೇ ಸಮಯದಲ್ಲಿ ಹುಚ್ಚು ಹಿಡಿಯಲು ಹೇಗೆ ಸಾಧ್ಯ ?" ನಾನು ಮತ್ತೆ ಕೇಳಿದೆ.

"ಯಾರಿಗೆ ಗೊತ್ತು ! ಪ್ರಾಯಶಃ ಅವರಿಗೆ ಯಾರಾದರೂ ಮದ್ದು ಹಾಕಿದ್ದಾರೇನೊ."

"ಹಾಗೆ ಮಾಡಿದವರು ಯಾರಿರಬಹುದು ?"

"ತುಸು ಮಜ ಮಾಡೋಣ ಅಂತ ಅಂದುಕೊಂಡಿದ್ದ ಯಾವನೋ ಒಬ್ಬ ಹಾಕಿರಲೂಬಹುದು."

ಸ್ವಲ್ಪ ಹೊತ್ತು ನಾವಿಬ್ಬರೂ ಸುಮ್ಮನಾದೆವು. ಬಳಿಕ ನೇರವಾಗಿ ಉತ್ತರಿಸುವ ಬದಲು ನಾನು ಗೊಣಗಿದೆ :

"ಎಲ್ಲ ಕಂಡಕ್ಟರ್‌ಗಳಿಗೂ ಏಕಕಾಲದಲ್ಲಿ ಹುಚ್ಚು ಹಿಡಿಸಬಲ್ಲಂಥ ಮಾತ್ರೆ, ಪುಡಿ, ಅಥವಾ ದ್ರವ ಇದೆ ಅಂತ ನನಗೆ ಗೊತ್ತಿರಲಿಲ್ಲ ಸ್ವಾಮಿ."

ಅವನು ಉತ್ತರಿಸಿದ :

"ನನಗೂ ಖಚಿತವಾಗಿ ತಿಳೀದು. ಅದೊಂದು ಒಳ್ಳೆಯ ವಿವರಣೆ ಅಂತ ಹೇಳಿದೆ, ಅಷ್ಟೆ."

ವ್ಯಂಗ್ಯವಾಗಿ ನಗುತ್ತ ಆತ ರೆಪ್ಪೆ ಮಿಟುಕಿಸದೆ ನನ್ನನ್ನು ನೋಡಿದ. ನಾನು ಮುಂದುವರಿಸಿದೆ :

"ದಯವಿಟ್ಟು ಇದನ್ನಾದರೂ ಹೇಳಿ ; ಗಳಿಗೆಗೊಮ್ಮೆ ಬಂದು ನಾವು ವೆಸ್ಟ್‌ಮಿನ್‌ಸ್ಟರ್‌ನ ಕೆಳಗಿನಿಂದ ಹೋಗ್ತಿದ್ದೇವೆ ಅಂತ ಅವರು ಕೂಗೋದು ಯಾಕೆ ?"

ಅದಕ್ಕೆ ಅವನು ಉತ್ತರಿಸಿದ :

"ನಾವು ಲಂಡನ್‌ನ ಅಡಿಯಲ್ಲಿ ವೃತ್ತಾಕಾರವಾಗಿ ಸುತ್ತುತ್ತಲೇ ಇದ್ದೇವೆ. ಒಂದು ಸುತ್ತು ಬರಲು ಎಷ್ಟು ನಿಮಿಷ ತಗಲ್ತದೆ ಅನ್ನೋದನ್ನು ಕಂಡು ಹಿಡಿಯೋದಕ್ಕೆ ಅವರು ವೆಸ್ಟ್‌ಮಿನ್‌ಸ್ಟರನ್ನ ಗುರುತಿಟ್ಟುಕೊಂಡಿದ್ದಾರೆ. ಅದಕ್ಕಾಗಿ ಅವರು ಹಾಗೆ ಕೂಗಿ ಹೇಳ್ತಾರೆ. ಹುಚ್ಚರಿಗೂ ಅವರದ್ದೇ ಆದ ತರ್ಕ ಇದೆ ನೋಡಿ."

ಆ ಕ್ಷಣದಲ್ಲಿ ನಾನು ಬೋಗಿಯಲ್ಲಿ ನಾವು ಮೂವರೇ ಇರುವುದನ್ನು ಗಮನಿಸಿದೆ– ಅಪರಿಚಿತ, ನಿದ್ರಿಸುತ್ತಿದ್ದ ಸಿಲ್ವಿಯಾ ಮತ್ತು ನಾನು. ತಮ್ಮ ಅಸ್ತಿತ್ವದ ಕುರುಹನ್ನೂ ಬಿಡದೆ ಇತರ ಪ್ರಯಾಣಿಕರು ಮಂಗಮಾಯವಾಗಿದ್ದರು. ನನ್ನ ಬೆನ್ನ ಹುರಿಯಲ್ಲಿ ಮಂಜಿನ ತುಂಡು ಸರಿದಂತೆ ನಾನು ನಡುಗಿದೆ. ಪ್ರಾಣಾಂತಿಕ ಭಯದಿಂದ ಭೀಕರವಾಗಿ ಚೀರಲು ಬಾಯಿ ತೆರೆದೆ. ಆದರೆ ಧ್ವನಿ ನನ್ನ ಗಂಟಲಲ್ಲೇ ಸಿಲುಕಿಕೊಂಡು ಕತ್ತು ಹಿಸುಕತೊಡಗಿತು. ತುಸು ಹೊತ್ತಿನ ತರುವಾಯ ನಾನು ಪಿಸುಗುಟ್ಟಿದೆ :

"ಬೇರೆ ಪ್ರಯಾಣಿಕರೆಲ್ಲ ಎಲ್ಲಿ ? ಬೇರೆಯವರು ಎಲ್ಲಿ ? ಅವರೆಲ್ಲ ಎಲ್ಲಿ ?"

"ಅವರು ಅನ್ನುವವರು ಯಾರೂ ಇಲ್ಲ," ಅಪರಿಚಿತ ನುಡಿದ.

ನಾನು ಕತ್ತು ತಗ್ಗಿಸಿ ಸಿಲ್ವಿಯಾಳ ತಲೆಯ ಮೇಲೆ ಒರಗಿದೆ. ನಾನು ಸಂಪೂರ್ಣವಾಗಿ ಸೋತಿದ್ದೆ. ಅವಳ ಲಯಬದ್ಧವಾದ ಉಸಿರಾಟ ನನಗೆ ಮತ್ತೊಮ್ಮೆ ಕೇಳಿಸಿತು. ನನ್ನ ಎದೆಯ ಪಕ್ಕದಲ್ಲಿ ಅವಳ ಎದೆ ಶಾಂತಗತಿಯಿಂದ ಹಗುರವಾಗಿ ಮಿಡಿಯುತ್ತಿತ್ತು. ಅವಳ ಸೌಂದರ್ಯ, ಮಗುವಿನಂಥ ಅವಳ ಮುಗ್ಧತೆ, ಎಳೆ ದೇಹದ ಕೌಮಾರ್ಯ ನನ್ನ ಹೆಪ್ಪುಗಟ್ಟಿದ್ದ ನೆತ್ತರನ್ನು ಕರಗಿಸಿದುವು. ಸುಖದ ಕ್ಷಣಿಕ ಅಲೆಯೊಂದು ನನ್ನ ಸುಪ್ತ ಪ್ರಜ್ಞೆಯಲ್ಲಿ ಓಲಾಡಿತು. ಹೃದಯದಲ್ಲಿ ಉಕ್ಕಿ ಬರುವ ಮೃದು ಮಧುರ ಭಾವಕ್ಕೆ ನನ್ನ ಕಣ್ಣು ಹನಿಗೂಡಿತು. ನಾನು ಅಪರಿಚಿತನನ್ನು ಕೇಳಿಕೊಂಡೆ :

"ನಾವು ಇವಳನ್ನು ಎಬ್ಬಿಸಬಾರದು. ಯಾವುದರ ಅರಿವೂ ಇಲ್ಲದೆ ಅವಳು ನಿದ್ದೆ ಮಾಡ್ತಿರಲಿ. ಎಲ್ಲಾದರೂ ಎಚ್ಚತ್ತರೆ ಅವಳು ಭಯಭ್ರಾಂತಳಾಗ್ತಾಳೆ."

"ಅವಳನ್ನ ಬೆದರಿಸುವ ಅಗತ್ಯವೇನೂ ಇಲ್ಲ," ಅವನು ಉತ್ತರಿಸಿದ.

ಈ ಬಾರಿ ಅವನ ಕಣ್ಣುಗಳು ನನ್ನವನ್ನು ಕೊರೆದಾಗ ನಾನು ದೃಷ್ಟಿ ಬದಲಿಸಲಿಲ್ಲ. ಸೋತು, ಸಮ್ಮೋಹನಗೊಂಡು, ಕಣ್ಣು ಕದಲಿಸಲಾರದೆ ನಾನು ಅವನನ್ನು ನೋಡಿದೆ.

ಇದ್ದಕ್ಕಿದ್ದಂತೆ ಅವನ ಕೈ ಉಗುರುಗಳು ಉದ್ದಕ್ಕೆ ಬೆಳೆಯಲಾರಂಭಿಸಿದವು. ಅವನ ಪಾದಗಳೆಡೆಯಿಂದ ನೀಳವಾದ, ತಲೆ ಇಲ್ಲದ, ಹಂದಿಯ ಬಾಲದಂಥ ಅಂಗ ಹೊರಗೆ ಬಂತು. ಅವನ ಕಿವಿಗಳು ಚೂಪಾಗಿ ಮಾರ್ಪಾಡು ಹೊಂದಿದವು.

ಮರಣ ದಂಡನೆಗೊಳಗಾದವನ ವಿಚಿತ್ರ ಕುತೂಹಲದಿಂದ ನಾನು ಈ ಬದಲಾವಣೆಗಳನ್ನು ಗಮನಿಸುತ್ತಿದ್ದೆ. ಅಲ್ಲೇನೋ ಒಂದು ಮೆಚ್ಚುಗೆಯ ಭಾವವೂ ಇತ್ತು.

ನಾನು ಪಿಸುಗುಟ್ಟಿದೆ :

"ನೀವು... ನೀವು..."

ಆ ಭೀಕರ ಹೆಸರನ್ನು ಉಚ್ಚರಿಸಲು ನನಗೆ ಧೈರ್ಯವಿರಲಿಲ್ಲ.

"ಓ... ಅದೇನೂ ಮಹತ್ವದ್ದಲ್ಲ" ಅವನು ಹೇಳಿದ.

ನಾನು ಗುನುಗಿದೆ :

"ಇದು ಬಲು ದೊಡ್ಡ ಗೌರವ, ಮಹಾಪ್ರಭೂ; ನಿಜಕ್ಕೂ ಬಲುದೊಡ್ಡ ಗೌರವ."

ಅದೇ ಕ್ಷಣದಲ್ಲಿರಬೇಕು ವಿದ್ಯುಚ್ಛಕ್ತಿ ನಿಂತು ಹೋದದ್ದು. ಸುತ್ತೂ ಗಾಢಾಂಧಕಾರ ಕವಿಯಿತು.

ಮತ್ತೆ ಕೇಳಿಬಂತು ತಲ್ಲಣಗೊಳಿಸುವ ಆ ಧ್ವನಿ :

"ವೆಸ್ಟ್‌ಮಿನ್‌ಸ್ಟರ್, ವೆಸ್ಟ್‌ಮಿನ್‌ಸ್ಟರ್ !"

ಆದರೆ ಆ ಬಳಿಕ ನನಗೆ ಯಾವುದೇ ಚಿಂತೆ ಇರಲಿಲ್ಲ.

"ನೋಡಿದೆಯಾ ನಾವು ಎಲ್ಲೂ ನಿಲ್ಲುತ್ತಿಲ್ಲ, ನಾನು ನಿನಗೆ ಆಗಲೇ ಹೇಳಿದ್ದೆ-ನಿಲುಗಡೆ ಇಲ್ಲ"- ಅಪರಿಚಿತ ಕೊನೆಯ ಬಾರಿ ಪಿಸುಗುಟ್ಟಿದ.

ಅದನ್ನು ನಾನು ಗಣನೆಗೆ ತೆಗೆದುಕೊಳ್ಳಲಿಲ್ಲ.

ರೈಲಿನ ಕ್ರೂರವಾದ ಕುಲುಕಾಟಕ್ಕೆ, ನಿರಂತರವಾದ ಗುಹೆಗಳಿಗೆ ನಾನು ನನ್ನ ಆತ್ಮವನ್ನು ಸಮರ್ಪಿಸಿದೆ. ಪ್ರಜ್ಞಾಪೂರ್ವಕ ಪ್ರತಿಭಟನೆ ನನ್ನಿಂದ ಕಣ್ಮರೆಯಾಗಿತ್ತು. ಸಿಲ್ವಿಯಾಳ ಕೂದಲು ನನ್ನ ಕೆನ್ನೆಯನ್ನು ನೇರವರಿಸುತ್ತಿದ್ದುದು ಮಾತ್ರ ನನಗೆ ಗೊತ್ತು. ನಾನು ಅಪರಿಚಿತನ ಹೊಳೆಯುವ ಕಣ್ಣಲ್ಲಿ ಕಣ್ಣು ನೆಟ್ಟಿದ್ದೆ. ಕತ್ತಲಲ್ಲಿ ಆ ಬೆಳಕು ಮಾತ್ರ ಉಳಿದುಕೊಂಡಿತ್ತು... ❍

○ ಲಿಲಿಕಾ ನಾಕೊಸ್

ಮಾತೃತ್ವ

ಮಾರ್ಸೆಲಿಸ್ ನಗರದ ಹೊರವಲಯದಲ್ಲಿ ಅವರು ಬೀಡು ಬಿಟ್ಟು ಅದಾಗಲೇ ತಿಂಗಳು ಕಳೆದಿತ್ತು. ಆರ್ಮೇನಿಯನ್ ನಿರಾಶ್ರಿತರ ಆ ಶಿಬಿರಕ್ಕೆ ಒಂದು ಪುಟ್ಟ ಹಳ್ಳಿಯ ರೂಪ ಬರತೊಡಗಿತ್ತು. ಅವರು ಎಲ್ಲೆಂದರಲ್ಲಿ ಬಿಡಾರ ಹಾಕಿದ್ದರು. ಹಣವಂತರು ಡೇರೆಯ ಒಳಗಿದ್ದರೆ ಇತರರು ಮುರುಕು ಜೋಪಡಿಗಳನ್ನಾಶ್ರಯಿಸಿದ್ದರು. ಹೆಚ್ಚಿನವರು ಏನೂ ಸಿಗದೆ ನಾಲ್ಕು ಕಂಬಗಳಿಗೆ ಜಮಖಾನ ಬಿಗಿದು ಅದರ ಕೆಳಗೆ ವಾಸಿಸುತ್ತಿದ್ದರು. ಇಣುಕುವ ಕಣ್ಣುಗಳಿಗೆ ಗೋಡೆಯಾಗಿ ನಾಲ್ಕು ಬದಿಗೆ ತೂಗು ಹಾಕಲು ತಗಡಿನ ಹಾಳೆ ದೊರಕಿದರೆ ಅದೇ ಅದೃಷ್ಟ ಅಂದುಕೊಳ್ಳುತ್ತಿದ್ದರು ಅವರು. ಅಷ್ಟಾದರೆ ಅದು ಮನೆಯಂತೆಯೇ ಅನಿಸುತ್ತಿತ್ತು ಅವರಿಗೆ. ತಮ್ಮ ಮತ್ತು ಮಕ್ಕಳ ಹೊಟ್ಟೆ ತುಂಬುವುದಕ್ಕಾಗಿ ಗಂಡಸರು ಅದು ಇದು ಅನ್ನದೆ ಏನಾದರೂ ಕೆಲಸ ಮಾಡುತ್ತಿದ್ದರು.

ಅವರೆಲ್ಲರಲ್ಲಿ ಮಿಕಾಲಿ ಮಾತ್ರ ಏನನ್ನೂ ಮಾಡುವಂತಿರಲಿಲ್ಲ. ತಮಗೆ ತೋಚಿದಾಗ ನೆರೆಕರೆಯವರೇನಾದರೂ ಕೊಟ್ಟರೆ ತಿನ್ನುತ್ತಿದ್ದ. ಇದು ಅವನ ಮನಸ್ಸನ್ನು ಕೊರೆಯುತ್ತಿತ್ತು. ಹದಿನಾಲ್ಕರ ಪ್ರಾಯಕ್ಕೇನೇ ಅವನು ಗಟ್ಟಿ ಮುಟ್ಟಾಗಿ ಬೆಳೆದಿದ್ದ. ಆದರೆ ಅದೇ ತಾನೇ ಕಣ್ತೆರೆದಿದ್ದ ಮಗುವೊಂದು ಅಕ್ಷರಶಃ ಅವರ ಬೆನ್ನಲ್ಲಿ ಬಿದ್ದಿರುವಾಗ ಅತ ಕೆಲಸ ಮಾಡುವುದಾದರೂ ಹೇಗೆ? ತನ್ನ ಹುಟ್ಟಿನೊಂದಿಗೆ ತಾಯಿ ಸತ್ತ ಬಳಿಕ ಆ ಮಗು ರಾತ್ರಿ ಹಗಲು ಅತ್ತು ತನ್ನ ಹಸಿವನ್ನು ಲೋಕಕ್ಕೆ ಸಾರುತ್ತಿತ್ತು. ಅವನ ದೇಶಬಾಂಧವರೇ ಮಗುವಿನ ನಿರಂತರ ಚೀರಾಟಕ್ಕೆ ಬೇಸತ್ತು ಅವನನ್ನು ದೂರ ಮಾಡಿರುವಾಗ ಬೇರೆ ಯಾರು ತಾನೇ ಕರೆದು ಕೆಲಸ ಕೊಡುತ್ತಾರೆ? ಮಿಕಾಲಿಗೇನೇ ಆ ಅಳುವನ್ನು ಕೇಳಿ ಕೇಳಿ ಮಂಕು ಬಡಿದಿತ್ತು. ನಿದ್ದೆ ಇಲ್ಲದ, ಬಳಲಿ ಹೋಗಿದ್ದ ಮಿಕಾಲಿ ಏನು ಮಡಲೂ ತೋಚದೆ ದಿಕ್ಕುತಪ್ಪಿದ ಆತ್ಮದಂತೆ ಅಲೆಯುತ್ತಿದ್ದ. ಅವನ ದುರ್ದೈವಕ್ಕೆ, ಅದರ ದುರ್ದೈವಕ್ಕೆ, ಹುಟ್ಟುವುದಕ್ಕಾಗಿ ಆ ಕೆಟ್ಟ ಗಳಿಗೆಯನ್ನು ಆರಿಸಿಕೊಂಡಿದ್ದ ಮಗುವಿನ ಭಾರ ಅವನ ಮೇಲೆ ಬಿದ್ದಿತ್ತು.

ತಮ್ಮದೇ ತೊಂದರೆಗಳಲ್ಲಿ ಬಿದ್ದಿದ್ದ ಜನರು ಈ ಮಗುವಿನ ಕಿರಿಕಿರಿಯನ್ನು ತಾಳಲಾರದೆ ಅದೊಮ್ಮೆ ಸತ್ತಿದ್ದರೆ ಸಾಕಿತ್ತು ಅಂದುಕೊಳ್ಳುತ್ತಿದ್ದರು. ಆದರೆ ಹಾಗಾಗಲಿಲ್ಲ. ಬದುಕುವ ಹಟ ತೊಟ್ಟಿದ್ದ ಮಗು ಇನ್ನಷ್ಟು ಜೋರಾಗಿ ಅತ್ತು ತನ್ನ ಹಸಿವನ್ನು ತಿಳಿಸುತ್ತಿತ್ತು. ತಲೆ ಚಿಟ್ಟು ಹಿಡಿಸಿಕೊಂಡಿದ್ದ ಹೆಂಗಸರು ಕಿವಿಯನ್ನು ಮುಚ್ಚಿಕೊಳ್ಳುತ್ತಿದ್ದರು. ಅಮಲೇರಿದವನಂತೆ ಮಿಕಾಲಿ ಅತ್ತ ಇತ್ತ ತಿರುಗುತ್ತಿದ್ದ. ಮಗುವಿಗೆ ಹಾಲುಕೊಳ್ಳಲು ಅವನ ಜೇಬಿನಲ್ಲಿ ಚಿಕ್ಕಾಸು ಇರಲಿಲ್ಲ. ಶಿಬಿರದ ಹೆಂಗಸರಲ್ಲಿ ಯಾರೂ ಮಗುವಿಗೆ ಮೊಲೆಯುಣಿಸುವ ಸ್ಥಿತಿಯಲ್ಲಿರಲಿಲ್ಲ. ಒಬ್ಬನಿಗೆ ಹುಚ್ಚು ಹಿಡಿಸಲು ಇನ್ನೇನು ಬೇಕು ?

ಒಂದು ದಿನ ತಡೆಯಲಾರದೆ ಮಿಕಾಲಿ ಶಿಬಿರದ ಇನ್ನೊಂದು ಬದಿಯಲ್ಲಿ ಅನತೋಲಿಯನರು ಇರುವೆಡೆಗೆ ಹೋದ. ಅವರು ಕೂಡಾ ಏಷ್ಯಾ ಮೈನರ್‌ನಲ್ಲಿ ತುರ್ಕಿ ನಡೆಸಿದ ಹತ್ಯಾಕಾಂಡದಿಂದ ತಪ್ಪಿಸಿಕೊಂಡು ಬಂದಿದ್ದರು. ಅಲ್ಲೊಬ್ಬಾಕೆ ಬಾಣಂತಿ ಇರುವುದಾಗಿ ಯಾರೋ ಮಿಕಾಲಿಗೆ ಹೇಳಿದ್ದರು. ಅವಳಾದರೂ ಮಗುವಿನ ಮೇಲೆ ದಯೆತೋರಬಹುದೆಂದು ಮಿಕಾಲಿ ಅಲ್ಲಿಗೆ ನಡೆದ. ಅವರ ಶಿಬಿರವೂ ಅವನದರಂತೆಯೇ ಇತ್ತು – ಅದೇ ಕಿತ್ತು ತಿನ್ನುವ ಬಡತನ. ಹುಲ್ಲು ಚಾಪೆಯ ಮೇಲೆ ಮುದುಡಿ ಕುಳಿತ ಮುದುಕಿಯರು, ಕೊಚ್ಚೆಯಲ್ಲಿ ಆಟವಾಡುತ್ತಿದ್ದ ಬರಿಗಾಲ ಮಕ್ಕಳು ಅವರ ಸ್ಥಿತಿಗೆ ಹಿಡಿದ ಕನ್ನಡಿ. ಅತ ಸಮೀಪಿಸಿದಾಗ ಕೆಲವು ಮುದುಕಿಯರು ಎದ್ದು ಬಂದು ಏನೆಂದು ವಿಚಾರಿಸಿದರು. ಆತ ಉತ್ತರಿಸದೆ ಪವಿತ್ರ ಕನ್ನಿಕೆಯ ಮೂರ್ತಿ ನೇತಾಡುತ್ತಿದ್ದ ಒಂದು ಡೇರೆಯ ದ್ವಾರದತ್ತ ನಡೆದ. ಅದರೊಳಗಿನಿಂದ ಮಗುವಿನ ಅಳು ಕೇಳಿಸುತ್ತಿತ್ತು.

"ಪೂಜ್ಯ ಮೇರಿಯ ಹೆಸರಲ್ಲಿ ದಯೆತೋರಿ ಈ ಅನಾಥ ಶಿಶುವಿಗೆ ಒಂದಿಷ್ಟು ಹಾಲುಣಿಸಿ. ನಾನೊಬ್ಬ ಬಡ ಆರ್ಮೇನಿಯನ್ ನಿರಾಶ್ರಿತ"– ಅವನು ಗ್ರೀಕ್ ಭಾಷೆಯಲ್ಲಿ ಹೇಳಿದ.

ಅವನ ಸ್ವರ ಕೇಳಿ ಸುಂದರಿಯಾದ ಹೆಣ್ಣೊಬ್ಬಳು ಹೊರಗೆ ಬಂದಳು. ಅವಳ ತೋಳಲ್ಲಿದ್ದ ಮಗು ತನ್ಮಯತೆಯಿಂದ ಕಣ್ಣುಮುಚ್ಚಿ ಹಾಲು ಹೀರುತ್ತಿತ್ತು.

"ಮಗುವನ್ನು ನೋಡೋಣ. ಗಂಡೋ ಹೆಣ್ಣೊ ?"

ಮಿಕಾಲಿಯ ಹೃದಯ ಆನಂದದಿಂದ ತುಡಿಯಿತು. ಅಷ್ಟರಲ್ಲಿ ನೆರೆಕರೆಯ ಹಲವರು ಅವನ ಸುತ್ತು ಸೇರಿದ್ದರು. ಹೆಗಲ ಚೀಲದೊಳಗಿದ್ದ ಅವನ ತಮ್ಮನನ್ನು ಹೊರತೆಗೆಯಲು ಅವರೆಲ್ಲರೂ ಸಹಕರಿಸಿದರು. ಅವನು ಬಟ್ಟೆ ಸರಿಸಿದಾಗ ಅವರೆಲ್ಲರೂ ಕುತೂಹಲದಿಂದ ಬಾಗಿ ನೋಡಿದರು. ಹೆಂಗಸರು ಚೀರುತ್ತಾ ಹಿಂದಕ್ಕೆ ಸರಿದರು. ಮಾನವ ಶಿಶುವಿನಂತೆ ತೋರಲು ಅಲ್ಲೇನೂ ಉಳಿದಿರಲಿಲ್ಲ. ಕ್ಷೀಣವಾಗಿ ಮುದುಡಿಕೊಂಡಿದ್ದ ಮಗುವಿನ ಮೈಯಲ್ಲಿ ತಲೆ ದೈತ್ಯಾಕಾರವಾಗಿ ಕಾಣಿಸುತ್ತಿತ್ತು. ಒಂದೇ ಸವನೆ ಹೆಬ್ಬೆಟ್ಟು ಚೀಪಿದ್ದರಿಂದ ಅದೀಗ ಬಾಯೊಳಗೆ ಹೋಗದಷ್ಟು ದೊಡ್ಡದಾಗಿ ಬೀಗಿಕೊಂಡಿತ್ತು. ಅದೊಂದು ಬೀಭತ್ಸ ದೃಶ್ಯ! ಮಿಕಾಲಿಯೇ ಭಯದಿಂದ ಹಿಮ್ಮೆಟ್ಟಿದ.

ಒಂದು ಮುದುಕಿ ಉದ್ಗರಿಸಿತು :

"ದೇವರೇ ! ಇದು ಪಿಶಾಚಿ; ನಿಜಕ್ಕೂ ನೆತ್ತರು ಹೀರುವ ಪಿಶಾಚಿ. ಮಗುವಲ್ಲ ! ನನ್ನಲ್ಲಿ ಹಾಲಿದ್ದಿದ್ದರೂ ನಾನದನ್ನು ಈ ಮಗುವಿಗೆ ಕೊಡ್ತಿರಲಿಲ್ಲ."

ಇನ್ನೊಬ್ಬಾಕೆ ಶಿಲುಬೆಯ ಸನ್ನೆ ಮಾಡುತ್ತಾ ನುಡಿದಳು :

"ಇದೊಂದು ಕ್ರಿಸ್ತ ವೈರಿ ! ತುರುಕನ ಮಗುವಿರಬೇಕು !"

ಮತ್ತೊಬ್ಬಳು ಮುದುಕಿ ಚೀರುತ್ತ ಮುಂದೆ ಬಂದಳು. "ಇದು ಸೈತಾನನ ರೂಪವೇ ಆಗಿದೆ. ನಡಿ ಇಲ್ಲಿಂದ ದುರದೃಷ್ಟದವನೆ. ಇನ್ನೊಮ್ಮೆ ಈ ಕಡೆ ಕಾಲಿರಿಸಬೇಡ. ನಿನ್ನಿಂದ ನಮಗೆಲ್ಲ ಅಶುಭವಾಗೋದು ಖಂಡಿತ."

ಅವರೆಲ್ಲರೂ ಸೇರಿ ಮಿಕಾಲಿಯನ್ನು ಬೆದರಿಸಿ ಅಲ್ಲಿಂದ ಅಟ್ಟಿದರು. ಅವನು ಆ ಎಳೆಯ ಜೀವವನ್ನು ಎತ್ತಿಕೊಂಡು ಕಣ್ಣೀರು ಸುರಿಸುತ್ತ ಅಲ್ಲಿಂದ ನಡೆದ.

ಇನ್ನೇನೂ ಮಾಡುವಂತಿರಲಿಲ್ಲ. ಹಸಿವಿನಿಂದ ಸಾಯುವುದೇ ಮಗುವಿನ ವಿಧಿಯಾಗಿತ್ತು. ಒಂದು ಬಗೆಯ ತೀವ್ರ ಒಂಟಿನ ಮತ್ತು ಅನಾಥ ಪ್ರಜ್ಞೆ ಮಿಕಾಲಿಯನ್ನು ಆವರಿಸಿತು. ಮಗು ನಿಜಕ್ಕೂ ಪಿಶಾಚಿಯಿರಬಹುದೇ ಎನ್ನುವ ಭಯವೂ ಅವನನ್ನು ಕಾಡುತ್ತಿತ್ತು. ಆತ ಜೋಪಡಿಯೊಳಗೆ ಬಂದು ಮುಗ್ಗರಿಸಿ ಕುಳಿತ. ಸುಡು ಬಿಸಿಲು. ಎದುರು ಉದ್ದಕ್ಕೂ ಮೈಚಾಚಿಕೊಂಡಿರುವ ಬೆಂಗಾಡು. ಎಲ್ಲೋ ಮಧ್ಯಾಹ್ನದ ಗಂಟೆ ಮೊಳಗಿತು. ನಿನ್ನೆಯಿಂದ ತಾನು ಬರಿಹೊಟ್ಟೆಯಲ್ಲಿರುವುದು ನೆನಪಿಗೆ ಬಂತು ಮಿಕಾಲಿಗೆ. ಮಾರ್ಗದ ಬದಿಯಲ್ಲೋ ಅಥವಾ ಹೋಟೆಲುಗಳ ಹಿಂಭಾಗದಲ್ಲೊ ಸುಳಿದಾಡಿ ಅರ್ಧ ತಿಂದು ಬಿಸುಟದ್ದನ್ನು ಹೆಕ್ಕುವುದು ಅನಿವಾರ್ಯವಾಗಿತ್ತು. ಅಥವಾ ಕಸದ ತೊಟ್ಟಿಯಲ್ಲಿ ನಾಯಿಗಳು ತಿನ್ನದೆ ಬಿಟ್ಟಿದ್ದನ್ನು ಹೆಕ್ಕಿ ತರಬೇಕು. ಒಂದು ಕ್ಷಣ ಬದುಕಿನ ಬೀಭತ್ಸತೆ ಅವನನ್ನು ಗಾಢವಾಗಿ ಅಲ್ಲಾಡಿಸಿದಾಗ ಮಿಕಾಲಿ ಮುಖ ಮುಚ್ಚಿ ಅಳಲಾರಂಭಿಸಿದ.

ಮಿಕಾಲಿ ತಲೆ ಎತ್ತಿದಾಗ ಯಾರೋ ತನ್ನ ಮುಂದೆ ನಿಂತಿರುವುದು ಕಾಣಿಸಿತು. ಮಿಕಾಲಿಗೆ ಆ ಚೀನೀಯನ ಗುರುತು ಹತ್ತಿತು. ಆತ ಆಗಾಗ ಚಿಕ್ಕ ಪುಟ್ಟ ಕಾಗದದ ಸಾಮಗ್ರಿಗಳನ್ನು, ಮೈಯಲ್ಲಿ ಧರಿಸುವ ಯಂತ್ರ, ತಾಯಿತಗಳನ್ನು ಮಾರಲು ಅವರ ಶಿಬಿರಕ್ಕೆ ಬರುತ್ತಿದ್ದ. ಆದರೆ ಯಾರೂ ಆತನಿಂದ ಏನನ್ನೂ ಕೊಂಡುಕೊಳ್ಳುತ್ತಿರಲಿಲ್ಲ. ಅವನ ಮೈಬಣ್ಣ, ಮಾಲುಗಣ್ಣನ್ನು ಅಪಹಾಸ್ಯ ಮಾಡುತ್ತಿದ್ದ ಮುಂದಿಯೇ ಹೆಚ್ಚು. "ಲೀ ಲಿಂಕ್, ನಾರುವ ಚಿಂಕ್" ಎಂದು ಬೊಬ್ಬಿಡುತ್ತ ಮಕ್ಕಳು ಅವನ ಬೆನ್ನು ಹತ್ತುತ್ತಿದ್ದರು.

ಅವನು ಮೃದುವಾಗಿ ತನ್ನತ್ತ ನೋಡಿ ಏನನ್ನೋ ಹೇಳಲು ಯತ್ನಿಸುತ್ತಿರುವುದು ಕಂಡಿತು ಮಿಕಾಲಿಗೆ. ಕೊನೆಗೊಮ್ಮೆ ಚೀನೀಯ ಧೈರ್ಯ ತಂದುಕೊಂಡು ಹೇಳಿದ: "ನೀನು ಅಳಬಾರದು ಮಗೂ....ನನ್ನ ಜೊತೆಯಲ್ಲಿ ಬಾ."

ಮಿಕಾಲಿ ನಕಾರಾತ್ಮಕವಾಗಿ ತಲೆ ಆಡಿಸಿದ. ಅವನಿಗೆ ಅಲ್ಲಿಂದ ಓಡಿ ಹೋಗಬೇಕು ಎಂದೆನಿಸಿತು. ಅವನು ಇಂಥ ಪೌರಸ್ತ್ಯರ ಕ್ರೂರ ಕೃತ್ಯಗಳ ಬಗ್ಗೆ ನೂರಾರು ಭಯಾನಕ ಕತೆಗಳನ್ನು ಕೇಳಿದ್ದ! ಚೀನೀಯರು ಯೆಹೂದ್ಯರಂತೆ ಕ್ರೈಸ್ತರ ಮಕ್ಕಳನ್ನು ಕದ್ದು, ಕೊಂದು ನೆತ್ತರು ಕುಡಿಯುತ್ತಾರೆ ಎಂದು ಕೂಡ ಶಿಬಿರದಲ್ಲಿ ಜನರು ಆಡಿಕೊಳ್ಳುವುದನ್ನು ಆತ ಕೇಳಿದ್ದ.

ಆದರೂ ಆ ವ್ಯಕ್ತಿ ನಿಂತಲ್ಲಿಂದ ಕದಲಲಿಲ್ಲ. ಎಷ್ಟೇ ಆತಂಕವಿದ್ದರೂ ಕೊನೆಗೆ ಮಿಕಾಲಿ ಆತನನ್ನು ಹಿಂಬಾಲಿಸಿದ. ಇನ್ನೂ ಹೆಚ್ಚಿನ ಯಾವ ಕೆಡುಕು ತನಗೆ ಆಗಲು ಸಾಧ್ಯ? ನಡೆಯುತ್ತಿದ್ದಂತೆ ಮಿಕಾಲಿ ಮುಗ್ಗರಿಸಿ ಮಗುವಿನೊಂದಿಗೆ ಬೀಳುವಂತಾದ. ಚೀನೀಯ ಆತನ ಬಳಿಗೆ ಬಂದು ಮಗುವನ್ನೆತ್ತಿಕೊಂಡು ಮೆಲ್ಲಗೆ ತನ್ನ ಎದೆಗವಚಿ ಹಿಡಿದುಕೊಂಡ. ಅವರು ನಿರ್ಜನ ಪ್ರದೇಶವನ್ನು ದಾಟಿ ಅಗಲ ಕಿರಿದಾದ ಒಂದು ಓಣಿಯನ್ನು ತಲಪಿದರು. ಅದರ ಕೊನೆಯಲ್ಲಿ ಪುಟ್ಟ ಹೂದೋಟದ ನಡುವೆ ಮರದಿಂದ ಮಾಡಿದ ಮನೆಯೊಂದಿತ್ತು. ಅವನು ಮನೆಯ ಬಾಗಿಲ ಮುಂದೆ ನಿಂತು ಎರಡು ಬಾರಿ ಚಪ್ಪಾಳೆ ತಟ್ಟಿದ. ಒಳಗಿನಿಂದ ಹೆಜ್ಜೆಯ

ಸಪ್ಪಳ ಕೇಳಿಸಿತು. ಬಾಗಿಲು ತೆರೆದವಳು ಒಬ್ಬಾಕೆ ಪುಟಾಣಿ ಹೆಂಗಸು. ಅವರನ್ನು ನೋಡುತ್ತಲೇ ಆಕೆಯ ಮುಖ ಸಂತಸದಿಂದ ಅರಳಿತು. ಅವಳು ಮೈಬಾಗಿ ವಂದಿಸಿದಳು. ಮಿಕಾಲಿ ಸಂದೇಹಿಸುತ್ತಾ ಅಲ್ಲೇ ನಿಂತಾಗ ಚೀನೀಯ ಹೇಳಿದ:

"ಒಳಗೆ ಬಾ ಹೆದರಬೇಡ; ಇವಳು ನನ್ನ ಹೆಂಡತಿ."

ಮಿಕಾಲಿ ಒಳಗೆ ನಡೆದ. ತುಸು ದೊಡ್ಡದೇ ಆಗಿದ್ದ ಕೋಣೆಯನ್ನು ಕಾಗದದ ಗೋಡೆ ಇಬ್ಭಾಗ ಮಾಡಿತ್ತು. ಬಡತನ ಕಣ್ಣಿಗೆ ಹೊಡೆಯುವಂತಿದ್ದರೂ ಕೋಣೆ ಸ್ವಚ್ಛವಾಗಿ, ಚೊಕ್ಕಟವಾಗಿತ್ತು. ಮೂಲೆಯಲ್ಲಿ ಕಡ್ಡಿಗಳಿಂದ ತಯಾರಿಸಿದ ತೊಟ್ಟಿಲು ತೂಗುತ್ತಿತ್ತು.

ಆಕೆ ಅವನನ್ನು ನೋಡಿ ಮುಗುಳ್ನಕ್ಕು ಹೇಳಿದಳು:

"ಅದು ನನ್ನ ಮಗು. ಅದು ಎಷ್ಟು ಪುಟ್ಟದಾಗಿ ಎಷ್ಟು ಮುದ್ದಾಗಿದೆ, ನೋಡು ಬಾ."

ಮಿಕಾಲಿ ಬಳಿ ಸರಿದು ಬಾಗಿ ನೋಡಿದ. ದುಂಡುದುಂಡಗಿನ ಕೆಲವೇ ದಿನಗಳ ಶಿಶು ಬಂಗಾರದ ಬಣ್ಣದ ಶಾಲು ಹೊದ್ದುಕೊಂಡು ಮರಿದೊರೆಯಂತೆ ಮಲಗಿಕೊಂಡಿತ್ತು.

ಆಕೆಯ ಗಂಡ ಅವಳನ್ನು ಹತ್ತಿರ ಕರೆದು ಚಾಪೆಯಲ್ಲಿ ಕುಳಿತುಕೊಳ್ಳುವಂತೆ ಹೇಳಿದ. ಒಂದೇ ಒಂದು ಮಾತನ್ನು ಹೇಳದೆ ಹಸಿವೆಯಿಂದ ಚೀರುತ್ತಿದ್ದ ಮಗುವನ್ನು ಅವಳ ತೊಡೆಯ ಮೇಲಿರಿಸಿದ. ಆಶ್ಚರ್ಯ ಚಕಿತಳಾದ ಅವಳು ಮಗುವಿನ ಹೊದಿಕೆ ಸರಿಸಿ ನೋಡಿದಳು. ಅಲ್ಲಿ ಕಾಣಿಸಿತು ಅಸ್ಥಿಪಂಜರದ ಭಯಾನಕತೆ. ಅವಳ ಬಾಯಿಂದ ಅಪಾರ ಕರುಣೆ ಉಕ್ಕುವ ಉದ್ಗಾರವೊಂದು ಹೊರಬಿತ್ತು. ಆಕೆ ಮಗುವನ್ನು ಎದೆಗೊತ್ತಿಕೊಂಡು ಅದರ ಬಾಯನ್ನು ತನ್ನ ಮೊಲೆಗೆ ಹಚ್ಚಿದಳು. ಆ ಬಳಿಕ ಲಜ್ಜೆಯಿಂದ, ಹಾಲುಕ್ಕಿ ಹರಿಯುತ್ತಿದ್ದ ತನ್ನ ಸ್ತನವನ್ನೂ ಒತ್ತಿ ಒತ್ತಿ ಹಾಲು ಹೀರುತ್ತಿದ್ದ ಮಗುವನ್ನೂ ಬಟ್ಟೆಯಿಂದ ಮರೆಮಾಡಿದಳು.

○

○ ದೆಸ್ಪಿನಾ ದೆಜೋರ್ಜಿಸ್

ಪ್ರಶಾಂತ ಸಮುದ್ರ

ಮೊಗಸಾಲೆಯಲ್ಲಿ ಬೆಳಕಿದೆ. ಇಡೀ ರಾತ್ರಿ ಅಲ್ಲಿ ಬೆಳಕಿರುತ್ತದೆ ಮತ್ತು ಅದು ನಿರ್ಜನವಾಗಿರುತ್ತದೆ. ಅದರ ಕೊನೆಯಲ್ಲಿ, ಆ ಬಿಳಿ ಬಾಗಿಲಿನ ಹಿಂದಿರುವ ಚೌಕಾಕಾರದ ಕೋಣೆಯಲ್ಲಿ ಕತ್ತಲಿದೆ. ಅದರ ಇನ್ನೊಂದು ಬಾಗಿಲು ಹೊರಗೆ ತೋಟದ ಕಡೆಗೆ ತೆರೆದುಕೊಳ್ಳುತ್ತದೆ. ತೇವಭರಿತ – ರಾತ್ರಿಯಲ್ಲಿ ತೊಯ್ದ ಎಲೆಗಳು ತಮ್ಮ ಕಟು ಗಂಧವನ್ನು ಸುತ್ತಲೂ ಹರಡುತ್ತವೆ.

ಆದರೆ ಇವೆಲ್ಲವನ್ನೂ ನಾನು ಗಮನಿಸಿದ್ದು ಬಹು ಸಮಯದ ಅನಂತರ. ಈ ರಾತ್ರಿ – ಇಲ್ಲಿ ನನ್ನ ಮೊದಲ ರಾತ್ರಿ – ನನ್ನ ಗಮನಕ್ಕೆ ಬಂದುದು ಪ್ರಕಾಶಮಾನವಾಗಿ ಬೆಳಗುವ ಮೊಗಸಾಲೆ ಮತ್ತು ಬಾಗಿಲ ಮೇಲಣ ಮಸುಕು ಗಾಜಿನ ಮೂಲಕ ಒಳಗೆ ತೂರಿ ನನ್ನ ಕೋಣೆಗೆ ಬೆಳಕು ನೀಡುತ್ತಿರುವ ಅದರ ಪ್ರತಿಫಲನ. ಒರಟಾದ ಮೇಲು ಹೊದಿಕೆ ನನ್ನ ಮುಖಕ್ಕೆ ಒತ್ತುತ್ತದೆ. ಶಾಂತವಾದ ಬೆಳಕು.

ನನ್ನ ಬಳಿ ಇರುವ ಆರಾಮ ಕುರ್ಚಿಯಲ್ಲಿ ಮಲಗುವುದಕ್ಕೆ ಯಾರೋ ಸಿದ್ಧತೆ ನಡೆಸುತ್ತಿದ್ದಾರೆ. ಆ ವ್ಯಕ್ತಿಯ ಧ್ವನಿ ಹೇಳುತ್ತಿದೆ :

"ಪರವಾಗಿಲ್ಲ, ಅನುಕೂಲವಾಗಿಯೇ ಇದೆ. ಇಲ್ಲ, ಅಷ್ಟೊಂದು ಚಳಿ ಇಲ್ಲ."

ಬಟ್ಟೆಯ ಸದ್ದು ಕೇಳಿಸುತ್ತದೆ. ರಾತ್ರಿಯೆಲ್ಲ ಆ ದೇಹ ಅಸ್ವಾಸ್ಥ್ಯದಿಂದ ಅತ್ತಿತ್ತ ಮಿಸುಕಾಡುವುದು ನನ್ನರಿವಿಗೆ ಬರುತ್ತದೆ.

ನಾಲ್ಕಾರು ದಿಂಬುಗಳ ಮೇಲೆ ತಲೆಯನ್ನು ಎತ್ತರದಲ್ಲಿರಿಸಿ ನಾನು ಅಲುಗಾಡದೆ ಮಲಗುತ್ತೇನೆ. ಸಮಯ ಬೇಗನೆ ಸರಿದು ನಾಳೆ ಬರಬೇಕು. ಅದು ಕಳೆದು ನಾಳಿದ್ದು, ಆಮೇಲೆ ಮುಂದಿನ ದಿನಗಳು. ಇಷ್ಟನ್ನೆ ನಾನು ಬಯಸುವುದು. ಬೇರೇನನ್ನೂ ನಾನು ಯೋಚಿಸುವುದಿಲ್ಲ. ನಾನು ಸುಮ್ಮನೆ ಮಲಗಿ ಗಂಟೆಗಳು ನಿಧಾನವಾಗಿ ಸರಿಯುವುದನ್ನು ಅನುಭವಿಸುತ್ತೇನೆ. ನನ್ನ ಸುತ್ತು ಮುತ್ತು ಇರುವ ವಸ್ತುಗಳು ಅವುಗಳ ಮೇಲೆ ಒಂದು ಅದೃಶ್ಯ ಉಸಿರು ಹರಿದಾಡಿದಂತೆ ಬಣ್ಣ ಬದಲಾಯಿಸುವುದರಿಂದ ನನಗೆ ಹೊತ್ತು ಸರಿಯುವುದು ತಿಳಿಯುತ್ತದೆ.

ಪ್ರಾಯಶಃ ನಾನು ಸ್ವಲ್ಪ ಹೊತ್ತು ನಿದ್ದೆ ಹೋಗಿರಬೇಕು.

ಮುಚ್ಚಿದ ಬಾಗಿಲಿನಿಂದ ಒಂದು ಬಿಳಿ ಆಕೃತಿ ಒಳಗೆ ಬಂದು ತನ್ನ ಶೀತಲ ಕೈಯನ್ನು ನನ್ನ ಹಣೆಯ ಮೇಲಿರಿಸಿ ಹೇಳಿತು :

"ರಾತ್ರಿ ತುಂಬ ದೀರ್ಘವಾಗಿದೆ ಸಮಯ ಕೆಲವೊಮ್ಮೆ ಈ ನಿಶ್ಶಬ್ದ ಕೋಣೆಯಲ್ಲಿ ಚಲಿಸೋದನ್ನು ಮರೆತು ಸುಮ್ಮನೆ ನಿಂತು ಬಿಡ್ತದೆ. ನಿನಗಾಗಿ ರಾತ್ರಿಯನ್ನು ನಾನು ಕಿರಿದುಗೊಳಿಸ್ತೇನೆ."

ನಾನು ನಿದ್ದೆ ಹೋದೆ.

ಇದೀಗ ಮಧ್ಯರಾತ್ರಿ ಕಳೆದು ತುಂಬಾ ಹೊತ್ತಾಗಿದೆ. ನಾನಿನ್ನೂ ದಿಂಬಿನ ಮೇಲೆ ತಲೆ ಇರಿಸಿ ಅದೇ ರೀತಿ ಮಲಗಿದ್ದೇನೆ. ಹಿಂದಿನ ರಾತ್ರಿ ಇದೇ ವೇಳೆಯಲ್ಲಿ ಈ ದೇಹ ನಿರಾತಂಕವಾಗಿ, ಸ್ವಚ್ಛಂದವಾಗಿ ಮಲಗಿಕೊಂಡಿತ್ತು. ಇನ್ನೊಮ್ಮೆ ಅದೇ ರೀತಿ ಮೈಚೆಲ್ಲಿ, ಮೈಮರೆತು ಮಲಗಲು ಅದೆಷ್ಟು ಸಮಯ ಬೇಕಾಗಬಹುದೋ ಏನೊ!

ನಿಶ್ಶಬ್ದ, ಶಾಂತ.

ನನ್ನ ಪಕ್ಕದ ಕುರ್ಚಿಯಲ್ಲಿ ಮಲಗಿ ರಾತ್ರಿ ಕಳೆದ ವ್ಯಕ್ತಿ ಎದ್ದು ನಿಲ್ಲುತ್ತದೆ. ನನ್ನ ಬಳಿಗೆ ಬಂದು ಆಕೆ ಬಾಗಿ ನೋಡುತ್ತಾಳೆ.

"ನಿದ್ದೆ ಬಂತಾ? ಈಗ ಚೆನ್ನಾಗಿದ್ದೀಯಾ? ನಾನು ಕಿಟಿಕಿಗಳನ್ನು ತೆರೆಯಲೇ? ಈಗ ಬೆಳಗಾಗಿರಬೇಕು."

ಆಕೆ ಪರದೆ ಸರಿಸಿ ಸದ್ದಾಗದಂತೆ ಕಿಟಿಕಿಗಳನ್ನು ತೆರೆಯುತ್ತಾಳೆ. ಚೌಕಾಕೃತಿಯ ಮಂದ ಬೆಳಕು ಕಾಣಿಸಿಕೊಳ್ಳುತ್ತಿದೆ. ಆಕೆ ಮತ್ತೆ ಹಾಸಿಗೆಯ ಬಳಿ ಬಂದು ನನ್ನತ್ತ ಬಾಗುತ್ತಾಳೆ. ಅವಳ ಮುಖದಲ್ಲಿ ಒಂದಿಷ್ಟೂ ಆಯಾಸದ ಕಳೆ ಇಲ್ಲ. ಅವಳಲ್ಲಿನ ಶಾಂತತೆ ಮೆಲ್ಲಗೆ ನನ್ನ ಮೈಯನ್ನು ತುಂಬಿಕೊಳ್ಳುತ್ತದೆ. ಅವಳ ಬಿಚ್ಚಿಕೊಂಡ ಕೂದಲಲ್ಲಿ ಅಲ್ಲಿ ಇಲ್ಲಿ ಕಾಣಿಸುವ ಬಿಳಿ ಗೆರೆಗಳು ಯಾವುದೋ ಅಕ್ಕರೆಯ ಭಾವವನ್ನು ನನ್ನಲ್ಲಿ ಮೂಡಿಸುತ್ತವೆ. ಇಲ್ಲ, ಈ ಮುಖದಲ್ಲಿ ಬಳಲಿಕೆಯ ಚಿಹ್ನೆ ಇಲ್ಲ. ಅಲ್ಲದೆ ನಾನಿನ್ನೂ ಅವಳ ಕಣ್ಣುಗಳ ಮೂಲಕ ಜಗತ್ತನ್ನು ನೋಡುತ್ತಿದ್ದ ಬಹಳ ಹಿಂದಿನ ಆ ದಿನಗಳ ಅನಂತರ ಅವಳಿಗೆ ಆರಾಮ ಕುರ್ಚಿಯಲ್ಲಿ ನಿದ್ರಿಸಿ, ಜ್ವರದಿಂದ ಸುಡುತ್ತಿರುವ ಹಣೆಯನ್ನು ಕೈಯಿಂದಲೂ, ತುಟಿಗಳಿಂದಲೂ ಸವರಿ ತಂಪಾಗಿಸುವುದು ಅಭ್ಯಾಸವಾಗಿರಬೇಕು. ನಮ್ಮ ನಡುವೆ ನುಸುಳಿಕೊಂಡಿದ್ದ ಆ ಹೊಸ ಬದುಕಿನ ಆತಂಕಗಳು ಈಗ ಕರಗುತ್ತಿವೆ. ನಾನು ಅವಳನ್ನು ಅಗಲಿದ ಬಳಿಕ ಈಗ ಮತ್ತೊಮ್ಮೆ ನಾವು ಸಮೀಪವಾಗಿದ್ದೇವೆ. ಅವಳು ಹಾಸಿಗೆಯ ಪಕ್ಕಕ್ಕೆ ಸರಿಯುತ್ತಾಳೆ; ನಾನು ಕಿಟಿಕಿಯಿಂದ ಹೊರಗೆ ನೋಡುತ್ತೇನೆ. ಮಂದವಾದ ಬೆಳಕಿನಲ್ಲಿ ತೆಳುವಾದ ದೇವದಾರು ವೃಕ್ಷಗಳು, ಒಂದು ದೊಡ್ಡ ಕಟ್ಟಡ ಗೋಚರವಾಗುತ್ತವೆ. ಗಾಢವಾದ ನಿಶ್ಶಬ್ದ. ಆಕಾಶ ಕಾಣಿಸುತ್ತಿರಲಿಲ್ಲ. ಎರಡನೆಯ ಮಾಳಿಗೆಯ ಒಂದು ಕಿಟಿಕಿಯಲ್ಲಿ ಬೆಳಕಿದೆ. ಆ ಇಡೀ ಕಟ್ಟಡದಲ್ಲಿ ಬೆಳಕು ಕಾಣಿಸುತ್ತಿರುವ ಕೋಣೆ ಅದೊಂದೇ. ರಾತ್ರಿ ಇನ್ನೂ ಸರಿದಿಲ್ಲ. ದೇವದಾರು ಮರಗಳ ನಡುವೆ ಒಂದು ಬೆಳಕು ಬೀರುವ ಕಿಂಡಿ. ಆ ಕೋಣೆಯಲ್ಲಿ ಯಾರು ನಿದ್ದೆ ಇಲ್ಲದೆ ಮಲಗಿರಬಹುದು? ಅಲ್ಲೂ ಯಾರೋ ಒಬ್ಬರು ರಾತ್ರಿಯನ್ನು ಕುರ್ಚಿಯಲ್ಲಿ ಕಳೆದಿರಬಹುದು. ಇದೇ ಕ್ಷಣದಲ್ಲಿ ಅಲ್ಲೂ ಯಾರೊ ಒಬ್ಬರು ಸುಡುತ್ತಿರುವ ಹಣೆಯನ್ನು ತಂಪಾಗಿಸುತ್ತಿರಬಹುದು.

"ಈಗ ಹೇಗನಿಸ್ತಿದೆ? ನಿನಗೇನಾದರೂ ಬೇಕೆ? ಸ್ವಲ್ಪ ನಿದ್ದೆ ಮಾಡಲು ಪ್ರಯತ್ನಿಸು."

ಅಲ್ಲಿ ಬೆಳಕು ತೋರುವ ಒಂದು ಕಿಟಿಕಿ. ಇಲ್ಲಿ ತೆರೆದಿರುವ ಕಿಟಿಕಿ ಮತ್ತು ಕತ್ತಲು.

ಬೆಳಗಾಯಿತು. ದಿನವಿನ್ನೂ ಬರಲಿರುವ ಭರವಸೆ. ಯಾಕೆಂದರೆ ಕಳೆದುಹೋದ ನಿನ್ನೆಗೆ ನಾಳೆಯಾಗಿರುವ ದಿನದ ಮುಂಜಾನೆ ಇದು. ನನ್ನನ್ನು ಕಟ್ಟಿಹಾಕಿದ್ದ ನೋವುಗಳೆಲ್ಲ ನಿನ್ನೆಯೊಂದಿಗೆ ಕರಗಿ ಹೋದವು. ನನ್ನ ತಲೆ ದಿಂಬುಗಳನ್ನು ಸರಿಪಡಿಸಲಾಗಿದೆ. ನಾನು ಎದ್ದು ಕೂರುತ್ತೇನೆ. ನನ್ನ ಮುಖವನ್ನು ಒದ್ದೆ ಟವೆಲಿನಿಂದ ತೊಳೆಯಲಾಯಿತು. ನಾನು ಮತ್ತೊಮ್ಮೆ ಮಗುವಾಗಿದ್ದೇನೆ. ಯರೋ ನನ್ನ ಕೂದಲನ್ನು ಬಾಚಲಿದ್ದಾರೆ....ಬೆರಳುಗಳು ನನ್ನ ಕೂದಲಿನ ಸಿಕ್ಕು ಬಿಡಿಸುತ್ತವೆ. ಬಾಚಣಿಗೆ ಓಡಾಡುತ್ತದೆ. ಆಗೀಗೊಮ್ಮೆ ಅದು ನನ್ನ ಕೂದಲಲ್ಲಿ ಸಿಕ್ಕಿಕೊಂಡು ನೋಯುತ್ತದೆ. ಪ್ರಾಯಶಃ ಜಡೆ ಹೆಣೆಯುತ್ತಾರೋ ಏನೋ.....ಹಾಗಾದರೆ ನಾನು ಯಾರು ? ನಾನೆಲ್ಲಿಂದ ಬಂದೆ ? ಹಸಿರು ಬೆಂಚುಗಳಿರುವ ತರಗತಿ...

"ನಿನ್ನ ಕೂದಲು ಯಾಕೆ ಹೀಗೆ ಅಸ್ತವ್ಯಸ್ತವಾಗಿದೆ ?"

"ನನ್ನ ಅಮ್ಮನಿಗೆ ಇವತ್ತು ಹುಶಾರಿಲ್ಲ...ಬೇರೆ ಯಾರೂ ನನ್ನ ತಲೆ ಬಾಚೋದಕ್ಕೆ ನಾನು ಬಿಡೋದಿಲ್ಲ."

ಬಾಗಿಲು ತೆರೆದುಕೊಳ್ಳುತ್ತದೆ. ಬೆಳಗಿನ ದಾದಿ ಒಳಗೆ ಬರುತ್ತಾಳೆ.

"ರಾತ್ರಿ ಚೆನ್ನಾಗಿ ನಿದ್ದೆ ಬಂತಾ ? ಈಗ ನೀವು ಹುಶಾರಾಗಿದ್ದೀರಿ. ಜ್ವರ ಇದೆಯಾಂತ ನೋಡಿದ ಮೇಲೆ, ನೀವು ಹಾಲು ಕುಡೀಬಹುದು."

ಓ ! ಬೆಳಗಾಗಿದೆ. ಹಾಲು ಕುಡೀಬಹುದೂಂತ ಅವಳಂದಳಲ್ಲ !

ನಿನ್ನೆಯ ಇಡೀ ದಿನ ಅದು ಮುಂಜಾನೆ ಅನ್ನುವ ಕಲ್ಪನೆ ನನ್ನಲ್ಲಿತ್ತು. ನನ್ನನ್ನು ಶಸ್ತ್ರಚಿಕಿತ್ಸಾ ಕೊಠಡಿಯಿಂದ ತಂದ ಬಳಿಕ ಕಾಲ ತಟಸ್ಥವಾಗಿದೆ ಎಂದೇ ನನಗನಿಸಿತ್ತು. ಸಂಜೆಯವರೆಗೂ ಒಂದೇ ರೀತಿಯ ಬೆಳಕು. ಬಿಳೀ ಕೋಣೆ, ಕಿಟಿಕಿ, ದೇವದಾರು ವೃಕ್ಷಗಳ ನಡುವೆ ಹಾದುಹೋಗುವ ಮಾರ್ಗ, ಎದುರು ಬದಿಯ ಕಟ್ಟಡ – ನೀರವ, ಸ್ಥಿರ. ಒಂದೇ ಒಂದು ಗೆರೆಯೂ ಚಲಿಸಿಲ್ಲ. ಕತ್ತಲಾಗುವವರೆಗೂ ಬೆಳಗಿನದ್ದೇ ಬೆಳಕು.

ಈಗ ನಾನು ಒಂಟಿ. ಸೂರ್ಯನ ಕಿರಣಗಳು ಕಿಟಿಕಿಯೆಡೆಯಿಂದ ಚಿಮ್ಮಿ ಕೋಣೆಯೊಳಗೆ ಬಂದರೂ ನನ್ನ ಹಾಸಿಗೆಯನ್ನು ತಲಪುವುದಿಲ್ಲ. ಹಾಸಲಾದ ಬಿಳಿ ಬಟ್ಟೆಯಲ್ಲಿ ಒಂದೇ ಒಂದು ಸುಕ್ಕು ಇರುವುದಿಲ್ಲ. ಎದುರುಗಡೆಯ ಶೆಲ್ಫಿನಲ್ಲಿ ಬಂಗಾರದ ಬಣ್ಣದ ಕಿತ್ತಳೆ ಹಣ್ಣುಗಳು. ಕಿತ್ತಳೆಯನ್ನು ಹಿಡಿದಿರುವಂತೆ ನಾನು ನನ್ನ ಮುಷ್ಟಿಯನ್ನು ದುಂಡಗಾಗಿಸುತ್ತೇನೆ. ಅದರ ತಣ್ಣಗಿನ ಒಂದು ಸಿಪ್ಪೆ ನನ್ನ ಬಿಸಿ ಅಂಗೈಗೆ ತಗಲಿದಂತೆನಿಸುತ್ತದೆ. ನಾನು ಬಾಯಿಗೆ ಒಯ್ದು ಅದರ ಸಿಪ್ಪೆಯನ್ನು ಕಚ್ಚುತ್ತೇನೆ. "ಬೆರೀ ಹಣ್ಣನ್ನು ಸಿಪ್ಪೆಯೊಂದಿಗೆ ತಿಂದರೆ ಚೆನ್ನಾಗಿರುತ್ತದೆ." ಬೆರೀ ಮಾತ್ರ ಯಾಕೆ ? ಎಲ್ಲಾ ಹಣ್ಣುಗಳನ್ನು ಸಿಪ್ಪೆಯೊಂದಿಗೆ ತಿನ್ನುವುದೇ ಸರಿ. ಸೇಬು ಮತ್ತು ಪೀಚ್ ಹಣ್ಣುಗಳ ನಯವಾದ, ಬಿರುಸು ಸಿಪ್ಪೆಯನ್ನು ಕಚ್ಚಿ ಹರಿದಾಗ ಒಸರುವ ಮಧುರವಾದ ರಸ ! ಆದರೆ ಕಿತ್ತಳೆ ? ಅದರ ದಪ್ಪಗಿನ, ಕಹಿಯಾದ ಸಿಪ್ಪೆಯನ್ನು ಹಣ್ಣಿನೊಂದಿಗೆ ಜಗಿದು ನುಂಗಿದಾಗ ಹೇಗಾಗಬಹುದು ? ಅದನ್ನು ಎಗ್ಗಿಲ್ಲದೆ ನುಂಗಿ, ಹಾಸಿಗೆಯಿಂದ ಹಾರಿ, ಹರಟುತ್ತಾ ಕಿಟಿಕಿಯ ಬಾಗಿಲು ತೆಗೆದು, ಹೊರಗೆ ಬಾಗಿ, ದಾದಿಯೊಡನೆ ಒಂದು ದೇವದಾರು ರೆಂಬೆಯನ್ನು ಮುರಿದು ಕೊಡವಂತೆ ಕೇಳಲು ಸಾಧ್ಯವಾದರೆ...

ನಿಶ್ಶಬ್ದ. ನಾನು ಚಲಿಸುವುದಿಲ್ಲ.

ಮನೆಯಲ್ಲಿ ನಾನು ಅಸೌಖ್ಯದಿಂದ ಮಲಗಿದಾಗ, ಒಬ್ಬರಲ್ಲ ಒಬ್ಬರು ನನ್ನನ್ನು ಕಾಣಲು

ಬರುತ್ತಲೇ ಇರುತ್ತಾರೆ. ಸ್ನೇಹಿತರು ಫಕ್ಕನೆ ನನ್ನನ್ನು ಜ್ಞಾಪಿಸಿಕೊಳ್ಳುತ್ತಾರೆ, ಅಥವಾ ವಾಕಿಂಗ್ ಹೋದವರು ಹಿಂದಿರುಗಿದಾಗ ಬಂದು ನೋಡಿ ಹೋಗುತ್ತಾರೆ. ಬರುವಾಗ ಅವರ ಕೈಗಳಲ್ಲಿ ಆನಿಮನ್ ಹೂಗಳಿರುತ್ತವೆ. ಇನ್ನೂ ಪೂರ್ತಿ ಅರಳದ ನಸುಗೆಂಪು ಆನಿಮನ್.

ಕರೆಗಂಟೆ ಬಾರಿಸುತ್ತದೆ. ಯಾರೋ ಬಾಗಿಲು ತೆರೆಯಲು ಹೋಗುವುದು ಕೇಳಿಸುತ್ತದೆ.

ಈ ಉದ್ದದ ಮೊಗಸಾಲೆಯ ಎರಡು ಬದಿಗಳಲ್ಲೂ ಹಲವು ಕೋಣೆಗಳಿವೆ. ಪ್ರತಿ ಕೋಣೆಯ ಬಾಗಿಲಿನಲ್ಲಿ ಒಂದು ಸಂಖ್ಯೆ. ನನ್ನ ಸಂಖ್ಯೆ ಯಾವುದು? ಇಲ್ಲಿ ಬಾಗಿಲುಗಳೆಲ್ಲ ಅನಿರೀಕ್ಷಿತವಾಗಿ, ನಿಶ್ಯಬ್ದವಾಗಿ ತೆರೆದುಕೊಳ್ಳುತ್ತವೆ. ಅಲ್ಲಿ ಬಾಗಿಲ ಹತ್ತಿರ ಗಂಡಸೊಬ್ಬನು ನಿಂತಿದ್ದಾನೆ. ಇದು ನಿಜವಿರಲು ಸಾಧ್ಯವೇ? ಅವನು ಬರುವುದೆಂದರೆ ನಂಬಲಸಾಧ್ಯ...ನಾನು ಕುಳಿತುಕೊಳ್ಳುತ್ತೇನೆ. ನಾನು ಚೆನ್ನಾಗಿಯೇ ಇದ್ದೇನಲ್ಲ. ನನ್ನನ್ನು ನೋಡಲು ಬಂದವರನ್ನು ಸ್ವಾಗತಿಸಲು ನನಗೆ ಸಾಧ್ಯವಿದೆ. ಆದರೆ ಅವನು ಬಾಗಿ, ನನ್ನ ಭುಜ ಹಿಡಿದು ಮೆತ್ತಗೆ ಹಾಸಿಗೆಯಲ್ಲಿ ಮಲಗಿಸುತ್ತಾನೆ.

"ಚೆನ್ನಾಗಿದ್ದೀಯಾ?"

ಬಹು ಸಮಯದ ಅಗಲಿಕೆಯ ನಂತರ ಮತ್ತೆ ಜನರು ಹೇಗೆ ಭೇಟಿಯಾಗುತ್ತಾರೆ. ಅವನು ನನ್ನೆದುರು ಆರಾಮ ಕುರ್ಚಿಯಲ್ಲಿ ಕುಳಿತುಕೊಳ್ಳುತ್ತಾನೆ. ರಾತ್ರಿ ಕಣ್ಮರೆಯಾಗಿದ್ದ ವ್ಯಕ್ತಿ ಬೆಳಿಗ್ಗೆ ಮತ್ತೆ ಕಾಣಿಸಿಕೊಂಡಾಗ ನಾವೊಂದು ಹೊಸ ಜಗತ್ತಿಗೆ ಬಂದಂತಾಗುತ್ತದೆ. ಎಲ್ಲೋ ಆಳದಲ್ಲಿ ಹುಗಿದಿರುವ ಮೃದು ಮಧುರ ಭಾವ ಇನ್ನೂ ಎಳಸೆಳಸಾಗಿರುತ್ತದೆ.

"ನೀನು ಬರಬಹುದೆಂದು ಯೋಚಿಸಿದ್ದೆ. ಮತ್ತೆ ಅದು ಅಶಕ್ಯವೆಂದೂ ತೋರಿತು..." ನಾನು ಹೇಳಿದೆ.

"ನಿಜಕ್ಕೂ? ನಾನು ಬರಬಹುದೆಂದು ನೀನು ನಿರೀಕ್ಷಿಸಿದ್ದೆಯಾ?" ನನ್ನನ್ನು ತಡೆದು ಅವನು ಪ್ರಶ್ನಿಸಿದ.

ನಾವು ಒಬ್ಬರನ್ನೊಬ್ಬರು ನೋಡುತ್ತೇವೆ. ಮತ್ತೆ ಇಬ್ಬರೂ ಕಿಟಕಿಯಿಂದ ಹೊರಗೆ ನೋಡುತ್ತೇವೆ. ತೇವಭರಿತ ದೇವದಾರು ವೃಕ್ಷಗಳಿಗೆ ಸೂರ್ಯ ಕಿರಣದ ಸ್ಪರ್ಶವೇ ಆಗುವುದಿಲ್ಲ. ಪೂರ್ವದಿಕ್ಕಿನಲ್ಲಿ ದೊಡ್ಡ ಕಟ್ಟಡಗಳು ಅಡ್ಡ ಬರುತ್ತವೆ. ಕಟ್ಟಡದ ಆಚೆಬದಿಯ ಕೋಣೆಗಳು ಈಗ ಬಿಸಿಲಿಗೆ ತೆರೆದುಕೊಂಡಿವೆ. ಒಂದು ಬಿಸಿಲುಕೋಲಿಗೆ ಅಡ್ಡವಾಗಿ ಕೈ ಹಿಡಿದರೆ ಬೆರಳುಗಳು ಪಾರದರ್ಶಕವಾಗುತ್ತವೆ.

ನಾವು ಮಾತನಾಡುತ್ತೇವೆ, ಮತ್ತೆ ಮೌನ ತಾಳುತ್ತೇವೆ. ಬದುಕಿನ ಸುಂದರ ದಿನಗಳ ಕುರಿತು ಮಾತನಾಡಲು ಸಾಧ್ಯವಾಗುವಂಥ ಲಹರಿಯನ್ನು ಜೊತೆಯಲ್ಲೇ ಅವನು ತಂದಿದ್ದ. ಗಾಳಿಯಲ್ಲಿ ಹಾರಿಹೋಗುತ್ತಿದ್ದ ಎಳೆಯ ಪ್ರಾಣಿಯೊಂದನ್ನು ಕೈಯಲ್ಲಿ ಹಿಡಿದು ರಕ್ಷಿಸಬೇಕೆನ್ನುವ ವಿಚಿತ್ರ ಮನೋಸ್ಥಿತಿ. ಯಾರೂ ಮೂರ್ತವಾಗಿಸಲು ಬಯಸದ ಏನೋ ಒಂದು ಅಲ್ಲಿ ಸುತ್ತುತ್ತಲೇ ಇರುತ್ತದೆ. ಅವನು ಕೈಗವಸುಗಳನ್ನು ಕುರ್ಚಿಯ ಕೈ ಮೇಲಿರಿಸಿ ತನ್ನ ಮಾಮೂಲು ಭಂಗಿಯಲ್ಲಿ ಕುಳಿತಿದ್ದ. ನಮ್ಮ ಗಾಢವಾದ ಸ್ನೇಹ ಮೌನವನ್ನು ತುಂಬುತ್ತದೆ. ಆದರೂ ಈದಿನ ಏನೋ ಬದಲಾಗಿದೆ. ನಾವು ಆಡಿದ ಕೆಲವೇ ಮಾತುಗಳ ಅನಿರ್ದಿಷ್ಟ ಪ್ರತಿಧ್ವನಿ ನಮ್ಮ ಮುಖದ ಮೇಲೆ ಅಂಟಿಕೊಳ್ಳುತ್ತದೆ. ಪ್ರಾಯಶಃ ನಮ್ಮ ನೋಟ ಕೂಡಾ ಅದೇ ರೀತಿ. ಆದರೂ ನಿಶ್ಚಿತ ಸ್ವರೂಪದ ಹೊರಗಿನಿಂದ ಯಾವುದೇ ಮಾತುಗಳು ಬಂದಿಲ್ಲ. ಹೊಸದೇನಾದರೂ ಇದೆಯೇ? ಬದಲಾವಣೆಯನ್ನು ನಾನು ನಿರ್ವಿಕಾರವಾಗಿ

ಒಪ್ಪಿಕೊಳ್ಳುತ್ತೇನೆ. ಯಾಕೆಂದರೆ ಕಲ್ಪನೆಯಲ್ಲಿ ವಿರೂಪಗೊಳ್ಳದೆ ಅವುಗಳನ್ನು ಇದಿರಿಸಿ ನನಗೆ ಅಭ್ಯಾಸವಾಗಿದೆ. ಅವನಿಗೆ ಇದು ಅರ್ಥವಾಗಬಹುದೇ ?

ಅವನು ಹೊರಡುವುದಕ್ಕೆ ತಯಾರಾಗುತ್ತಾನೆ. ಕೈ ಚಾಚಿ ನನ್ನ ಕೂದಲು ನೇವರಿಸುತ್ತಾನೆ. ನನ್ನ ಮತ್ತು ಅವನ ನಡುವೆ ಇರುವ ಅನೇಕ ವರ್ಷಗಳ ಅಂತರ ಈ ಆತ್ಮೀಯ ಭಾವಪ್ರದರ್ಶನಕ್ಕೆ ಅವನನ್ನು ಪ್ರೇರೇಪಿಸಿದೆಯೆಂದು ನನಗೆ ಗೊತ್ತು. ಅವನು ಮೌನಿ. ಅನಂತರ, ಹಿಂದಿನದಕ್ಕಿಂತ ಭಿನ್ನವಾದುದಾರೂ ಆತ್ಮೀಯತೆಯನ್ನು ತೋರಿಸುವ ಇನ್ನೊಂದು ಯತ್ನದಲ್ಲಿ ಆತ ಉತ್ತರ ಅಗತ್ಯವಿಲ್ಲದ ಪ್ರಶ್ನೆಯೊಂದನ್ನು ಕೇಳುತ್ತಾನೆ.

"ನೀನೆಲ್ಲೋ ಪ್ರವಾಸಕ್ಕೆ ಹೋಗ್ತಿ ಅನ್ನೋದನ್ನು ಕೇಳಿದೆ. ಮುಂದೇನು ? ನೀನಿಲ್ಲದಿದ್ದರೆ ನನಗೇನೋ ಕಳೆದುಕೊಂಡಂತೆ..."

ಈಗ ಉಳಿದಿರುವುದೇನು ? ಬಾಗಿಲು ಮುಚ್ಚಿದ ಬಳಿಕವೂ ಅವನು ಅಲ್ಲೆ ಇದ್ದಾನೆ ಅಂತ ಅನಿಸಿತು ನನಗೆ. ಆಮೇಲೆ ಹೊರಟುಹೋದ ಹೆಜ್ಜೆಯ ದನಿ. ಬದಲಾಗಿರುವುದೇನು ? ಏನೂ ಇಲ್ಲ. ಅದೇ ಸ್ನೇಹಮಯ ಮನೋಭಾವ. ಅದಕ್ಕಿಂತ ಹೆಚ್ಚಾಗಿ ಹಾಸಿಗೆಯಲ್ಲಿ ಮಲಗಿರುವ ಎಳೆಯ ಜೀವಿಯೊಂದರ ಬಗ್ಗೆ ಅನುಕಂಪ. ಯಾವುದೂ ಬದಲಾಗಲು ಸಾಧ್ಯವಿಲ್ಲ. ಕಾಲ ಮತ್ತು ಬಿಳಿಯಾಗತೊಡಗಿದ ಕೂದಲು ನಮ್ಮ ನಡುವೆ ಬಂದಿದೆ. ಆದರೂ ಒಬ್ಬರಿಗೆ ಇನ್ನೊಬ್ಬರ ಅಗತ್ಯ ಕಾಣಿಸಬಹುದು. ಒಂದು ವೇಳೆ ನಾನು ಮಾತಾಡಿದ್ದರೆ ಏನಾಗಬಹುದಿತ್ತು ? ಬಹುಶಃ ನಮ್ಮದಾಗಿದ್ದ ಕ್ಷಣಗಳನ್ನು ಕಳೆದುಕೊಂಡಂತೆ ನನಗೆ ಕೂಡ ಅನಿಸುತ್ತಿದೆ ಎಂದು ಹೇಳಬೇಕಿತ್ತು. ಬಹುಶಃ ಕ್ಷಣಗಳಿಗಿಂತ ಹೆಚ್ಚಿನದಾದ್ದನ್ನು...

ಈಗ ಹೊರಗೆ ಚೆನ್ನಾಗಿ ಬಿಸಿಲು ಬೀಳುತ್ತಿದೆ. ಹೊಂಡಗಳ ಸುತ್ತು ಹುಲ್ಲು ಹಸಿರಾಗಿರುವುದು ನನಗೆ ಗೊತ್ತು. ಅದೇನೋ ಹುಟ್ಟಿಕೊಳ್ಳುತ್ತಾ ಇದೆ – ಆದರೆ ಮರುಗಳಿಗೆಯಲ್ಲಿ ಅದು ಕಣ್ಮರೆಯಾಗುತ್ತದೆ.

ಮಧ್ಯಾಹ್ನದ ಹೊತ್ತು ನನಗೆ ಮತ್ತೆ ಹಾಲು ಕುಡಿಸಿದರು. ದಾದಿ ಹಾಲಿನ ಪಾತ್ರೆಯನ್ನು ಟ್ರೇಯಲ್ಲಿರಿಸಿ ತರುತ್ತಾಳೆ. ನನ್ನ ತಲೆದಿಂಬುಗಳನ್ನು ಸರಿಪಡಿಸುತ್ತಾಳೆ. ನಾವು ನಗುತ್ತೇವೆ.

ನಾನು ಹಾಲನ್ನು ನಿಧಾನವಾಗಿ ಕುಡಿಯುತ್ತೇನೆ. ತಣ್ಣಗಿನ ಹಾಲಿಗೆ ಸೂಕ್ಷ್ಮವಾದ ಒಂದು ಪರಿಮಳವಿದೆ. ನಾನು ಕಷ್ಟಪಟ್ಟು ನುಂಗುತ್ತೇನೆ. ನುಂಗಿದ ಬಳಿಕ ತುಟಿಗಳ ಮೇಲೆ ನಾಲಿಗೆ ಆಡಿಸಿದಾಗ ಮಾತ್ರ ನನಗೆ ಅದರ ರುಚಿ ಅರಿವಾಗುತ್ತದೆ. ಅದು ನನಗೇನನ್ನು ನೆನಪು ಮಾಡಿಕೊಡುತ್ತಿದೆ ? ಬಿಸಿಲು ಬೆಳಗಿಸಿದ ಕಿಟಿಕಿ, ಹಳೆ ಕಾಲದ ಆರಾಮ ಕುರ್ಚಿಯಲ್ಲಿ ತೆರೆದುಕೊಂಡಿರುವ ದೊಡ್ಡ ಕೆಂಪು ಪುಸ್ತಕ. ಜಮಖಾನದ ಮೇಲೆ ಮೊಣಕಾಲೂರಿ ಕುಳಿತು, ಗುಡ್ಡಗಾಡಿನಲ್ಲಿ ಅಲೆಯುವ, ಜೀವನ ನಿರ್ವಹಣೆಗಾಗಿ ಹಾರ್ಪ್ ವಾದ್ಯ ನುಡಿಸುವ, ಮಕ್ಕಳ ಕತೆಗಳನ್ನು ಓದುತ್ತಿರುವವಳು ನಾನು – ಅದೆಷ್ಟು ವರ್ಷ ಹಿಂದೆ ? ನಿರ್ಜನ ರಸ್ತೆಯಲ್ಲಿ ದಣಿವಾರಿಸಿಕೊಳ್ಳಲು ನಿಂತಾಗ, ಅಥವಾ ದೋಣಿಗಳು ಓಡಾಡುವ ನದಿ ದಡದ ಹುಲ್ಲಿನ ಮೇಲೆ ಮಲಗಿದಾಗ ಆ ಮಕ್ಕಳು ತಮಗೆ ತಿಳಿದ ಅದ್ಭುತ ವಿಚಾರಗಳನ್ನು ಹೇಳುತ್ತಿದ್ದವು. ಒಬ್ಬ ಹುಡುಗ ಒಮ್ಮೆ ತಾನು ಅಸೌಖ್ಯದಲ್ಲಿದ್ದಾಗ ಆಸ್ಪತ್ರೆಗೆ ಹೋದುದಾಗಿಯೂ ಅಲ್ಲಿ ತನಗೆ ಪನ್ನೀರಿನ ಪರಿಮಳ ಸೂಸುವ ಹಾಲನ್ನು ಕುಡಿಯಲು ಕೊಟ್ಟುದಾಗಿಯೂ ಹೇಳುತ್ತಿದ್ದ. ಆದರೆ ಕಿರಿಯ ಹುಡುಗನಿಗೆ ಹಾಲು ಕುಡಿಯಲು ಹೇಗಿರುತ್ತದೆ ಎಂದು ಯೋಚಿಸುವುದಕ್ಕೂ ಸಾಧ್ಯವಾಗಲಿಲ್ಲ. ಅದರಲ್ಲೂ ಪನ್ನೀರು ಪರಿಮಳದ ಹಾಲು ! ಅವನು ಕೇಳಿದ :

"ಎಲ್ಲಾ ಆಸ್ಪತ್ರೆಗಳಲ್ಲೂ ಅದೇ ರೀತೀನಾ ? ಹಾಲಿಗೆ ಯಾವಾಗಲೂ ಪನ್ನೀರಿನ ಪರಿಮಳವಿದೆಯಾ ? ಹಾಗಾದರೆ ನನಗೂ ಸೌಖ್ಯವಿಲ್ಲದಾಗ..."

ಎಲ್ಲಾ ಆಸ್ಪತ್ರೆಗಳಲ್ಲೂ ಹಾಲು ಪನ್ನೀರಿನ ಪರಿಮಳ ಬೀರುವುದು ನಿಜ ಅಂತ ಅನಿಸುತ್ತದೆ. ನಾನು ಈ ದಿನ ಒಂಟಿಯಾಗಿರಲು ಬಯಸುತ್ತೇನೆ. ನನಗೆ ನದಿ ದಡದಲ್ಲಿ ತಿರುಗಾಡುವ ಮತ್ತು ಜಮಖಾನದ ಮೇಲೆ ಮೊಣಕಾಲೂರಿ ಕುಳಿತು ಓದುವ ಆ ಇನ್ನೊಂದು ಮಗುವಿನ ಕುರಿತು ಯೋಚಿಸಬೇಕಾಗಿದೆ. ನದಿಯಲ್ಲಿ ಸಮುದ್ರದತ್ತ ಸಾಗುವ ಹಡಗುಗಳು, ದ್ವೀಪಗಳು, ಅವರು ಹಾಡುವ ವಿಷಾದಭರಿತ ರಾಗಗಳು...

ಇಲ್ಲಿ ಅನಿರೀಕ್ಷಿತವಾಗಿ, ನಿಶ್ಶಬ್ದವಾಗಿ ಬಾಗಿಲುಗಳು ತೆರೆದುಕೊಳ್ಳುತ್ತವೆ. ನಿಗೂಢ ದ್ವಾರಗಳಂತೆ ಅವು ತೆರೆದುಕೊಂಡಾಗ ಅಲ್ಲಿ ನಿನ್ನೆ ನಾಳೆಗಳು ಕನಸಾಗಿ ಕರಗಿ ಬದುಕು ಯಾವ ಕಡೆಗೆ ಚಲಿಸಬೇಕೆಂದು ತಿಳಿಯದೆ ಓಲಾಡುತ್ತದೆ. ನನ್ನನ್ನು ನೋಡಲು ಬಂದಾತನ ಕೈಯಲ್ಲಿ ದೇವದಾರು ಮತ್ತಿತರ ಮರಗಳ ರೆಂಬೆಗಳಿವೆ. ನನ್ನ ಹಾಸಿಗೆಯ ಬಳಿ ಬಂದಾಗ ಅವನ ಮುಖದಲ್ಲಿ ಸೌಜನ್ಯ. ಪ್ರೀತಿ ತುಂಬಿರುತ್ತದೆ.

"ನಾವಿಲ್ಲೆ ಕ್ರಿಸ್‌ಮಸ್ ಆಚರಿಸೋಣ. ಏನಂತೀರಿ ?"

ಅವನು ರೆಂಬೆಗಳನ್ನು ಹಾಸಿಗೆಯ ಮೇಲಿಡುತ್ತಾನೆ.

ನಾನು ಎಲೆಗಳ ಮೇಲೆ ಬೆರಳಾಡಿಸಿ ಮೌನವಾಗಿ ಕೃತಜ್ಞತೆ ಸಲ್ಲಿಸುತ್ತೇನೆ. ನಾನು ಕಣ್ಣುಗಳನ್ನೆ ಬಳಸುತ್ತೇನೆ. ನಾನು ಮಾತನಾಡಲಾರೆ. ಅವನು ರೆಂಬೆಗಳನ್ನು ನನ್ನ ಮಂಚದ ಹಿಂಭಾಗದಲ್ಲಿ ಸಿಕ್ಕಿಸುತ್ತಾನೆ. ನಾನು ತಲೆ ತಿರುಗಿಸಿ ನೋಡುತ್ತೇನೆ. ನನ್ನ ಹಿಂದೆ ದಟ್ಟ ಹಸುರಿನ ಕಾಡು ಚಲಿಸುತ್ತದೆ. ಉದ್ದಕ್ಕೂ ಹರಡಿಕೊಂಡಿರುವ ದೇವದಾರು ಮರಗಳ ಈ ಎಲೆಗಳಿಂದ ನೀರ ಹನಿಗಳು ತೊಟ್ಟಿಕ್ಕುತ್ತವೆ. ಕಾಡು ವಿರಳವಾಗಿದ್ದಲ್ಲಿ ನಸು ಕಂದು ಬಣ್ಣದ ಬಂಡೆಗಳು ಕಾಣಿಸಿದರೆ ಮರಗಳ ಕೆಳಗೆ ಕತ್ತಲು, ಹಸಿ ಮಣ್ಣು, ಭೇದಿಸಲಾರದ ನೀರವತೆ. ಮೈಲುಗಳುದ್ದಕ್ಕೆ ಹಬ್ಬಿರುವ ಮರಗಳು ಕತ್ತಲು, ನೀರವತೆ, ಎಲ್ಲ ಒಂದಕ್ಕೊಂದು ಬೆರೆತು ಅಸ್ಪಷ್ಟವಾಗುತ್ತವೆ. ಕಾಡು ! ಒಡೆದು ಬಂದ ಒಂದು ಬೆಳಕಿನ ಕಿರಣದಲ್ಲಿ ಒಂದು ಆಕೃತಿ, ನೆಲಮುಟ್ಟುವ ಬಂಗಾರದ ಕೂದಲುಳ್ಳ ಮಗುವಿನ ಮುಖ. ಬಿಳಿ ಕುದುರೆಯೊಂದು ಮಿಂಚಿನ ವೇಗದಲ್ಲಿ ಓಡುತ್ತಿದೆ. ಗೆನಿವೀವ್. ಸುಕೋಮಲವಾದ ಜಿಂಕೆಯ ತಲೆ.

"ನೀವೇನನ್ನು ಯೋಚಿಸುತ್ತಿದ್ದೀರಿ ? ನಿಮಗೆ ಸಂತೋಷವಾಗಿದೆಯೇ ?"

ನಾನು ಬಟ್ಟೆಯೊಳಗಿಂದ ಕೈ ಹೊರತೆಗೆದು ಅವನ ಕೈ ಹಿಡಿದುಕೊಳ್ಳುತ್ತೇನೆ. ಮುಖದ ಮೇಲಿರಿಸುತ್ತೇನೆ. ಆ ಕೈಯನ್ನು ಪಕ್ಕದಲ್ಲೇ ಇರಿಸಿಕೊಂಡು ನೋಡುತ್ತೇನೆ. ಸರಳವಾದ, ಗಟ್ಟಿ ಮುಟ್ಟಾದ ಕೈ. ಅದರ ಸ್ಪರ್ಶ ಕೂಡಾ ಪರಿಚಿತವೆ. ಆ ಕೈ ಸುಂದರವಿಲ್ಲದಿರಬಹುದು. ಆದರೆ ಅದು ನನ್ನೊಳಗಿನ ಶಾಖವನ್ನು ಅರಸುತ್ತದೆ. ನಾವು ನಿರೀಕ್ಷಿಸದೆ ಇದ್ದಾಗ ಕೆಲವೊಂದು ಘಟನೆಗಳು ಹೇಗೆ ನಡೆಯುತ್ತವೆ ! ನಮ್ಮ ಅರಿವಿಗೆ ಬಾರದೇನೆ ಅವು ಬದಲಾಗಿ ಹೇಗೆ ಕಣ್ಮರೆ ಯಾಗುತ್ತವೆ ! ನನ್ನ ಬೆರಳಿಗೆ ಬಿಗಿಯಾಗಿ ಹೆಣೆದುಕೊಂಡಿರುವ ಅವನ ಬೆರಳುಗಳು ಸಡಿಲಾಗಲಾರವು. ಒಂದು ಕಾಲದಲ್ಲಿ ಈ ಕೈ ಬಹುಶಃ ಬೀಳ್ಕೊಡುಗೆಯ ಸಂಜ್ಞೆ ಮಾಡಿತ್ತು. ಆದರೆ ಕಾಲ ಬದಲಾಗಿದೆ. ಯಾವ ಕವಲು ದಾರಿಯಲ್ಲಿ ನಾವು ಭೇಟಿಯಾಗಿದ್ದೆವು ? ದೂರದ ಸಮುದ್ರವನ್ನು ನೋಡಿ ಕಂಪಿಸುತ್ತಿದ್ದ ಬೆರಳುಗಳು – ಅವು ಇನ್ನು ಮುಂದೆ ಪರಸ್ಪರ

ಸಂಧಿಸದಿರಲು ಹೇಗೆ ಸಾಧ್ಯ? ಈಗ ಆ ಕೈ ಆತ್ಮೀಯತೆ ಕೋರುತ್ತದೆ. ನನ್ನ ಕೈಯನ್ನು ಬಿಗಿಯಾಗಿ ಹಿಡಿದು ಪ್ರಶ್ನೆಗಳನ್ನು ಕೇಳುತ್ತದೆ.

ಅವನು ಸಂಕೋಚವಿಲ್ಲದೆ ಕೋಣೆಯಲ್ಲಿ ಸುಳಿದಾಡುತ್ತಾನೆ. ಅವನು ನನ್ನ ಹೊದಿಕೆಯನ್ನು ಸರಿಪಡಿಸುತ್ತಾನೆ, ಕಿಟಕಿಯಿಂದ ಹೊರಗೆ ನೋಡುತ್ತಾನೆ. ಅವನು ಇಡೀ ಸಂಜೆ ಇಲ್ಲಿ ನಿಲ್ಲುವುದರಲ್ಲಿದ್ದಾನೆ. ಮೊದಲ ದಿನವೇ ನನ್ನನ್ನು ಶಸ್ತ್ರ ಚಿಕಿತ್ಸಾ ಕೊಠಡಿಯಿಂದ ಹೊರಗೆ ತಂದಾಗ ಅವನು ನನಗಾಗಿ ಕಾಯುತ್ತಿದ್ದ. ನನ್ನ ಮಂಚದ ಬಳಿ ಇದ್ದ ಪುಟ್ಟ ಮೇಜಿನ ಮೇಲೆ, ಹಾಲು ಬಣ್ಣದ ಹೂದಾನಿಯಲ್ಲಿ ಪುಷ್ಪಗುಚ್ಛವನ್ನು ಇರಿಸಿದ್ದ.

"ನಾನು ನೀರನ್ನು ಬದಲಾಯಿಸುತ್ತೇನೆ," ಎಂದು ಹೇಳಿ ಅವನು ದಾನಿಯನ್ನು ತೊಳೆಯುವ ತೊಟ್ಟಿಗೆ ಒಯ್ಯುತ್ತಾನೆ. ಅವನ ಚಲನವಲನವೆಲ್ಲ ತೀರಾ ಸರಳ. ಮನೆಯಲ್ಲಿದ್ದಂತೆ.

ಅವನು ನನ್ನ ಬಳಿಯಲ್ಲಿ ಕುಳಿತು ಕೈ ಹಿಡಿದುಕೊಳ್ಳುತ್ತಾನೆ. ನಾವೇನನ್ನು ಮತನಾಡಬೇಕು ?

ನೀಲಿ ಸಮುದ್ರದ ಕೆಳಗೆ ಬಿಳಿ ಬಣ್ಣದ ಆಕೃತಿಗಳು ಕಾಣಿಸಿಕೊಳ್ಳುತ್ತವೆ: ನಿಶ್ಚಿಂತ ನಿದ್ರೆಯಲ್ಲಿದ್ದಾಗ ಮುಳುಗಿದ ಪಟ್ಟಣದ ಅವಶೇಷಗಳು. ಕಣ್ಣ ಕೊನೆಯಲ್ಲಿ ಸಂದೇಹಿಸುತ್ತಿದ್ದ ಕಣ್ಣೀರಿನ ಹನಿಗೆ ಉಪ್ಪಿನ ರುಚಿ. ಎಳವೆಯಲ್ಲೆ ಸತ್ತ ಮಗುವನ್ನು ನಾನು ಜ್ಞಾಪಿಸಿಕೊಳ್ಳುತ್ತೇನೆ. ನೋವು ಅವನನ್ನು ವರ್ಷ ಗಟ್ಟಲೆ ಹಾಸಿಗೆಗೆ ತಳ್ಳಿದಾಗ, ಗಾಳಿಯಲ್ಲಿ ಮರ್ಮರಿಸುವ ಎಲೆಗಳ ಸದ್ದಿನಲ್ಲಿ ಒಂದು ಎಲೆಯ ಸದ್ದನ್ನು ಬೇರ್ಪಡಿಸಲು ಆತ ಯತ್ನಿಸುತ್ತಿದ್ದ. ನನ್ನ ಎದೆಯಲ್ಲೊಂದು ಭಾರ ಊರುತ್ತದೆ. ಮರಣಕಾಲದಲ್ಲಿ (ನಾವೆಲ್ಲ ಎಳವೆಯಲ್ಲೆ ಸಾಯುತ್ತೇವೆ) ನಾವು ಮಾಡಿದ, ಮಾಡಬಾರದಾಗಿದ್ದ, ಸಂತೋಷಪಡದ ವಿಷಯಗಳೆಲ್ಲ ಸೇರಿ ಭಾರ ಇನ್ನಷ್ಟು ಹೆಚ್ಚಾಗುತ್ತದೆ.

ನನ್ನ ಕೈಯನ್ನು ಅವನು ಗಟ್ಟಿಯಾಗಿ ಹಿಡಿದುಕೊಂಡಿದ್ದಾನೆ. ಅವನ ಕಣ್ಣುಗಳು ನನ್ನತ್ತ ನೋಡುತ್ತಿವೆ. ನನ್ನ ಕೈ ಹಿಡಿದುಕೊಂಡಿರುವ ವಿಚಾರ ಮಾತ್ರ ಅವನಿಗೆ ಪ್ರಸ್ತುತ. ನಾನು ಅವನತ್ತ ನೋಡದೇನೆ ಇದನ್ನು ಊಹಿಸಬಲ್ಲೆ. ನಾವೇನು ಮಾತನಾಡಬಹುದು ? ನಾನು ಅವನಿಗೆ ಏನು ಹೇಳಬೇಕು ? ನಮ್ಮ ವಿರುದ್ಧ ಯೋಚನೆಗಳಿಗೆ ರಾಜಿ ಮಾಡಿಸುತ್ತಾ ಕಾಲ ಮೌನದಲ್ಲಿ ಸರಿಯುತ್ತದೆ.

ಬಾಗಿಲು ತೆರೆಯುತ್ತದೆ... ಈಗ ಬಂದವರು ನನ್ನ ಸ್ನೇಹಿತೆಯರು. ಎಳೆ ಹುಡುಗಿಯರು, ಸ್ವಚ್ಛಂದ ಗಾಳಿಯ ಶುಭ್ರತೆ, ಬಣ್ಣಗಳು. ಅವರ ಕೈಯಲ್ಲಿ ನನಗಾಗಿ ಉಡುಗೊರೆಗಳು, ದೇವದಾರು ಮರದ ರೆಂಬೆಗಳಿವೆ. ಅವರು ಹಾಸಿಗೆಗೆ ಮುತ್ತಿಗೆ ಹಾಕುತ್ತಾರೆ, ಒಮ್ಮೆಲೆ ಮಾತನಾಡುತ್ತಾರೆ, ಒಂದು ಕೈ ಮುಂದೆ ಚಾಚುತ್ತಾರೆ – ಕೈಗವಸುಗಳು, ಬಣ್ಣದ ತಲೆಬಟ್ಟೆ, ಹೆಗಲ ಮೇಲೆ ತೊನೆದಾಡುತ್ತಿರುವ ಕೂದಲು. ಅನಂತರ ಸದ್ದು ತುಸು ಕಮ್ಮಿಯಾಗುತ್ತದೆ. ಅವರು ಅಲ್ಲಿ ಇಲ್ಲಿ ಕುಳಿತು ಮೌನವಾಗುತ್ತಾರೆ. ಅವರು ಮಾತಿಗಾಗಿ ತಮ್ಮ ಸರದಿಯನ್ನು ಕಾಯುತ್ತಾರೆ. ಗುಲ್ಲೆಬ್ಬಿಸಿ ನನಗೆ ತೊಂದರೆ ಕೊಡಲು ಅವರು ಬಯಸುವುದಿಲ್ಲ. ನನ್ನ ಬೆರಳುಗಳು ಅವರ ಹಾರಾಡುವ ಕೂದಲನ್ನು ನೇವರಿಸಿದಂತನಿಸುತ್ತದೆ. ಒಬ್ಬಾಕೆ ಹಾಸಿಗೆಯ ಮೇಲೆ ನನ್ನ ಪಕ್ಕದಲ್ಲಿ ಕುಳಿತುಕೊಳ್ಳುತ್ತಾಳೆ. ಅವಳ ಮುಖದ ಗೆರೆಗಳು ಅಸ್ಪಷ್ಟ, ಅನಿರ್ದಿಷ್ಟ. ಅವಳು ಮಾತನಾಡಿದಾಗ ಶಬ್ದಗಳು ಜಾರಿಹೋದಂತೆನಿಸಿ ಅವಳೇನು ಹೇಳುತ್ತಾಳೆ ಎನ್ನುವುದು ನನಗೆ ತಿಳಿಯುವುದಿಲ್ಲ. ಇದು ಪ್ರಾಯಶಃ ಅವಳ ಮಾತಿನ ಓಲಾಟದಿಂದಿರಬಹುದು ಅಥವಾ

ಅವಳದ್ದು ಸ್ವಾಗತವೇ? ಅವಳು ನನಗಾಗಿ ಅಲಂಕರಿಸಿದ ಒಂದು ಪುಟ್ಟ ಮರವನ್ನು ತಂದಿದ್ದಾಳೆ. ಅದರ ಬೇರುಗಳಲ್ಲಿ ಮಕ್ಕಳ ಚಿತ್ರಗಳಿವೆ. ಅವರೆಲ್ಲರನ್ನು ನೋಡುತ್ತಿದದಂತೆ– ನನ್ನ ಗೆಳತಿಯರು, ನನ್ನನ್ನು ನೋಡಲು ಬಂದವರು– ನಾವೆಲ್ಲ ಕೈಕೈ ಹಿಡಿದು ಒಂದು ಬಾರಿ, ಗುಡ್ಡದ ಇಳಿಜಾರಿನಲ್ಲಿ ಓಡಿದಂತೆ, ಮುಗ್ಗರಿಸಿ ಬಿದ್ದಂತೆ, ಎಲ್ಲರಿಗೂ ಒಂದೇ ಕಡೆಯಲ್ಲಿ ಗಾಯವಾಗಿ– ಮೊಣಕಾಲಿನಲ್ಲಿ– ನೆತ್ತರು ಸೋರಿದಂತೆ ನನಗನಿಸುತ್ತದೆ.

ಮತ್ತೊಮ್ಮೆ ಬಾಗಿಲು ತೆರೆಯುತ್ತದೆ... ವೈದ್ಯರು... ಆತ್ಮೀಯ ಸ್ವರಗಳು... ನೇರ ದೃಷ್ಟಿ... ನಾನು ಅವರನ್ನು ಹಿಂದಿನಿಂದಲೂ ಬಲ್ಲೆನೇ? ಸರ್ಜನ್ ನುಡಿಯುತ್ತಾರೆ:

"ಓ! ನಾವು ಕ್ರಿಸ್‌ಮಸ್ ಇಲ್ಲೆ ಆಚರಿಸುವಂತೆ ಕಾಣಿಸ್ತದೆ. ಎಂಥ ಸುಂದರ ದೇವದಾರು ಮರ!"

ನಾನು ಮಾತನಾಡುವುದಿಲ್ಲ.

"ನಿಮಗೆ ಇದರಿಂದ ಬೇಸರವಾಗ್ತಿದೆಯೇ? ಹಾಗಿದ್ದರೆ ನಿಮ್ಮನ್ನು ಮನೆಗೆ ಕಳುಹಿಸೋದಕ್ಕೆ ವ್ಯವಸ್ಥೆ ಮಾಡ್ತೇವೆ."

"ಇಲ್ಲ. ನಾನು ಇಲ್ಲೆ ಇರಲು ಬಯಸುತ್ತೇನೆ," ಎಂದು ನಾನು ಉತ್ತರಿಸುತ್ತೇನೆ.

"ನೀವಿಲ್ಲೆ ಇರಲು ಬಯಸ್ತೀರಾ? ಯಾಕೆ?"

ನಾನು ತುಸು ಹೊತ್ತು ಯೋಚಿಸಿ ನಿಧಾನವಾಗಿ ಉತ್ತರಿಸುತ್ತೇನೆ: "ಇಲ್ಲಿ ಜನರು ಕ್ರಿಸ್‌ಮಸನ್ನ ಹೇಗೆ ಆಚರಿಸ್ತಾರೆ ಅಂತ ನೋಡಲು ಬಯಸ್ತೇನೆ."

ಅವರು ನನ್ನನ್ನು ನೋಡಿ ನಗುತ್ತಾರೆ.

"ಆಹಾ! ಹಾಗೇನು! ಸರಿ ಹಾಗಾದರೆ. ನಾವು ಜೊತೆಯಾಗಿ ಕ್ರಿಸ್‌ಮಸ್ ಹಬ್ಬ ಮಾಡೋಣ."

ಅವರು ಕೋಣೆಯಿಂದ ಹೊರಗೆ ಹೋಗುತ್ತಾರೆ. ಅವರ ಹಿಂದೆ ಬಾಗಿಲು ಮುಚ್ಚಿ ಕೊಳ್ಳುತ್ತದೆ. ಹೌದು, ನಾವು ಜೊತೆಯಾಗಿ ಕ್ರಿಸ್‌ಮಸ್ ಆಚರಿಸೋಣ. ಈ ಬಾರಿ ಹಬ್ಬಕ್ಕೆ ಊಟವೂ ಇರಬಹುದು.

(ಕ್ರಿಸ್‌ಮಸ್ ಮೇಜು ಮೌನವಾಗಿರುತ್ತದೆ. ನಿಶ್ಯಬ್ದ ಬಾಗಿಲಿನ ಹಿಂದೆ ಜನರು, ನೆರಳುಗಳು. ಕ್ರಿಸ್‌ಮಸ್! ಮನೆಯಲ್ಲಿ ಕಡು ಚಳಿ. ಮಂಜು ಮುಸುಕಿದ ಕಿಟಕಿಯಾಚೆ ನಿರ್ಜನ ರಸ್ತೆ ಕಾಣಿಸುತ್ತದೆ. ಇಂಥ ದಿನ ಮನೆ ಬಿಟ್ಟು ಹೊರಗೆ ಯಾರು ಬರುತ್ತಾರೆ! ಈ ದೀರ್ಘವಾದ ಸಂಜೆಯನ್ನು ಕಳೆಯುವುದು ಹೇಗೆ? ಬೇಸರದಿಂದ ಕೋಣೆಯಿಂದ ಕೋಣೆಗೆ ಅಲೆಯುತ್ತಿದ್ದ ಕಿರಿಯವನು ನನ್ನ ಬಳಿ ಬಂದು ಮೊಣಕಾಲಿನಲ್ಲಿ ತಲೆ ಇರಿಸಿ ಕೇಳುತ್ತಾನೆ. "ನಾನೂ ನೀನೂ ಏನಾದರೂ ಆಟ ಆಡೋಣವೇ?")

ನನ್ನ ಸುತ್ತು ಇರುವ ಗೆಲುವಿನ ಮುಖಗಳನ್ನು ನಾನು ನೋಡುತ್ತೇನೆ. ಇವರೆಲ್ಲ ಸಂಜೆ ಬೇಗನೆ ಮನೆಯಿಂದ ಹೊರಟು ನನ್ನೊಂದಿಗೆ ಕ್ರಿಸ್‌ಮಸ್ ಆಚರಿಸುವುದಕ್ಕಗಿ ಆಸ್ಪತ್ರೆಗೆ ಬರುತ್ತಾರೆ. ಈ ವರ್ಷ ಅವರೆಲ್ಲರ ಅವಶ್ಯಕತೆ ನನಗೆಷ್ಟು ಇದೆ ಎಂಬುದನ್ನು ಅವರು ಸುಲಭವಾಗಿ ಅರಿತುಕೊಳ್ಳಬಹುದು. ತಮ್ಮದೆಂದೂ ಆಗದ ಹಬ್ಬವನ್ನು ಆಚರಿಸುವ ಜನರ ಗಂಭೀರ ಪ್ರಭಾವದಿಂದ ನನ್ನಂತೆ ತಪ್ಪಿಸಿಕೊಂಡು ಇಲ್ಲಿಗೆ ಬರುವ ಧೈರ್ಯವನ್ನು ಅವರು ತೋರಬಹುದು. ಅವರು ಬಾರದಿದ್ದರೂ ಸರಿಯೆ, ನಾನು ದಾದಿಯೊಂದಿಗೆ ಕ್ರಿಸ್‌ಮಸ್ ಕಳೆಯುತ್ತೇನೆ. ಅವಳಂತೂ ಅನಾಥಾಲಯದಲ್ಲಿ ಬೆಳೆದು ಬಂದವಳು.

ಒಮ್ಮೊಂದೊಮ್ಮೆ ಸಮುದ್ರದ ಮೇಲೆ ಬೀಸಿ, ಮರೆತು ಹೋಗದ ಹಿಂದಿನ ದಿನಗಳನ್ನು ಮತ್ತೆ ನಮಗೆ ತಂದುಕೊಡುವ ಗಾಳಿ ಯಾವುದು? ಕಾಲ ಬದಲಾಗಿದೆ, ನಾವೂ ಬದಲಾಗಿದ್ದೇವೆ ಎಂದು ಹೇಳಿದವರು ಯಾರು? ಯಾವುದೂ ಬದಲಾಗುವುದಿಲ್ಲ. ಹಿಂದೆ ನಾವು ಕೇಳಿದ್ದ ಸ್ವರಗಳು ಮೌನವಾಗಿಲ್ಲ, ಇತರ ಸಹಚರರೊಂದಿಗೆ ಅನುಸರಿಸಿದ್ದ ಹೆಜ್ಜೆಗಳನ್ನು ಮಳೆ ನೀರು ಅಳಿಸಿ ಹಾಕಿಲ್ಲ. ಇದ್ದಕ್ಕಿದ್ದಂತೆ ಎರಡು ಕಣ್ಣುಗಳು ನಮ್ಮತ್ತ ನೋಡುತ್ತವೆ. ನಮ್ಮ ಪ್ರಸ್ತುತ ಅನುಭವದಲ್ಲಿ ಸಾಕ್ಷಾತ್ಕಾರ ಪಡೆಯಬೇಕಾಗಿದ್ದ ಧ್ವನಿಗಳು ಎಚ್ಚರಗೊಳ್ಳುತ್ತವೆ. ಇನ್ನೂ ಕೆಲವು ಧ್ವನಿಗಳು, ಶಬ್ದಗಳು ಇವೆ. ಅದಕ್ಕೆ ಹೊಸದೇನನ್ನೂ ಸೇರಿಸುವುದು ಸಾಧ್ಯವಿಲ್ಲದ ಕಾರಣ, ಉದ್ಗಾರಗೊಂಡ ಮೂಲ ಸ್ವರೂಪದಲ್ಲಿ ಹೇಗಿದ್ದುವೋ ಹಾಗೇನೇ ಅವು ಘನೀಕೃತಗೊಂಡಿವೆ. ದೂರ ಸಾಗರದಲ್ಲಿ ಹಡಗುಗಳು ಸಂಚರಿಸುತ್ತವೆ, ಹಿಂದಿರುಗುವ ದಾರಿಯನ್ನು ಕಳೆದುಕೊಳ್ಳುತ್ತವೆ.

ನನ್ನ ಅರಿವಿಗೆ ಬಾರದೆ ಬಾಗಿಲು ತೆರೆದುಕೊಂಡಿತು. ವೈದ್ಯರೊಬ್ಬರು ಒಳಗೆ ಬಂದರು. ಎಳೆಯ ಪ್ರಾಯದವರು. ಸಮೀಪಕ್ಕೆ ಬಂದಾಗ ಅವರು ನನ್ನ ಗೆಳೆಯರೆನ್ನುವುದು ತಿಳಿಯಿತು.

"ನೀನು ಇಲ್ಲಿ!"

ನಾವು ಕೈ ಕುಲುಕುತ್ತೇವೆ. ನಾವು ಭೇಟಿಯಾಗಿ ಅದೆಷ್ಟು ಸಮಯ ಕಳೆಯಿತು? ನಾವು ಗೆಳೆಯರು ಅದೆಷ್ಟೊ ಮಂದಿ ಇದ್ದೆವು, ಹುಡುಗರು, ಹುಡುಗಿಯರು. ಅವನು ಕುರ್ಚಿ ಎಳೆದುಕೊಂಡು ನನ್ನ ಸಮೀಪ ಕುಳಿತುಕೊಳ್ಳುತ್ತಾನೆ. ನಾವು ಮಾತು ಆರಂಭಿಸುತ್ತೇವೆ. ಅವನು ಇತ್ತೀಚಿಗಿನ ವರ್ಷಗಳ ಅವನ ಬದುಕನ್ನು ವಿವರಿಸುತ್ತಾನೆ. ತುಂಬು ಜೀವನ. ವಾಸ್ತವಕ್ಕೆ ದಕ್ಕದ ಅವೆಷ್ಟು ಕಲ್ಪನೆಗಳು ನಮ್ಮಲ್ಲಿದ್ದುವು! ನಾವು ಮಾತನಾಡುತ್ತೇವೆ. ನಮ್ಮಿಬ್ಬರ ಯೋಚನೆಯೂ ಒಂದೇ ಎನ್ನುವುದು ನನಗೆ ಗೊತ್ತು, ಆದರೆ ನಾವಿಬ್ಬರೂ ಅದನ್ನು ಮುಟ್ಟಲು ಬಯಸುವುದಿಲ್ಲ. ಸಮಯ ಕಳೆದುಹೋಗಿದೆ, ನಡುವೆ ನಾವೂ ಎಲ್ಲೋ ಕಳೆದುಹೋಗಿದ್ದೇವೆ. ಹಾಗಿದ್ದರೂ ನಾವೊಮ್ಮೆ ಸ್ನೇಹಿತರಾಗಿದ್ದೆವು. ಸಾಗರದಾಚೆ ಪ್ರಯಾಣ ಮಾಡಿದವನ ವಿಚಾರ ಮೊದಲು ಹೇಳಿದವರು ಯಾರು? ವರ್ಷಗಳ ಹಿಂದೆ – ಅವನೇನಾದರೂ ಸಂದೇಶ ಕಳುಹಿಸಿದ್ದರೆ ಅದು ದಾರಿಯಲ್ಲಿ ಕಳೆದು ಹೋಗಿದೆ: ನಾವು ಅವನ ಹೆಸರು ಹೇಳದೆ ಮಾತನಾಡುತ್ತೇವೆ. ಮೊದಲು ಹೋದವರು ಯಾರು? ಕೊನೆಗೂ ನನ್ನನ್ನು ಅರಿತುಕೊಳ್ಳಲು ನನಗೆ ಸಾಧ್ಯವಾಗಲಾರದೇ? ಪ್ರತಿಯೊಂದು ವಸ್ತುವೂ ಕಾಲದೊಂದಿಗೆ ಚಲಿಸಿ ಕಣ್ಮರೆಯಾಗುತ್ತದೆ ಎಂದು ಹೇಳಿದವರು ಯಾರು? ಬದುಕಿನಲ್ಲಿ ಪ್ರತಿಯೊಂದು ಕ್ಷಣವೂ ತನ್ನ ಗುರುತನ್ನು ಮಾಡಿಯೆ ತೀರುತ್ತದೆ. ನನ್ನ ಬಳಿಯಲ್ಲಿ ಕುಳಿತಾತನಿಗೆ ನನ್ನ ಭಾವನೆಗಳ ಅರಿವಿದೆಯೆ? ಅವನ ಮುಖದಲ್ಲಿ ಆಶ್ಚರ್ಯವಿಲ್ಲ. ಕಾಲ ಮತ್ತು ಸ್ಥಳದ ಮೇಲೆ ನಡೆದು ಹೋದಾತನು ತನ್ನ ಹಿಂದೆ ಪ್ರಭಾವಶಾಲೀ ಇರವನ್ನು ಬಿಟ್ಟು ಹೋಗಿರುತ್ತಾನೆ. ಅವನ ಹಡಗುಗಳು ಬಿರುಗಾಳಿಯೊಂದಿಗೆ, ಸಾಗರದ ಅಲೆಗಳೊಂದಿಗೆ ಹೋರಾಡುತ್ತಿವೆ. ಮಗುವಿನ ಕೂದಲಿನಂಥ ಅವನ ಹೊಂಗೂದಲು ಗಾಳಿಯಲ್ಲಿ ಸ್ವಚ್ಛಂದವಾಗಿ ಹಾರಾಡುತ್ತಿದೆ. ಒಮ್ಮೆ ನನ್ನ ಕೈಯನ್ನು ಹಿಡಿದಿದ್ದ ಅವನ ನಿಷ್ಠಾವಂತ ಕೈ ಎಷ್ಟು ಬಲವಾಗಿರಬೇಕು! ಅವನ ಕಹಿ ಅನುಭವಗಳು ಬಿಂದು ಬಿಂದುವಾಗಿ ನನ್ನ ಅಂಗೈಯನ್ನು ತುಂಬುತ್ತವೆ. ಅವನು ಹೋದಾಗ ಮತ್ತೆ ಬರುತ್ತೇನೆ ಅಂದಿರಲಿಲ್ಲ. ಆ ಬಳಿಕ ಯಾವ ಸಂದೇಶವನ್ನೂ ಕಳಿಸಿರಲಿಲ್ಲ. ಹಾಗಿದ್ದರೂ ನಾನು ಅವನಿಗಾಗಿ ಕಾಯುತ್ತೇನೆ. ಈ ಜಗತ್ತಿನಲ್ಲಿ ತನ್ನ ಸಂದೇಶಕ್ಕಾಗಿ ಕಾದಿರುವವರು ಯಾರೂ ಇಲ್ಲ ಎಂದು ಭಾವಿಸುತ್ತ ಅವನು

ಸಮುದ್ರದ ಮೇಲೆ ಯಾನ ಮಾಡುತ್ತಿದ್ದರೂ ನಾವೆಲ್ಲರೂ ಅವನಿಗಾಗಿ ಕಾಯುತ್ತೇವೆ.

ಕಾಡಿನಂಚಿನಲ್ಲಿ ಎಲೆಗಳು ಅದುರುವಂತೆ ಮೆಲ್ಲನೆ ಏರಿಳಿಯುವ ಧ್ವನಿ ಕೇಳಿಸುತ್ತದೆ. ಹಾಡು ಹತ್ತಿರಕ್ಕೆ ಬರುತ್ತದೆ. ಏನದು? ಯಾರೋ ನನ್ನ ಬಾಗಿಲು ತೆರೆಯುತ್ತಾರೆ. ದಾದಿಯರು ಇಬ್ಬಿಬ್ಬರಾಗಿ ಮೊಗಸಾಲೆಯಲ್ಲಿ ನಡೆಯುತ್ತಾ ಪ್ರಾರ್ಥನೆಯೊಂದನ್ನು ತಗ್ಗು ಧ್ವನಿಯಲ್ಲಿ ಹಾಡುತ್ತಾರೆ. ಅವರು ಆ ಕೊನೆಯಿಂದ ಬಂದು ನಿಧಾನವಾಗಿ ಸರಿದು, ಕಣ್ಮರೆಯಾಗುತ್ತಾರೆ. ಬಾಗಿಲುಗಳೆಲ್ಲ ತೆರೆದುಕೊಂಡಿವೆ.

"ಮೆರಿ ಕ್ರಿಸ್‌ಮಸ್."

"ಮೆರಿ ಕ್ರಿಸ್‌ಮಸ್."

"ಮೆರಿ ಕ್ರಿಸ್‌ಮಸ್, ಮೆರಿ ಕ್ರಿಸ್‌ಮಸ್."

ಹಾಡು ಇನ್ನಷ್ಟು ಕ್ಷೀಣವಾಗಿ ಕೇಳಿಸುತ್ತದೆ. ಬೇರೊಂದು ಮೊಗಸಾಲೆಯಿಂದ ಕೇಳುತ್ತಿದ್ದ ಹಾಡು ಕೆಲವೊಮ್ಮೆ ಅಲೆಯಂತೆ ನನ್ನ ಬಳಿಗೆ ಬರುತ್ತದೆ.

"...ಈಗ ನಮ್ಮ ರಕ್ಷಕ ಬಂದನು,

ಈಗ ಮೇರಿ ಹೂವೊಂದನ್ನು ಹಡೆದಳು..."

ಎಂಥ ನೀರವತೆ! ನನ್ನ ಬಾಗಿಲು ಈಗ ಮುಚ್ಚಿದೆ. ನಮ್ಮ ಹಾಸಿಗೆಯ ಸಮೀಪ ಕೇಳಿಸುವ ಆತ್ಮೀಯ ಧ್ವನಿ; ನಮ್ಮ ಹಣೆಯ ಮೇಲಾಡುವ ಪರಿಚಿತ ಕೈಗಳು. ಶ್ವೇತಾಂಬರದ ಹುಡುಗಿಯರು... ಕಷ್ಟದ ಕೆಲಸ; ಒಂದು ಪಾಳಿ ಎಂಟು ಗಂಟೆಯ ಹೊತ್ತು.

ಒಂದು ಕ್ಷಣದ ಬಗ್ಗೆ ಹೇಗೆ ಒಬ್ಬೊಬ್ಬರು ಒಂದೊಂದು ರೀತಿಯಾಗಿ ಪ್ರತಿಕ್ರಿಯಿಸುತ್ತಾರೆ! ಆದರೂ ಕೆಲವೊಮ್ಮೆ ಅವರು ಪರಸ್ಪರರನ್ನು ಅರಿತುಕೊಂಡಂತೆ ಕಾಣಿಸುತ್ತದೆ. ಕಾಲ ಉದ್ದಕ್ಕೆ ಬೆಳೆದಿದೆ – ಅದೆಷ್ಟು ವಸ್ತುಗಳು ಹಿಂದೆ ಉಳಿದುಕೊಂಡಿವೆ! ಕಿಟಿಕಿಯ ಎದುರು ಮಂಜು ಕಾಣಿಸಿಕೊಳ್ಳುವವರೆಗೆ ಒಂದು ಇಡೀ ಸಂಜೆಯನ್ನು ನಾವು ವಿಸ್ಮೃತಿಯಲ್ಲಿ ಕಳೆದಿದ್ದೇವೆ. ಏಕಾಂಗಿ ಮೇಜಿನ ಮೇಲೆ ಚಹ ಕುಡಿದ ಕಪ್ ಸಾಸರುಗಳಿವೆ – ಅಲ್ಲಿ ಇಬ್ಬರು ಜೊತೆಯಾಗಿ ಚಹ ಕುಡಿದಿದ್ದರು. ನನ್ನ ಗೆಳತಿ ಹೊರಡಲು ಎದ್ದು ನನ್ನ ಕೈ ಹಿಡಿದುಕೊಂಡಳು.

"ನಾನು ಈ ದಿನವನ್ನು ಎಂದೂ ಮರೆಯಲಾರೆ" ಅವಳೆಂದಳು.

ನಾವೇನು ಹೇಳಿದೆವು? ಮಾತನಾಡುತ್ತ, ಮಾತನಾಡುತ್ತ ನಾವು ವಿಸ್ಮೃತರಾಗಿದ್ದೆವು. ನಾವು ಒಮ್ಮೆ ನಮ್ಮ ಶಾಲೆಯ ಮೇಲು ಹೊದಿಕೆಯನ್ನು ಗೋಡೆಯಲ್ಲಿ ತೂಗು ಹಾಕಿ ಅಲ್ಲೆ ಧೂಳು ತಿನ್ನಲು ಬಿಟ್ಟಿದ್ದೆವು. ಒಂದೇ ಪಟ್ಟಣದಲ್ಲಿ ವಾಸಿಸುವ ಜನರು ಒಬ್ಬರನ್ನೊಬ್ಬರು ನೋಡದೆ ಇರಲು ಸಾಧ್ಯವಿದೆ. ಹಾಗಿದ್ದರೂ ಏನಾಯಿತು? ವರ್ಷಗಳು ಬರುತ್ತವೆ ಹೋಗುತ್ತವೆ– ನಮ್ಮ ಕೈಯ ಕುಣಿಕೆಗಳು. ಪ್ರೀತಿಯ ಧ್ವನಿಗಳು ಮೌನವಾಗುತ್ತವೆ, ಕೂದಲು ಬಿಳಿಯಾಗುತ್ತದೆ. ಹಾಗಾದರೂ ಏನಾಯಿತು? ಒಂದು ಸಂಜೆ ಇಡೀ ನಾವು ಜೊತೆಯಲ್ಲಿದ್ದೆವು ಒಬ್ಬರನ್ನೊಬ್ಬರು ಮರೆತು. ಆದರೂ ಅವಳು ಹೇಳಿದ್ದೇನು?– ಆ ಸಂಜೆ ಎಂದೂ ಮರೆತು ಹೋಗಲಾರದು.

ದೂರದ ಧ್ವನಿಗಳು ಮತ್ತೆ ಬರುತ್ತವೆ. ಈ ಬಾರಿ ಅವು ನನ್ನ ಕಿಟಿಕಿಯ ಕೆಳಗಿನಿಂದ ಹಾದು ಹೋಗುತ್ತವೆ. ದಾದಿಯರು ಇಗರ್ಜಿಗೆ ಹೋಗುತ್ತಿದ್ದಾರೆ. ಅಥವಾ ಅವರು ತಮ್ಮ ಸಮವಸ್ತ್ರ ಧರಿಸಿ ತೋಟದಲ್ಲಿ ತಿರುಗಾಡುತ್ತಿದ್ದಾರೋ! ಅಂದು ಕ್ರಿಸ್‌ಮಸ್ ಆದ ಕಾರಣ ಅವರು ಹಾಡುತ್ತಿರುವುದಿಲ್ಲ. ರೋಗಿಗಳಿಗೆ ಕೇಳಿಸುವುದಕ್ಕಾಗಿ, ತಮ್ಮನ್ನು ತಾವೇ ಮರೆಯುವುದಕ್ಕಾಗಿ ಅವರು ಹಾಡುತ್ತಿಲ್ಲ. ಅವರು ನಡೆಯುತ್ತಿರುವಾಗ ತಮ್ಮ ಸಂತೋಷಕ್ಕಾಗಿ

ಹಾಡುತ್ತಾರೆ. ಚಳಿಗಾಲದ ರಾತ್ರಿಯಲ್ಲಿ ಅವರು ಗಟ್ಟಿಯಾಗಿ ಹಾಡುತ್ತಾರೆ. ಯಾಕೆಂದರೆ ನಕ್ಷತ್ರಗಳು ಅಷ್ಟೊಂದು ಶುಭ್ರವಾಗಿ ಮಿನುಗುತ್ತವೆ; ಆ ಬಿಳಿ – ಹಳದಿ ಬೆಳಕಿನಲ್ಲಿ ಇಗರ್ಜಿಗಳು ಹಡಗುಗಳಂತೆ ತೇಲುತ್ತವೆ. ಈ ರಾತ್ರಿ ಜನರು ತುಸು ಮೃದುವಾಗಿ, ತುಸು ವಿಷಾದಭರಿತ ರಾಗಿರಲು ಸಾಧ್ಯ. ತಾವು ಬದುಕಿರದ ಆದರೆ ಇನ್ನೂ ಕಳೆದುಕೊಂಡಿರದ ಕ್ಷಣಗಳಿಗಾಗಿ ಅವರು ಹಂಬಲಿಸುತ್ತಾರೆ.

ಅದೆಷ್ಟು ಹೊತ್ತು ನಾವು ಹೀಗೆ ಕೈ ಹಿಡಿದುಕೊಂಡು ಮೌನವಾಗಿರುತ್ತೇವೆ? ನಮಗೆ ಹೇಳುವುದಕ್ಕೆ ಏನೂ ಇರುವುದಿಲ್ಲ – ಆದರೆ ನಾವು ಒಂದೇ ವಿಚಾರವಾಗಿ ಯೋಚಿಸುತ್ತಿದ್ದೇವೆ – ನಮ್ಮ ಭಾವ ಮಾತ್ರ ಬೇರೆ ಬೇರೆ. ನಾನು ಮುಖ ತಿರುಗಿಸಿ ಅವನ ನೋಟವನ್ನು ಸಂಧಿಸುತ್ತೇನೆ. ಕಣ್ಣು ಮುಚ್ಚುತ್ತೇನೆ. ಒಂದು ಕಾಲದಲ್ಲಿ ನನ್ನಲ್ಲೂ ಅಂಥ ನೋಟ ಇದ್ದುದು ನಿಜವೇ? ನಮಗೆ ಮಾಡಬೇಕು ಅಂತ ಅನಿಸಿದ್ದನ್ನು ನಾವು ಏಕೆ ಎಂದಿಗೂ ಮಾಡುವುದಿಲ್ಲ? ಕೆಲವೊಮ್ಮೆ ನಾವು ಅಗ್ಗಿಷ್ಟಿಕೆ ನೀಡುವ ಹಿತಕರವಾದ ಉಷ್ಣಕ್ಕೆ ಸಂಪೂರ್ಣ ಶರಣಾಗತರಾಗುತ್ತೇವೆ. ಅದೇ ಕ್ಷಣದಲ್ಲಿ ನಮ್ಮ ಅಸ್ತಿತ್ವದ ಯಾವುದೋ ಇನ್ನೊಂದು ಅಂಗ ಬೀದಿಯಿಂದ ಕೇಳಿಸುವ ಹಾಡಿಗೆ ತಲೆದೂಗುತ್ತಿರುತ್ತದೆ. ಬೇರೆ ಸಮಯಗಳಲ್ಲಿ ನಾವು ಕೊನೆಗೂ ಹೊರಡಲು ನಿಂತಾಗ ನೆನಪು ಜಾಗೃತವಾಗಿ ವಿದಾಯದ ಮಾತುಗಳ ನಡುವೆ ತೇಲಲಾರಂಭಿಸಿತ್ತು. ಒಮ್ಮೆ ನಾವು ಬೆಟ್ಟದ ಬುಡದಲ್ಲಿ ಭೇಟಿಯಾಗಿ ದೇವದಾರು ಮರಗಳ ನಡುವಿನ ಕಾಲು ದಾರಿಯಲ್ಲಿ ನಡೆದುಕೊಂಡು ಹೋಗಲು ನಿರ್ಧರಿಸಿದ್ದೆವು. ಸೂರ್ಯ ಮುಳುಗುತ್ತಿದ್ದಾಗ ನಾನು ಒಂಡೆಯ ಮೇಲೆ ಒಬ್ಬಳೇ ಕುಳಿತು ಹುಲ್ಲನ್ನು ತಿರುವುತ್ತಿದ್ದೆ. ಯಾರೂ ಬರಲಿಲ್ಲ. ಕೊನೆಗೆ ದಟ್ಟವಾಗುತ್ತಿದ್ದ ಸಂಜೆಯ ನೀರವತೆಯಲ್ಲಿ ನಾನು ಮನೆಯ ದಾರಿ ಹಿಡಿದಾಗ ಅವನು ನನ್ನನ್ನು ಹುಡುಕಲು ಹೊರಟಿದ್ದ. ಅವನು ಇಡೀ ರಾತ್ರಿ ಕಾಡಿನಲ್ಲಿ ಅಲೆದ. ನಡು ರಾತ್ರಿಯಲ್ಲಿ ಕಂಡವರ ಮನೆ ಬಾಗಿಲು ತಟ್ಟಿ ವಿಚಾರಿಸಿದ. ಅವರು ಉರಿಯುವ ದೊಂದಿಗಳನ್ನು ಹಿಡಿದು ಮರಗಳ ಮಧ್ಯೆ ಓಡಾಡಿದರು. ಬೆಟ್ಟದ ಮೇಲೆ ಅಲ್ಲಿ ಇಲ್ಲಿ ಬೆಂಕಿ ಉರಿಸಲಾಯಿತು. ಕೆಳಗೆ ಬಯಲಿನ ಸಮತಟ್ಟಾದ ರಸ್ತೆಯ ಮೇಲೆ ನಡೆಯುತ್ತಿದ್ದ ನಾನು ಅದು ಯಾರೋ ಮೋಜಿಗಾಗಿ ಹಚ್ಚಿದ್ದ ಬೆಂಕಿ ಅಂದುಕೊಂಡೆ. ಅವರು ನನ್ನನ್ನು ಅರಸುತ್ತಿರಬಹುದೆನ್ನುವ ಯೋಚನೆ ನನಗೆ ಬರಲೇ ಇಲ್ಲ.

ಈಗ ನಾವು ಒಬ್ಬರ ಕೈಯನ್ನೊಬ್ಬರು ಯಾಕಾಗಿ ಹಿಡಿದುಕೊಂಡಿದ್ದೇವೆ? ಇನ್ನು ಹೊಸದಾಗಿ ಹೇಳುವುದೇನಿದೆ? ಅವನು ನನಗಾಗಿ ದೇವದಾರು ರೆಂಬೆಗಳನ್ನು ತಂದು ಮತ್ತೊಮ್ಮೆ ನನ್ನಲ್ಲಿ ಪ್ರೇಮದ ಕಹಿಭಾವನೆಗಳು ಮರುಕಳಿಸುವಂತೆ ಯಾಕೆ ಮಾಡುತ್ತಿದ್ದಾನೆ? ನನಗೆ ಏನು ಹೇಳಬೇಕೆಂದು ಗೊತ್ತು, ಆದರೆ ಹೇಗೆ ಆರಂಭಿಸಬೇಕು ಎಂದು ತಿಳಿಯುವುದಿಲ್ಲ. ಆಗ ಇದ್ದಕ್ಕಿದ್ದಂತೆ ಅವನು ಮಾತನಾಡಲು ಆರಂಭಿಸುತ್ತಾನೆ. ಅವನು ನನ್ನ ತಲೆಯೊಳಗಿರುವ ಶಬ್ದಗಳನ್ನೆ ಹೇಳುತ್ತಿದ್ದಾನೆ, ಆದರೆ ಸ್ವರ ಮಾತ್ರ ಹೊಸದು. ಈಗ ನನ್ನ ಪಕ್ಕದಲ್ಲಿ ಕುಳಿತಿರುವವನಾದರೂ ಯಾರು? ಅವನು ಹೇಳುತ್ತಿರುವುದೇನು? ಸ್ವಲ್ಪ ಹೊತ್ತಿನ ಮುಂಚೆ ಇಲ್ಲಿಂದ ಯಾರಾದರೂ ಎದ್ದು ಹೋಗಿದ್ದರೆ?

ಅವನು ಕಿಟಕಿಯ ಬಳಿ ನಿಂತು ಹೊರಗಿನ ಗಿಡಮರಗಳನ್ನು ನೋಡುತ್ತಿದ್ದ. ಆಮೇಲೆ ನನ್ನ ಬಳಿಗೆ ಬಂದ. ಅವನು ಹೇಳಬೇಕಾಗಿರುವುದನ್ನು ತಗ್ಗಿನ ಧ್ವನಿಯಲ್ಲಿ ಹೇಳಬೇಕಾಗಿತ್ತು.

ಆದರೆ ಅವನು ಮತ್ತೂ ಕಿಟಕಿಯ ಬಳಿ ಸರಿಯುತ್ತಿದ್ದ. ಇನ್ನೂ ಉಳಿದುಕೊಂಡಿದ್ದ ತೆಳುವಾದ ಬಿಸಿಲು ಅವನ ಕಿವಿಯ ಮೇಲು ಭಾಗದಲ್ಲಿದ್ದ ಬಿಳಿ ಕೂದಲಿಗೆ ಬಿದ್ದು ಮುಖದಲ್ಲಿ ಗಾಂಭೀರ್ಯದ ಛಾಯೆಯನ್ನು ಹರಡಿತ್ತು. ವಿಷಾದದಿಂದ ಬಿಗಿದುಕೊಂಡಿದ್ದ ಬಾಗಿ ನಮ್ಮ ಕೊನೆಯ ದಿನ ಮುಕ್ತಾಯಗೊಳ್ಳುತ್ತಿರುವುದನ್ನು ನಿರಾಕರಿಸುವಂತಿತ್ತು. ತಾನಿನ್ನು ಹೊರಡುವುದು ಅನಿವಾರ್ಯವೆಂದಾದಾಗ ಅವನು ನನ್ನ ಬಳಿ ಏನನ್ನೊ ಹೇಳಿದ. ಮತ್ತು ಬಾಗಿ ನಿಂತ.

ಇದು ಯಾರು ಈಗ ನನ್ನ ಬಳಿ ನಿಂತಿರುವುದು? ನನ್ನ ಬಳಿ ಇರುವ ಶಬ್ದಗಳನ್ನೇ ಬಳಸಿಕೊಂಡು ಆತ ಹೇಳುತ್ತಿರುವುದೇನು? ನಾವು ಚಿಕ್ಕವರಿದ್ದಾಗ ಕಡಲಿನ ತೀರದಲ್ಲಿ ಜೊತೆಯಾಗಿ ಆಟವಾಡಿದ್ದೆವು. ಆ ತೀರದ ಅಂಚಿನಲ್ಲಿದ್ದ ಪ್ರತಿಯೊಂದು ಬಂಡೆ ಕೂಡ ಈಗಲೂ ನಮ್ಮ ನೆನಪಿನಲ್ಲಿ ಉಳಿದಿದೆ. ಕಡಲಿನಿಂದ ಬೀಸಿ ಬರುತ್ತಿದ್ದ ಬೆಚ್ಚಗಿನ ತೆಂಕಣ ಗಾಳಿಯಲ್ಲಿ ದೂರದ ಮಳೆಯ ಸುವಾಸನೆಯಿತ್ತು. ನಮ್ಮ ಚೇತನಗಳು ಉಳಿದಿವೆ ಮತ್ತು ಒಂದಾಗಿವೆ.

ನಾನು ಕೈಗಳಿಂದ ಮುಖ ಮುಚ್ಚಿಕೊಳ್ಳುತ್ತೇನೆ. ಆಮೇಲೆ ದಿಂಬಿಗೊರಗಿ ಕುಳಿತುಕೊಳ್ಳುತ್ತೇನೆ, ನನ್ನ ಹಾಸಿಗೆಯ ಕೊನೆಯಲ್ಲಿ ಕುಳಿತಿದ್ದವನು ಮುಗುಳು ನಗುತ್ತಾನೆ.

"ನಿನಗೇನಾದರೂ ಬೇಕಾಗಿದೆಯೇನು?"

"ನನಗಾಗಿ ಏನನ್ನಾದರೂ ಮಾಡ್ತೀಯಾ?"

"ನಿನಗೇನು ಬೇಕು?"

"ಏನಾದರೂ ಸರಿ. ಒಂದು ಆಟಿಕೆಯನ್ನು ಮಾಡಿ ತಾ."

ಅವನು ನನ್ನನ್ನು ನೋಡಿ ನಗುತ್ತಾನೆ. ಮೇಜಿನ ಮೇಲಿದ್ದ ಒಂದು ಬಿಳಿ ಪೆಟ್ಟಿಗೆಯಿಂದ ಪೆನ್ಸಿಲು, ಚಾಕು ಹೊರಗೆ ತೆಗೆಯುತ್ತಾನೆ. ಆಮೇಲೆ ಏನೋ ಚಿತ್ರ ಬರೆಯಲು ತೊಡಗುತ್ತಾನೆ.

ನಾನು ಅವನ ಬಳಿ ಒಬ್ಬಂಟಿಗಳಾಗಿರುತ್ತೇನೆ. ನಾನು ಜ್ಞಾಪಿಸಿಕೊಳ್ಳುತ್ತಿರುವುದೇ? ಇಲ್ಲ ಕನಸು ಕಾಣುತ್ತಿರುವುದೇ? ನಾನು ಕಣ್ಣುಮುಚ್ಚಿ ಆತ ರಟ್ಟು ಕತ್ತರಿಸುತ್ತಿರುವ ಸದ್ದಿಗೆ ಕಿವಿಕೊಡುತ್ತೇನೆ. ಆತ ನನಗಾಗಿ ಏನು ಮಾಡುತ್ತಿದ್ದಾನೆ? ಇಬ್ಬರು ಕುಳಿತಿರುವ ಒಂದು ಕೋಣೆಯಲ್ಲಿ ಅಂಥ ಶಾಂತಿ ನೆಲೆಸಲು ಹೇಗೆ ಸಾಧ್ಯ? ಅಷ್ಟೊಂದು ಕಹಿ ಇದ್ದರೂ ಅದು ಹೊರಗೆ ಬರಲಾರದು....ಈ ಮಧ್ಯೆ ತುಂಬ ಹೊತ್ತು ಕಳೆದಿರಬೇಕು. ಯಾಕೆಂದರೆ ಈಗ ನನಗೆ ನೆನಪು ಬರಲಾರಂಭಿಸಿದೆ, ನಾನು ಕನಸು ಕಾಣುತ್ತೇನೆ. ಹಾಸಿಗೆಯ ಮೇಲೆ ಬಿದ್ದುಕೊಂಡಿರುವ ನನ್ನ ಕೈಗಳನ್ನು ನೋಡುತ್ತೇನೆ. ಅವುಗಳನ್ನು ಮೆಲ್ಲನೆ ಮೇಲಕ್ಕೆತ್ತಿ ಪರೀಕ್ಷಿಸುತ್ತೇನೆ–ಹೊಸದಾಗಿ ನೋಡುವಂತೆ. ಎಷ್ಟು ಶತಮಾನಗಳ ಕಾಲ ಒಂದು ಬದುಕು ಉಳಿಯುತ್ತದೆ? ನಮ್ಮ ಅಸ್ತಿತ್ವವೂ ಸಮುದ್ರದ ಮೇಲೆ ಬೀಸುವ ಗಾಳಿಯೂ ಒಂದೇ. ಅದು ಬೀಸುವ ದಿಕ್ಕನ್ನು ಮಾತ್ರ ಬದಲಾಯಿಸುತ್ತದೆ. ಅಷ್ಟೆ.

"ನಾನೇನು ಮಾಡಿದ್ದೇನೆ ಅಂತ ನೋಡುವುದಿಲ್ಲವೇ?"

ನಾನು ಅವನನ್ನು ನೋಡಿ ಮುಗುಳು ನಗುತ್ತೇನೆ. ಮೇಜಿನ ಮೇಲೆ ಹಾಯಿ ಬಿಡಿಸಿದ ಬಿಳಿ ಹಡಗು ಒಂದಿದೆ. ಭದ್ರವಾದ ರಟ್ಟಿನ ತಳದಲ್ಲಿ ಅದು ಅಂದವಾಗಿ ನಿಂತಿದೆ. ನಾವು ಹಾಯಿ ಬಿಡಿಸಿ ಯಾವ ಸಾಗರದತ್ತ ಹೊರಟಿದ್ದೇವೆ? ರಾತ್ರಿಯಲ್ಲಿ ಕಪ್ಪು ಸಾಗರದ ಅಲೆಗಳ ಮೇಲೆ ನಾವು ಪ್ರಯಾಣ ಮಾಡುತ್ತೇವೆ. ಮಾನವರು ಕಂಡಿರದ ಯಾವುದೋ ಪ್ರದೇಶ ತನ್ನ

ಗೊಂಡಾರಣ್ಯವನ್ನು ಹರಡಿ ನಮ್ಮನ್ನು ನಿರೀಕ್ಷಿಸುತ್ತಿದೆ. ಅದನ್ನು ಯಾವ ಹಡಗೂ, ಯಾವ ಕಪ್ತಾನನೂ ಸ್ಪರ್ಶಿಸಿಲ್ಲ....ನಮ್ಮನ್ನು ಸಂಪೂರ್ಣವಾಗಿ ಅವರಿಸುವಂತಿರಬೇಕಾದರೆ, ಪ್ರತಿಯೊಂದು ಕ್ಷಣವೂ ಬಹಳ ಬೃಹತ್ತಾಗಿರಬೇಕಲ್ಲ?

ನಾನು ಈ ದಿನ ಬೆಳಿಗ್ಗೆ ಎದ್ದು ಕೋಣೆಯಿಂದ ಹೊರಗೆ ನಾಲ್ಕು ಹೆಜ್ಜೆ ನಡೆದೆ. ಒಮ್ಮೆಲೆ ಒಂದು ತೆರೆದಿರುವ ಕಿಟಿಕಿ ಕಂಡಾಗ ನಾನಲ್ಲೆ ನಿಂತೆ. ತೋಟದ ಆ ಭಾಗದಲ್ಲಿ ನಿತ್ಯ ಹಸುರಾಗಿರುವ ಮರ್ಟಲ್ ಸಸಿಗಳನ್ನು ನೆಟ್ಟಿದ್ದರು. ಪ್ರಕಾಶಮಾನವಾದ ಬಿಸಿಲು ಅಲ್ಲಿ ಹರಡಿಕೊಂಡಿತ್ತು. ಒಂದು ಕ್ಷಣ ನಾನಲ್ಲಿ ಕದಲದೆ ನಿಂತೆ. ನಾನಿಷ್ಟು ದಿನ ಮರಗಳನ್ನು, ತೋಟವನ್ನು ನೋಡುತ್ತಿದ್ದದು ನಿಜ. ಆದರೆ ಆಗೆಲ್ಲ ಕಿಟಿಕಿ ಮುಚ್ಚಿಕೊಂಡೇ ಇತ್ತು ಅನ್ನುವುದು ನನಗೆ ಈಗ ಅರಿವಾಗತೊಡಗಿತು. ❍

ಸೈಪ್ರಸ್

○ ಲಾರೆನ್ಸ್ ಡರೆಲ್

ಮನೆಯನ್ನು ಕೊಳ್ಳುವ ಬಗೆ...

ಕೈರೆನಿಯಾದ ತುರ್ಕಿ ವಸತಿ ಪ್ರದೇಶದಲ್ಲಿರುವ ಸಾಬ್ರಿ ತಾಹಿರ್‌ನ ಆಫೀಸಿನ ಹೊರಗಡೆ ಬಿಸಿಲಿಗೆ ಕರಟಿ ಹೋಗಿರುವ ಬೋರ್ಡು ಆತನನ್ನು 'ಆಸ್ತಿ ಏಜಂಟ್ ಮತ್ತು ಮೌಲ್ಯ ನಿರ್ಣಾಯಕ' ಎಂದು ಸಾರುತ್ತದೆ. ಆದರೆ ಆ ಬೋರ್ಡು ಬರೆಯಿಸಿದ ಬಳಿಕ ಅವನ ವ್ಯವಹಾರಗಳು ಬಹಳಷ್ಟು ವಿಸ್ತಾರ ಗೊಂಡಿವೆ. ಈ ಜೇಡನ ಬಲೆಯ ಕೇಂದ್ರ, ಎರಡು ಮೂರು ಮಾರ್ಗಗಳು ಸೇರಿದ ಆಯಕಟ್ಟಿನ ಸ್ಥಳದಲ್ಲಿರುವ ಒಂದು ಕತ್ತಲಿನ, ತಣ್ಣಗಿನ ಗೋಡೌನು. ಇದಕ್ಕೆ ಎದುರಾಗಿ ಯಾವನೋ ತುರ್ಕಿ ಸಂತನ ಅಥವಾ ಯೋಧನ ಗುಡಿ ಇದೆ. ಅವನ ಹೆಸರು ಚರಿತ್ರೆಯಲ್ಲಿ ಕಾಣೆಯಾಗಿದ್ದರೂ ಭಕ್ತರಿಗೆ ಅದಿನ್ನೂ ಪೂಜಾಮಂದಿರವಾಗಿ ಉಳಿದುಕೊಂಡಿದೆ. ಧೂಳು ಹಿಡಿದ ಮರದಡಿಯಲ್ಲಿರುವ ಅದರ ಬಳಿ ಒಂದೆರಡು ಹರಕೆಗಳು ತೂಗುತ್ತಿರುವುದನ್ನು ಕಾಣಬಹುದು.

ಅದರಾಚೆಗೆ ಬಯಲಿನಲ್ಲಿರುವ ಜೋಪಡಿಗಳಲ್ಲಿ ಮುರಿದು ಬಿದ್ದ ಯಂತ್ರಗಳು, ಮರದ ತುಂಡುಗಳು, ಹಳೆ ರೈಲ್ವೇ ಸ್ಲೀಪರುಗಳ, ಬಸ್ಸುಗಳ ಅವಶೇಷಗಳು ತುಂಬಿಕೊಂಡಿವೆ. ಸಾಬ್ರಿಯ ಸಾಮ್ರಾಜ್ಯ ಇನ್ನೂ ಭ್ರೂಣಾವಸ್ಥೆಯಲ್ಲಿದ್ದರೂ ಆತ ಎಚ್ಚರಿಕೆಯಿಂದ ವ್ಯವಹರಿಸುತ್ತಿರುವುದು ಸ್ಪಷ್ಟವಾಗಿದೆ. ಒಂದು ಜೋಪಡಿಯಲ್ಲಿ ಇಬ್ಬರು ತುರ್ಕಿ ಯುವಕರ ಮೇಲ್ತನಿಖೆಯಲ್ಲಿ ವೃತ್ತಾಕಾರದ ಗರಗಸ ಮೂರು ಹೊತ್ತು ಗುಂಯ್ ಎಂದು ತಿರುಗುತ್ತಿರುತ್ತದೆ. ಇನ್ನೊಂದು ಯಂತ್ರ ಕ್ರಮಬದ್ಧವಾಗಿ ಸಿಮೆಂಟು ತುಂಡುಗಳನ್ನು ತಯಾರಿಸಿ ಹೊರಗೆ ಉಗುಳುತ್ತಿರುತ್ತದೆ.

ಕತ್ತಲು ತುಂಬಿದ ತನ್ನ ಆಫೀಸಿನಲ್ಲಿ ತುರ್ಕಿ ಕಾಫಿಯೊಂದಿಗೆ ದಿನದ ಹೆಚ್ಚು ಭಾಗ, ಚಲಿಸದೆ ಕುಳಿತಿರುತ್ತಿದ್ದ ಸಾಬ್ರಿ ಈ ಎಲ್ಲ ಚಟುವಟಿಕೆಗಳನ್ನು ಎಚ್ಚರಿಕೆಯಿಂದ ಗಮನಿಸುತ್ತಿರುತ್ತಾನೆ. ಕೋಣೆಯ ಮೂಲೆಯಲ್ಲಿ ಗೋಡೆಗೆ ತಾಗಿರುವ ಅವನ ಮೇಜನ್ನು ತಲಪಬೇಕಿದ್ದರೆ ಅಲ್ಲೆಲ್ಲ ಹರಡಿಕೊಂಡಿರುವ ಕುರ್ಚಿ, ಮೇಜು, ಮಕ್ಕಳ ಗಾಡಿ, ಅಡುಗೆ ಸ್ಟವ್, ಹೀಟರುಗಳ ನಡುವೆ ಹೆಜ್ಜೆ ಇರಿಸಿ ನಡೆಯಬೇಕು...

ಗಟ್ಟಿಮುಟ್ಟಾಗಿರುವ ಸಾಬ್ರಿಗೆ ಬಹುಶಃ ನಲವತ್ತು ವರ್ಷ ಪ್ರಾಯವಿರಬಹುದು. ಅವನಲ್ಲೊಂದು ಆರಾಮದ ಆಕರ್ಷಣೆ ಇದೆ. ತುರ್ಕಿ ಪ್ರವಾಸಿ ಭಿತ್ತಿ ಪತ್ರಗಳಲ್ಲಿ ಕಾಣಿಸುವ ಬಿಳಿ ಹಲ್ಲಿನ ಮುಗುಳ್ನಗೆ, ಯೋಚನಾಭರಿತ ಕಂದುಬಣ್ಣದ ಕಣ್ಣುಗಳು. ಆದರೆ ಜಗತ್ತನ್ನು ಅವನು ದೈಹಿಕವಾಗಿ ಎದುರಿಸುವ ವಿಧಾನದಲ್ಲಿ ಅವನ ನಿಜವಾದ ತುರ್ಕಿ ಗುಣಗಳು ವ್ಯಕ್ತವಾಗುತ್ತವೆ. ಯಾವನೇ ಗ್ರೀಕನು ಪಾದಗಳನ್ನು ಬಡಿಯದೆ, ಪೆನ್ಸಿಲು ಕುಟ್ಟದೆ, ಮೊಣಕಾಲು ಅಲ್ಲಾಡಿಸದೆ ಅಥವಾ ನಾಲಿಗೆಯಿಂದ ಸದ್ದು ಮಾಡದೆ ಸುಮ್ಮನೆ ಕುಳಿತಿರಲಾರ. ಆದರೆ ತುರ್ಕನಲ್ಲಿ ಬಂಡೆಕಲ್ಲಿನ ನಿಶ್ಚಲತೆ, ಸರೀಸೃಪಗಳ ಕೇಂದ್ರೀಕರಣ ಶಕ್ತಿ ಮತ್ತು ಮೌನವಿದೆ. ಮರದ ಮೇಲೆ ಓತಿ ಗಂಟೆ ಗಟ್ಟಲೆ ಹೊತ್ತು ರೆಪ್ಪೆ ಮಿಟುಕಿಸದೆ ಜಗತ್ತನ್ನು ನೋಡುತ್ತಾ ಇಂಥ ತಟಸ್ಥ ಸ್ಥಿತಿಯಲ್ಲಿ ಕುಳಿತಿರಬಲ್ಲುದು. ಅಮಾನತುಗೊಂಡ ತೀರ್ಮಾನದ ಈ ಸ್ಥಿತಿಗೆ ಅರಬಿ ಭಾಷೆಯಲ್ಲಿ 'ಕೈಫ್' ಅನ್ನುತ್ತಾರೆ. ಸಾಬ್ರಿ ಕಟ್ಟಿಗೆ ಹೊರುವುದನ್ನು, ರೈತರೊಂದಿಗೆ ಕೂಗಾಡುವುದನ್ನು, ಮಾರ್ಗದಲ್ಲಿ ಓಡುತ್ತಿರುವುದನ್ನು ಕೂಡ ನಾನು ನೋಡಿರುತ್ತೇನೆ. ಆದರೆ ಯಾವ ಸಂದರ್ಭದಲ್ಲೂ ಆತ ಶಕ್ತಿಯನ್ನು ವ್ಯಯಿಸುವಂತೆ ಕಾಣಿಸಲಿಲ್ಲ. ಅವನ ಕೆಲಸ ಮತ್ತು ಮಾತು ನಯವಾದ, ಅನಿವಾರ್ಯವಾದ ಕ್ರಿಯೆಗಳಾಗಿವೆ. ಚಮಚದಿಂದ ಹರಿಯುವ ಜೇನಿನಂತೆ ಅವು ಅವನಿಂದ ಹೊರಬರುತ್ತವೆ.

ಆ ದಿನ ಬೆಳಿಗ್ಗೆ ನಾನು ಆತನ ಅಂಗಡಿಯ ಕತ್ತಲಿನೊಳಗೆ ಕಾಲಿರಿಸಿದಾಗ ಸಾಬ್ರಿ ಒಂದು ಮುರುಕು ಸಿಗರೇಟ್ ಲೈಟರನ್ನು ರಿಪೇರಿ ಮಾಡುತ್ತ ಕನಸು ಕಾಣುತ್ತಿದ್ದ. ಆತ ಸೌಜನ್ಯ ದಿಂದಲೇ – ಆದರೆ ತುಸು ನಿರ್ಲಕ್ಷ್ಯ ಭಾವದಿಂದ – ನನ್ನನ್ನು ಸ್ವಾಗತಿಸಿದ. ನಾನು ಸಮೀಪಿಸಿದಾಗ ಆತ ಒಂದು ಚಿಟಿಕಿ ಹೊಡೆದ. ಕತ್ತಲಿನಿಂದ ಒಂದು ಕುರ್ಚಿ ಪ್ರತ್ಯಕ್ಷವಾಯಿತು. ನಾನು ಕುಳಿತೆ. ಆತ ಕೆಲಸವನ್ನು ಬದಿಗಿರಿಸಿ, ಕಣ್ಣುಮುಚ್ಚದೆ ನನ್ನೆದುರು ಮೌನವಾಗಿ ಕುಳಿತ. ನಾನಂದೆ:

"ಮಿ. ಸಾಬ್ರಿ, ನನಗೆ ನಿಮ್ಮ ಸಹಾಯ ಬೇಕಾಗಿದೆ. ನಾನು ಅಲ್ಲಿ ಇಲ್ಲಿ ವಿಚಾರಿಸಿದಾಗ ವ್ಯಾಪಾರದಲ್ಲಿ ನೀವು ನಂಬಿಕೆಗೆ ಅತ್ಯಂತ ಅನರ್ಹನಾದ ವ್ಯಕ್ತಿ ಅಂತ ಹೇಳಿದರು. ವಾಸ್ತವವಾಗಿ ನೀವು ಬಲು ದೊಡ್ಡ ಠಕ್ಕರಂತೆ!"

ಅವನು ಕೋಪಿಸಿಕೊಳ್ಳುವ ಬದಲು ಕುತೂಹಲದಿಂದ ನನ್ನನ್ನು ನೋಡಿದ. ತೀಕ್ಷ್ಣ ದೃಷ್ಟಿಯಿಂದ ನನ್ನ ಪರೀಕ್ಷೆ ನಡೆಯಿತು. ನಾನು ಮುಂದುವರಿಸಿದೆ.

"ಪೂರ್ವ ಮೆಡಿಟರೇನಿಯನ್ ಪ್ರಾಂತದ ಜನರನ್ನು ಬಲ್ಲ ನಾನು ಠಕ್ಕ ಅನ್ನುವ ಶಬ್ದಕ್ಕೆ ಒಂದೇ ಒಂದು ಅರ್ಥ ಹಚ್ಚಿದ್ದೇನೆ. ಒಬ್ಬಾತ ಇತರರಿಗಿಂತ ಜಾಣನಾಗಿದ್ದಾನೆ ಅನ್ನೋದೇ ಆ ಅರ್ಥ."

ಈ ಮಾತಿನೊಂದಿಗೆ ನನ್ನ ಬಲಗೈಯ ತೋರು ಬೆರಳನ್ನು ಬೆಳಗಿನ ಉಪಾಹಾರದ ಬೇಯಿಸಿದ ಮೊಟ್ಟೆಗೆ ಕಟ್ಟುವಂತೆ ನಾನು ನಿಧಾನವಾಗಿ ಹಣೆಗೆ ಕುಟ್ಟಿ 'ಜಾಣ' ಶಬ್ದವನ್ನು ಅಭಿನಯಿಸಿ ತೋರಿಸಿದೆ (ಈ ಕ್ರಿಯೆಯನ್ನು ತುಸು ಎಚ್ಚರಿಕೆಯಿಂದ ಮಾಡಬೇಕಾದ್ದು ಅಗತ್ಯ. ಯಾಕೆಂದರೆ ಹಣೆಯಲ್ಲಿ ಬೆರಳು ತಿರುಗಿದರೆ ಒಂದು ಸುತ್ತು ಸಡಿಲು ಎನ್ನುವ ಅರ್ಥವೂ ಬರುತ್ತದೆ.) ಹೀಗೆ ಮೆತ್ತಗೆ ತಲೆಯನ್ನು ಕುಟ್ಟಿ ನಾನು ಪುನರುಚ್ಚರಿಸಿದೆ :

"ಇತರರಿಗಿಂತ ಜಾಣ; ಮೂರ್ಖರು ಮತ್ಸರಿಸುವಷ್ಟು ಜಾಣ."

ಆತ ನಾನು ಹೇಳಿದ್ದನ್ನು ಒಪ್ಪಿಕೊಳ್ಳಲೂ ಇಲ್ಲ, ನಿರಾಕರಿಸಲೂ ಇಲ್ಲ. ಉಪಯೋಗಕ್ಕೆ ಬರುವುದು ಸಂದೇಹಾಸ್ಪದವಾದ ಒಂದು ಯಂತ್ರವನ್ನು ಪರಿಶೀಲಿಸುವವನಂತೆ ಆತ ಕುಳಿತಿದ್ದ.

ಆದರೆ ಆತನ ಕಣ್ಣುಗಳಲ್ಲಿ ಮೆಚ್ಚುಗೆಯ ಸಣ್ಣ ಹೊಳಪೊಂದು ಕಾಣಿಸಿತು. ಆತನ ಭಾವವನ್ನು ಗಮನಿಸಿದಾಗ ಆತನಿಗೆ ಇಂಗ್ಲಿಷ್ ಬರುತ್ತದೆ ಎನ್ನುವುದು ಖಚಿತವಾಗಿ ನಾನು ಮುಂಗಾಣಗಿಸಿದೆ :

"ನನ್ನದು ವ್ಯಾಪಾರದ ಉದ್ದೇಶವಲ್ಲ. ಒಬ್ಬ ಸಾಮಾನ್ಯ ಬಡವನಾಗಿ ನಿಮ್ಮ ಸಹಾಯ ಯಾಚಿಸೋದಕ್ಕೆ ಬಂದಿದ್ದೇನೆ. ನನ್ನಿಂದ ನಿಮಗೇನೂ ಲಾಭ ದೊರೆಯುವಂತಿಲ್ಲ. ನನಗಾಗಿ ನೀವು ನಿಮ್ಮ ಅನುಭವ ಮತ್ತು ಬುದ್ಧಿ ಶಕ್ತಿಯನ್ನು ಉಪಯೋಗಿಸಬೇಕು ಅನ್ನೋದು ನನ್ನ ಕೇಳಿಕೆ. ಒಂದೆರಡು ವರ್ಷಗಳ ಕಾಲ ಇರೋದಕ್ಕೆ ಅಥವಾ ನನಗೆ ಹಿಡಿಸಿದಲ್ಲಿ ಖಾಯಂ ವಾಸ್ತವ್ಯಕ್ಕೆ ಒಂದು ಅಗ್ಗದ ಹಳ್ಳಿ ಮನೆಯನ್ನು ನಾನು ಹುಡುಕುತ್ತಿದ್ದೇನೆ. ನಿಮ್ಮ ಬಗ್ಗೆ ನನ್ನ ಅಭಿಪ್ರಾಯ ತಪ್ಪಲ್ಲ ಅನ್ನೋದು ನನಗೀಗ ಖಾತ್ರಿಯಾಗಿದೆ. ಠಕ್ಕನ ಬದಲು ನೀವು ಒಬ್ಬ ಸಭ್ಯ ನಾಗರಿಕರಾಗಿದ್ದೀರಿ. ನಿಮ್ಮಲ್ಲಿ ಮುಚ್ಚುಮರೆ ಇಲ್ಲದೆ ಎಲ್ಲವನ್ನು ಹೇಳಬಹುದು ಅಂತ ನನಗನಿಸುತ್ತಿದೆ. ಕೃತಜ್ಞತೆ ಮತ್ತು ಸ್ನೇಹವಲ್ಲದೆ ಕೊಡಲು ಬೇರೇನೂ ನನ್ನಲ್ಲಿಲ್ಲ, ತುರ್ಕಿಯ ಒಬ್ಬ ಸಜ್ಜನನಾಗಿ ನೀವು ನನಗೆ ಸಹಾಯ ಮಾಡಬೇಕು."

ನನ್ನ ಭಾಷಣದುದ್ದಕ್ಕೂ ಬಣ್ಣ ಬದಲಾಯಿಸುತ್ತಿದ್ದ ಸಾಬ್ರಿಯ ಮುಖ ಅದು ಮುಗಿದಾಗ ಸಂತಸದಿಂದ ರಂಗೇರಿತ್ತು. ಲೆವಾಂತ್ (ಮೆಡಿಟರೇನಿಯನ್‌ನ ಪೂರ್ವ ಭಾಗ) ನಲ್ಲಿ ಅತಿಥ್ಯದ ಕಠಿನ ನಿಯಮಗಳು ಎಲ್ಲ ಸಂಬಂಧಗಳನ್ನೂ ನಿರ್ಣಯಿಸುತ್ತವೆ. ಆದುದರಿಂದ ಅವನಿಗೆ ಸಂಪೂರ್ಣ ಶರಣಾಗತನಾಗುವುದರ ಮೂಲಕ ನಾನು ವಿಜಯಿಯಾಗಿದ್ದೆ. ಅದಕ್ಕಿಂತಲೂ ಹೆಚ್ಚಾಗಿ ನಾನು ಬಳಸಿದ 'ಸಜ್ಜನ' ಶಬ್ದಕ್ಕೆ ಆತ ಸೋತು ಹೋಗಿದ್ದ. ಈ ಮಾಂತ್ರಿಕ ಶಬ್ದ ಹೊಸಬನೆದುರು ಆತನಿಗೊಂದು ಅಪರಿಚಿತವಾದ ಸ್ಥಾನಮಾನವನ್ನು ಒದಗಿಸಿತ್ತು. ನನ್ನೊಂದಿಗಿನ ವ್ಯವಹಾರದಲ್ಲಿ ಕೊನೆಯವರೆಗೂ ಆತ ಈ ಶಬ್ದಾರ್ಥಕ್ಕನುಗುಣವಾಗಿ ನಡೆದುಕೊಂಡ. ಒಂದೇ ಒಂದು ಜಾಣ್ಮೆಯ ಮಾತಿನಿಂದ ನಾನು ಒಬ್ಬ ನಿಜವಾದ ಗೆಳೆಯನನ್ನು ಸಂಪಾದಿಸಿದ್ದೆ.

ಆತ ಮುಗುಳುನಕ್ಕು, ಮುಂದಕ್ಕೆ ಬಾಗಿ, ನನ್ನ ಕೈಯನ್ನು ತಟ್ಟಿ ಉಸುರಿದ :

"ಸರಿ, ಹಾಗೇ ಆಗಲಿ, ಯೋಚಿಸಬೇಡಿ."

ಆಮೇಲೆ ಥಟ್ಟನೆ ತಲೆ ಎತ್ತಿ ಆತ ಅಬ್ಬರಿಸಿದ. ಬರಿಗಾಲಿನ ಹುಡುಗನೊಬ್ಬ ಕೋಕಾಕೋಲದ ಟ್ರೇಯೊಂದಿಗೆ ಪ್ರತ್ಯಕ್ಷನಾದ. ಸಾಬ್ರಿಯೆಂದ:

"ಕುಡಿಯಿರಿ, ಆಮೇಲೆ ಎಂಥ ಮನೆ ನಿಮಗೆ ಬೇಕು ಅನ್ನೋದನ್ನು ಹೇಳಿ."

"ಬರೇ ಒಂದು ಹಳ್ಳಿಮನೆ, ಆಧುನಿಕ ಬಂಗಲೆ ಅಲ್ಲ."

"ಎಷ್ಟು ದೂರದಲ್ಲಿ ?"

"ಹೆಚ್ಚು ದೂರ ಬೇಡ. ಇಲ್ಲೇ ಆ ಬೆಟ್ಟಗಳಲ್ಲಿ ಎಲ್ಲಾದರೂ."

"ಹಳೆ ಮನೆ ಆದರೆ ರಿಪೇರಿ ಮಾಡಬೇಕಾಗ್ತದೆ."

"ಮನೆ ಅಗ್ಗದಲ್ಲಿ ದೊರಕಿದರೆ ನಾನು ರಿಪೇರಿ ಮಾಡಿಸಿಕೊಳ್ಳಬಲ್ಲೆ."

"ನೀವೆಷ್ಟು ಕೊಡಲು ತಯಾರಿದ್ದೀರಿ ?"

"ನಾನ್ನೂರು ಪೌಂಡುಗಳು."

ಆತ ಗಂಭೀರನಾದುದಕ್ಕೆ ಕಾರಣಗಳಿದ್ದುವು. ಯುದ್ಧಾನಂತರ ಭೂಮಿಯ ಕ್ರಯ ಗಗನಕ್ಕೇರಿತ್ತು. ನಾನು ದ್ವೀಪವನ್ನು ಬಿಡುವ ಹೊತ್ತಿಗೆ ನಿಕೋಸಿಯಾದಲ್ಲಿ ಭೂಮಿಯ ಬೆಲೆ ವಾಷಿಂಗ್ಟನ್‌ನ ಮಟ್ಟಕ್ಕೇ ಮುಟ್ಟಿತ್ತು. "ಪ್ರಿಯಮಿತ್ರ" ಸಾಬ್ರಿ ಮೀಸೆಯ ಮೇಲೆ ಬೆರಳಾಡಿಸುತ್ತ

ನುಡಿದ. ಮಬ್ಬು ಕೋನೆಯಾಚೆ ವಸಂತದ ಬಿಸಿಲು ಹಿತವಾಗಿ ಹರಡಿಕೊಂಡಿತ್ತು. ಟಾರಸ್ ಬೆಟ್ಟಗಳನ್ನು ಹಾದು ಬಂದ ತಂಗಾಳಿಯಲ್ಲಿ ಹಿಮದ ಛಾಯೆ ಇತ್ತು. ಯೋಚನೆಯಲ್ಲಿ ಮುಳುಗಿದ್ದ ಸಾಬ್ರಿ ಮತ್ತೆ ಹೇಳಿದ.

"ಪ್ರಿಯ ಮಿತ್ರ, ದೂರದಲ್ಲಾದರೆ ಸುಲಭದಲ್ಲಿ ಮನೆ ಸಿಗಬಹುದು. ನೀವು ರಾಜಧಾನಿಯ ಸಮೀಪದಲ್ಲಿರಲು ಬಯಸ್ತೀರಾ?"

ನಾನು ತಲೆದೂಗಿದೆ: "ನನ್ನ ಹಣ ಮುಗಿದಾಗ ನಾನು ಉದ್ಯೋಗ ಹುಡುಕಬೇಕಾಗ್ತದೆ. ನಿಕೋಸಿಯಾ ಬಿಟ್ಟರೆ ಬೇರೆಲ್ಲೂ ನೌಕರಿ ದೊರೀಲಾರದು."

ಸಾಬ್ರಿ ತಲೆಯಾಡಿಸಿದ: "ಅಂದರೆ ಕೈರೆನಿಯಾದ ಸಮೀಪ ಎಲ್ಲಾದರೂ ನಿಮಗೆ ಹಳೆಯ ಆದರೆ ಸುಂದರವಾದ ಮನೆ ಒಂದು ಬೇಕು."

ಆತ ಹೇಳಿದ್ದು ನಿಜ. ಸಾಬ್ರಿ ಸಿಗರೇಟನ್ನು ಬೂದಿಕುಂಡದೊಳಗೆ ತುರುಕಿ ತಲೆ ಎತ್ತಿದ :

"ನಿಜ ಹೇಳಬೇಕು ಅಂದರೆ ಇದು ಅದೃಷ್ಟವನ್ನು ಹೊಂದಿಕೊಂಡಿದೆ. ನನಗೆ ಸಮಾಚಾರ ತಿಳಿಯೋದು ನಿಜ. ಆದರೆ ಇಂಥ ವಿಚಾರದಲ್ಲಿ ಅದೃಷ್ಟವೇ ಮುಖ್ಯ. ಅಲ್ಲದೆ ನೀವು ವ್ಯವಹರಿಸಬೇಕಾದದ್ದು ಒಬ್ಬನೊಡನೆ ಅಲ್ಲ, ಇಡೀ ಕುಟುಂಬದೊಡನೆ."

ನನಗೆ ಆಗ ಆತನ ಮಾತಿನ ಅರ್ಥ ತಿಳಿಯಲಿಲ್ಲ. ಆದರೆ ಶೀಘ್ರದಲ್ಲೇ ಅದರ ಅರಿವಾಗಲಿತ್ತು.

"ನನ್ನಿಂದ ಸಂದೇಶ ಬರೋದು ತಡವಾದರೆ ನಿರಾಶರಾಗಬೇಡಿ. ನೀವು ಹೇಳಿರೋದು ಸುಲಭದ ಕೆಲಸವಲ್ಲ. ಆದರೆ ನನ್ನಿಂದ ಅದನ್ನು ಮಾಡಲು ಸಾಧ್ಯವಿದೆ. ನಾನು ಮೌನವಾಗಿದ್ದರೂ ನನ್ನ ಕಡೆಯಿಂದ ಯತ್ನ ಮುಂದುವರಿಯುತ್ತಲೇ ಇರ್ತದೆ. ನಾನು ಹೇಳಿದ್ದು ನಿಮಗೆ ಅರ್ಥವಾಯ್ತು ತಾನೇ ?" ಆತ ಆತ್ಮೀಯವಾಗಿ ಕೈಕುಲುಕಿದ.

ಮುಖ್ಯ ರಸ್ತೆಯಲ್ಲಿ ನಾನು ಪಾನೋಸ್‌ನ ಮನೆಯ ಕಡೆ ನಡೆಯುತ್ತಿದ್ದಾಗ ಪಕ್ಕದ ಓಣಿಯಿಂದ ಬೂಟ್ ಪಾಲಿಶ್ ಮಾಡುವ ರೆನೋಸ್ ಓಡಿ ಬಂದ. ತೆಳುವಾಗಿ ಸಣ್ಣಗಿದ್ದ ಆತನಿಗೆ ಬಟ್ಟೆ ಬೊಂಬೆಗಳಲ್ಲಿ ಕಾಣಿಸುವಂಥ ಕಣ್ಣುಗಳಿದ್ದವು. "ಸ್ನೇಹಿತರೇ, ನೀವು ಸಾಬ್ರಿಯಲ್ಲಿಗೆ ಹೋಗಿದ್ದಿರಾ ?" ಆತ ಕೇಳಿದ. ಇದು ಮೆಡಿಟರೇನಿಯನ್‌ರ ಹೆಚ್ಚಿನ ಹವ್ಯಾಸ. ಓದು ಬರಹ ಬಾರದ, ಹರಟೆಯೇ ಸರ್ವಸ್ವವಾಗಿರುವ, ಮಾತಿನಿಂದಲೇ ಸಂಪ್ರದಾಯಗಳನ್ನು ಕಟ್ಟುವ ಎಲ್ಲಾ ವರ್ಗದ ಜನರೂ ತಮ್ಮ ಆಪ್ತರ, ಸಂಬಂಧಿಗಳ ಚಲನವಲನಗಳ ಮೇಲೆ ಗುಟ್ಟಿನಲ್ಲಿ ಕಣ್ಣಿಟ್ಟಿರುತ್ತಾರೆ. ಈ ಗೂಢಚರ್ಯೆಯಲ್ಲಿ ಅವರಿಗೆ ಆಯಾಸವಿಲ್ಲ. "ಹೌದು." ನಾನು ಉತ್ತರಿಸಿದೆ.

ಬೆಂಕಿ ಮುಟ್ಟಿದವನಂತೆ ರೆನೋಸ್ ಬೆರಳುಗಳನ್ನು ಎಳೆದುಕೊಂಡು 'ಫೂಫೂ' ಊದಿದ. ಅಂದರೆ "ನೀನು ಸುಡಿಸಿಕೊಳ್ಳುತ್ತಿ" ಎನ್ನುವ ಅರ್ಥ. ನಾನು ಭುಜ ಕುಣಿಸಿದೆ. "ಇನ್ನೇನು ಮಾಡಲಿ?" ನಾನು ನಕ್ಕು ಕೇಳಿದೆ. "ಆಯ್, ಆಯ್," ಹಲ್ಲು ನೋಯುತ್ತಿರುವಂತೆ ರೆನೋಸ್ ತಲೆ ಆಡಿಸಿದ ಹೊರತು ಬೇರೇನೂ ಹೇಳಲಿಲ್ಲ.

ನಾನು ಮನೆ ತಲಪಬೇಕಿದ್ದರೆ ಪಾನೋಸ್‌ನ ಕಿವಿಗೂ ನನ್ನ ಭೇಟಿಯ ಸುದ್ದಿ ಬಿದ್ದಿತ್ತು. ನಾನು ಇಗರ್ಜಿಯ ಅಂಗಳ ದಾಟಿ ಬಾಲ್ಕನಿಯಲ್ಲಿ ಆತನನ್ನು ಸೇರಿಕೊಂಡಾಗ ಆತ ಕೇಳಿದ :

"ಸಾಬ್ರಿಯನ್ನು ನೋಡಲು ಹೋಗಿದ್ದೆಯಂತೆ. ಮನೆಯ ವಿಚಾರದಲ್ಲೇನು ? ನಾನು ತಲೆ ಆಡಿಸಿದೆ. ಆತ ಹೇಳಿದ :

"ಒಳ್ಳೆದಾಯ್ತು. ನಾನೇ ನಿನಗೆ ಹೇಳಬೇಕೂಂತ ಇದ್ದೆ."

"ಅವನು ಠಕ್ಕ ಅಂತ ಕ್ಲಿಟೋ ಹೇಳ್ತಿದ್ದಾನೆ."

"ಹುಚ್ಚು ಮಾತು. ನನ್ನೊಂದಿಗೆ ವಿಶ್ವಾಸದಿಂದ ಆತ ನಡೆದುಕೊಂಡಿದ್ದಾನೆ. ಅರೆನಿದ್ರೆಯಲ್ಲಿರುವ ತುರ್ಕರಲ್ಲಿ ಅವನು ಬುದ್ಧಿವಂತ ವ್ಯಾಪಾರಿ ನಿಜ. ಆದರೆ ಇತರರಿಗಿಂತ ಹೆಚ್ಚಿನ ಠಕ್ಕುತನ ಅವನಲ್ಲಿ ಇಲ್ಲ. ನಿಜ ಹೇಳಬೇಕು ಅಂದರೆ ಕ್ಲಿಟೋ ಮಹಾ ಠಕ್ಕ. ಈ ಕಮಾಂಡೆರಿಯಾ ವೈನ್ ಬಾಟಲಿಗೆ ಅವನು ನನ್ನಿಂದ ದುಪ್ಪಟ್ಟು ಸುಲಿದಿದ್ದಾನೆ. ಅಂದ ಹಾಗೆ ನಿನ್ನಲ್ಲಿ ಎಷ್ಟು ಹಣ ಇದೆ ಅಂತ ಸಾಬ್ರಿಗೆ ಹೇಳಿದ್ದೀಯಾ ?"

"ಇಲ್ಲ. ನನ್ನಲ್ಲಿರೋದಕ್ಕಿಂತಲೂ ಕಡಿಮೆ ಹೇಳಿದ್ದೇನೆ."

ಪಾನೋಸ್ ನಕ್ಕು ಮೆಚ್ಚುಗೆ ಸೂಸಿದ: "ಇಲ್ಲಿನ ವ್ಯಾಪಾರದ ಮರ್ಮ ನಿನಗೆ ತಿಳಿದಂತೆ ಕಾಣಿಸ್ತದೆ. ನೀನೆಷ್ಟು ಹಣ ಕೊಡೋದಕ್ಕೆ ತಯಾರಿದ್ದಿ ಅನ್ನೋ ಸುದ್ದಿ ಕ್ಷಣಾರ್ಧದಲ್ಲಿ ಎಲ್ಲ ಕಡೆಗೂ ಹಬ್ಬಿ ಬಿಡ್ತದೆ. ಆದ್ದರಿಂದ ನೀನು ಕಮ್ಮಿ ಹೇಳಿದ್ದು ಸರಿಹೋಯ್ತು.

ಒಂದು ಲೋಟ ಸಿಹಿ ಕಮಾಂಡೆರಿಯಾ ಮತ್ತು ಒಂದು ತುಂಡು ಉಪ್ಪಿನ ಕಾಯನ್ನು ನಾನು ಕೈಗೆತ್ತಿಕೊಂಡೆ. ಇಬ್ಬರು ಮಕ್ಕಳು ಹೊರಗೆ ಬಿಸಿಲಲ್ಲಿ ಆಟವಾಡುತ್ತಿದ್ದರು. ನೌಕರ ಬಡಿದ ಇಗರ್ಜಿಯ ಗಂಟೆಯ ಸದ್ದು ನಮ್ಮ ಸುತ್ತು ಪ್ರತಿಧ್ವನಿಸಿತು.

ಮತ್ತೆ ಮೌನ ನೆಲೆಸಿದಾಗ ಪಾನೋಸ್ ಹೇಳಿದ :

"ಯುದ್ಧದಲ್ಲಿ ನಿನ್ನ ಸಹೋದರ ಥರ್ಮೊಪೈಲೆಯ ಬಳಿ ತೀರಿಕೊಂಡುದಾಗಿ ಕೇಳಿದೆ."

ನಾನು ಉತ್ತರಿಸಿದೆ:

"ನಿನ್ನಲ್ಲಿ ಸುಳ್ಳು ಯಾಕೆ ಹೇಳಲಿ ? ಅದೆಲ್ಲ ನಾನು ಕಟ್ಟಿದ ಕತೆ... ?"

"ಪ್ರಾಂಗೋಸನನ್ನ ಕೆಣಕೋದಕ್ಕೇನು ?"

"ಹೌದು. ಜಗಳ ನಡೆಯಬಹುದೇನೋ ಅಂತ ನಾನು ಹೆದರಿದ್ದೆ."

ಪಾನೋಸ್ ಮೊಣಕಾಲು ತಟ್ಟುತ್ತಾ ಗಟ್ಟಿಯಾಗಿ ನಕ್ಕ:

"ಭಲೆ ! ಭಲೆ ! ಠಕ್ಕುತನದ ವಿಚಾರ ಹೇಳೋದಿದ್ದರೆ ನೀನು ನಮ್ಮಷ್ಟೆ ಕೆಟ್ಟವನಿದ್ದಿಯಾ !"

ಕೈರೆನಿಯಾದಲ್ಲಿ ಹೀಗೆ ಠಕ್ಕರ ಗುಂಪಿನೊಳಗೆ ಸೇರಿಸಿಕೊಳ್ಳಲ್ಪಡುವುದೆಂದರೆ ಒಂದು ಗೌರವ.

ಆದಿನ ಸಂಜೆ ಭೂಗೋಳದ ಪಾಠ ಮಾಡಿದ್ದು ನಾನು. ನಾನು ಮ್ಯಾಪಿನಲ್ಲಿ ಮೈರ್‌ತೂ, ಅಕಾಂತೂ ಸ್ಥಳಗಳನ್ನು ತೋರಿಸಿದಾಗ ಪಾನೋಸ್ ತಲೆ ಆಡಿಸಿದ. ಆ ಸ್ಥಳಗಳ ಹೆಸರು ನನಗೆ ಎಷ್ಟು ಪರಿಚಿತವಾಗಿದ್ದುವೆಂದರೆ ಅವು ಹೀಗೇ ಇರಬಹುದು ಎನ್ನುವ ಕಲ್ಪನಾ ಚಿತ್ರ ನನ್ನ ಮನಸ್ಸಿನಲ್ಲಿ ಸ್ಪಷ್ಟವಾಗಿ ಮೂಡಿತ್ತು. ಅಲ್ಲಿಯ ಮರಗಿಡ ಬೆಟ್ಟಗಳ ಸಾಲು, ತೊರೆಗಳು ನನ್ನ ಮನಸ್ಸಿನಲ್ಲಿ ಹಾದುಹೋದವು. ನಾನು ಅವುಗಳನ್ನೆಲ್ಲ ವಿವರಿಸಿದಾಗ ಪಾನೋಸ್ ತುಂಬ ಖುಷಿಪಟ್ಟ.

"ನಮ್ಮ ಪ್ರದೇಶಗಳನ್ನೆಲ್ಲ ನೀನು ಸರಿಯಾಗಿ ತಿಳಿದುಕೊಂಡಿದ್ದಿ ಅನ್ನೋದು ನಿಜ. ಆದರೆ ಸ್ಥಳಗಳಿಗೆ ಹೋಗಿ ಅವನ್ನು ನೀನು ನೋಡಲೇಬೇಕು."

ನಾನು ಅಲ್ಲೆಲ್ಲ ಸುತ್ತಾಡಿ ಬರಬೇಕೆಂದು ನಿರ್ಧರಿಸಿದ್ದೆ. ಆದರೆ ಈ ಮನೆಯ ವಿಚಾರ ತಲೆಯಲ್ಲಿ ತುಂಬಿಕೊಂಡ ಕಾರಣ ಯಾವುದಕ್ಕೂ ಸಮಯ ದೊರಕಿರಲಿಲ್ಲ.

* * *

ಆ ದಿನ ನಾವು ಎದ್ದಾಗ ಆಕಾಶವನ್ನು ಕರಿ ಮೋಡ ಮುಸುಕಿತ್ತು. ಗುಡುಗಿನೊಂದಿಗೆ ಮಳೆ ಸುರಿಯಲಾರಂಭಿಸಿತು. ಕೆಳಗೆ ಸಮುದ್ರ ಉಕ್ಕಿ ತೆರೆಗಳು ಅಪ್ಪಳಿಸುತ್ತಿದ್ದವು. ಚರಂಡಿಗಳು

ತುಂಬಿ ರಸ್ತೆಯ ಮೇಲೆ ನೀರು ಹರಿಯತೊಡಗಿತ್ತು.

ಸಾಬ್ರಿಯ ಆಗಮನಕ್ಕೆ ಅದೇನೂ ಪ್ರಶಸ್ತವಾದ ಸಮಯವಾಗಿರಲಿಲ್ಲ. ಆದರೆ ತಲೆಗೊಂದು ಟವೆಲು ಸುತ್ತಿಕೊಂಡು ಆತ ಬಂದೇ ಬಂದ. ಪಾನೋಸ್‌ನ ಮನೆಯ ಮುಂಬಾಗಿಲನ್ನು ತೆರೆದು ಗುಡುಗು ಮಿಂಚಿನೊಂದಿಗೆ ಯಾವುದೋ ಪಾತಾಳಲೋಕದ ಪ್ರಾಣಿಯಂತೆ ಸಾಬ್ರಿ ಒಳಗೆ ನುಗ್ಗಿದ. ತೊಯ್ದಿದ್ದ ಆತನ ಸೂಟಿನಿಂದ ನೀರು ತೊಟ್ಟಿಕ್ಕುತ್ತಿತ್ತು. ಏದುಸಿರುಬಿಡುತ್ತ ಅವನೆಂದ :

"ಸ್ನೇಹಿತರೇ, ನೀವು ನೋಡಬೇಕಾದ ಒಂದು ಮನೆ ಇದೆ. ಆದರೆ ಅದು ನಿಮಗೆ ಹಿಡಿಸದಿದ್ದರೆ ದಯವಿಟ್ಟು (ಹೆಚ್ಚು ಕಮ್ಮಿ ಅಂಗಲಾಚುತ್ತ) ನನ್ನನ್ನು ದೂರಬೇಡಿ. ಅದನ್ನು ನಾನು ಕೂಡಾ ನೋಡಿಲ್ಲ."

ಬಳಿಕ ಚಳಿಯಿಂದ ಮರಕಟ್ಟದ್ದ ಕೈಯಿಂದ ವೈನ್ ಸ್ವೀಕರಿಸಿ ಸಾಬ್ರಿ ಮುಂದುವರಿಸಿದ :

"ಮನೆ ಇರೋದು ಬೇಲಪಾಕ್ಸ್ ಹಳ್ಳಿಯಲ್ಲಿ. ರಸ್ತೆಯಿಂದ ತುಸು ದೂರ, ಏನಿದ್ದರೂ, ನೋಡೋದಕ್ಕೆ ಬರ್ತೀರಾ? ಮನೆ ಮಾಲಿಕ ಒಬ್ಬ ಠಕ್ಕ ಅಂತ ಬೇರೆ ಹೇಳ್ಬೇಕಾಗಿಲ್ಲ. ನಾನು ನಿಮಗೇನೂ ಭರವಸೆ ಕೊಡಲಾರೆ. ಬನ್ನಿ. ಹೊರಗೆ ಟ್ಯಾಕ್ಸಿ ಇದೆ."

ಮನೆ ಚೆನ್ನಾಗಿಲ್ಲದಿದ್ದರೆ ನಾನು ಅವನ ಕಾರ್ಯದಕ್ಷತೆಗೆ ಬೆಲೆ ಕಟ್ಟಬಾರದೆನ್ನುವ ಭಾವ ಸಾಬ್ರಿಯಲ್ಲಿತ್ತು. ಜಮಾಲನ ಪುರಾತನ ಟ್ಯಾಕ್ಸಿ ನಿಂತಿದ್ದೆಡೆಗೆ ನಾವಿಬ್ಬರೂ ನೆನೆಯುತ್ತಾ ಓಡಿದೆವು. ಟ್ಯಾಕ್ಸಿಯ ಯಾವ ಬಾಗಿಲಿಗೂ ಹೊರಗಿನಿಂದ ತೆರೆಯಲು ಹಿಡಿ ಇರಲಿಲ್ಲ. ತುರ್ಕಿ ಛಾಯಾ ನಾಟಕ ಒಂದರ ದೃಶ್ಯದಂತೆ ನಾವು ಮೂವರೂ ಟ್ಯಾಕ್ಸಿಯೊಂದಿಗೆ ಗುದ್ದಾಡತೊಡಗಿದೆವು. ಕೊನೆಗೆ ಜಮಾಲ್ ಟ್ಯಾಕ್ಸಿಯ ಡಿಕ್ಕಿಯೊಳಗೆ ತೂರಿ ಹಿಂಬದಿಯ ಸೀಟಿನ ಅಡಿಯಿಂದ ಎದ್ದು ಬಾಗಿಲು ತೆರೆಯಬೇಕಾಯಿತು. ಸುರಿಯುವ ಮಳೆಯಲ್ಲಿ ವೈಪರ್ ಇಲ್ಲದೆ ಟ್ಯಾಕ್ಸಿ ಓಡಿತು. ಜಮಾಲ್ ಬಾಗಿಲಿನೆಡೆಯಿಂದ ತಲೆ ಹೊರಗೆ ಹಾಕಿ ಟ್ಯಾಕ್ಸಿ ನಡೆಸುತ್ತಿದ್ದ. ಮಿಂಚಿನ ಬೆಳಕಿನಲ್ಲಿ ಬೆಟ್ಟಗಳು ಆಗೊಮ್ಮೆ ಈಗೊಮ್ಮೆ ಫಳಕ್ಕನೆ ಹೊಳೆಯುತ್ತಿದ್ದವು.

ಕೈರೆನಿಯಾದ ಹೊರಗೆ ಬಲಕ್ಕೆ ತಿರುಗುವ ಒಂದು ಮಾರ್ಗದಲ್ಲಿ ತುಸು ಮುಂದಕ್ಕೆ ಹೋದಾಗ ಬೆಟ್ಟದ ತಪ್ಪಲಲ್ಲಿ ಮಳೆ ಮತ್ತು ಮಂಜಿನಲ್ಲಿ ಮುಸುಕಿದ ಬೇಲಪಾಕ್ಸ್ ಹಳ್ಳಿ ಕಾಣಿಸಿತು. ಸಾಬ್ರಿ ಹೇಳಿದ :

"ಒಂದು ದೃಷ್ಟಿಯಲ್ಲಿ ನಾವು ಈಗ ಬಂದದ್ದು ಒಳ್ಳೆಯದೇ ಆಯ್ತು. ಇಂಥ ಮಳೆಯಲ್ಲಿ ಯಾರು ಹೊರಗೆ ಬರ್ತಾರೆ? ಹೋಟೆಲ್‌ನಲ್ಲಿ ಕೂಡಾ ಜನ ಇರಲಾರರು. ಹಾಗಾಗಿ ನಾವು ಬಂದ ಸುದ್ದಿ ಹರಡುವ ಭಯವಿಲ್ಲ."

ಬೆಲೆಯ ಕುರಿತು ಚರ್ಚೆ ನಡೆದಾಗ ಮನೆ ಮಾಲಿಕನ ಮೇಲೆ ಹಳ್ಳಿಯ ಬುದ್ಧಿವಂತರ ಪ್ರಭಾವ ಬೀಳುತ್ತದೆ, ಆದ್ದರಿಂದ ವ್ಯವಹಾರ ಗುಟ್ಟಾಗಿ ನೆರವೇರಬೇಕು, ಹಳ್ಳಿಯ ಕಾಫಿ ಹೋಟೆಲಿನಲ್ಲಿ ಆ ಕುರಿತು ಚರ್ಚೆ ನಡೆದರೆ ಮುಂದೇನಾಗಬಹುದು ಎಂದು ಹೇಳುವಂತಿಲ್ಲ ಎಂಬುದು ಅವನ ಮಾತಿನ ಅರ್ಥವಾಗಿತ್ತೆಂದು ತೋರುತ್ತದೆ.

ನಾನು ಹಳ್ಳಿಯ ಸುಂದರ ದೃಶ್ಯವನ್ನು ನಿರೀಕ್ಷಿಸಿದ್ದೆ. ಆದರೆ ಈ ಉಸಿರು ಕಟ್ಟಿಸುವ ಸೌಂದರ್ಯ ನನ್ನ ಕಲ್ಪನೆಗೆ ಮೀರಿದ್ದಾಗಿತ್ತು. ಎಲ್ಲಿ ನೋಡಿದರೂ ಆಹ್ಲಾದಕರವಾಗಿ ಹರಡಿಕೊಂಡಿದ್ದ ಕಿತ್ತಳೆ ಮತ್ತು ನಿಂಬೆ ಮರಗಳು. ಎಲ್ಲೋ ಧುಮುಕುವ ತೊರೆಯ ಸದ್ದು. ಪಾಳುಬಿದ್ದ ಆದರೆ ಇನ್ನೂ ಗಾಂಭೀರ್ಯ ಉಳಿಸಿಕೊಂಡಿರುವ ಇಗರ್ಜಿ. ನೆಲಕ್ಕೆ ಹಾಸಿದಂತೆ

ಗುಲಾಬಿ ಗಿಡಗಳು. ಕಮಾನಿನಾಕೃತಿಯ ಕಿಟಕಿಗಳಿರುವ ಹಳೆಯ ಕಾಲದ ಮನೆಗಳು.

ಮನೆಯ ಮಾಲಿಕ ಬಾಗಿಲಿನ ಬಳಿ ನಮ್ಮನ್ನು ಕಾಯುತ್ತಿದ್ದ. ಮುಖದಲ್ಲಿ ನಿರಾಶಾಭಾವ ತುಂಬಿಕೊಂಡಿದ್ದ ಈ ವ್ಯಕ್ತಿಯನ್ನು ನಾನು ಕೈರೆನಿಯಾದ ಬೀದಿಗಳಲ್ಲಿ ಕಂಡಿದ್ದೆ. ವೃತ್ತಿಯಲ್ಲಿ ಆತ ಚಮ್ಮಾರ. ನಮ್ಮನ್ನು ಕಂಡು ಆತನೇನೂ ಉತ್ಸಾಹಗೊಂಡಂತೆ ಕಾಣಿಸಲಿಲ್ಲ. ಅಥವಾ ಅದಕ್ಕೆ ಕೆಟ್ಟ ಹವಾಮಾನ ಕಾರಣವಾಗಿರಲೂಬಹುದು. ಚಕಾರವೆತ್ತದೆ ಕಲ್ಲುಗಳು ತುಂಬಿದ್ದ ರಸ್ತೆಯಲ್ಲಿ ಜಾರುತ್ತಾ ಬೀಳುತ್ತಾ ಆತ ನಮ್ಮನ್ನು ಕರೆದುಕೊಂಡು ಮುಂದಕ್ಕೆ ನಡೆದ. ನೀರಾವರಿ ಕಾಲುವೆಗಳೆಲ್ಲ ಒಡೆದುಹೋಗಿರುವಂತೆ ಕಾಣಿಸಿತು. ಗೊಬ್ಬರದ ರಾಶಿಗಳ ನಡುವೆ ದಾರಿ ಮಾಡಿಕೊಂಡು ಸಾಬ್ರಿ ಅಳುಮುಖದಿಂದ ನಡೆಯುತ್ತಿದ್ದ. ನೂರು ಹೆಜ್ಜೆ ನಡೆಯುವುದರೊಳಗೆ ಸಾಬ್ರಿ ಗೊಣಗಿದ :

"ಇದು ಪ್ರಯೋಜನವಿಲ್ಲ, ಸ್ನೇಹಿತರೇ, ಪ್ರಯೋಜನವಿಲ್ಲ. ನಿಮಗೆ ಇಲ್ಲಿಗೆ ಹೋಗಿ ಬರಲು ಸಾಧ್ಯವಾಗಲಾರದು."

ಆದರೂ ಕುತೂಹಲ ನಮ್ಮನ್ನು ಮನೆ ಮಾಲಿಕನನ್ನು ಹಿಂಬಾಲಿಸುವಂತೆ ಮಾಡಿತು. ರಸ್ತೆ ಇನ್ನಷ್ಟು ಕಡಿದಾಗಿ, ಹರಿಯುವ ಹೊಳೆಯಂತೆ ಕಾಣಿಸಿತು. "ದೇವರೆ! ಈ ನದಿಯಲ್ಲಿ ಮೀನು ಹಿಡಯಬಹುದು," ಎಂದು ಸಾಬ್ರಿ ಅಂದಾಗ ನನಗೂ ಹೌದೆನಿಸಿತು. ಸಿಕ್ಕಿದ ಕಡೆಗಳಲ್ಲಿ ಕಾಲಿರಿಸುತ್ತಾ, ನಾವು ನಿಧಾನವಾಗಿ ಮೇಲೇರಿದೆವು.

"ನಿಮಗೆ ಶೀತವಾದರೆ ನೀವು ನನ್ನನ್ನು ದೂರುತ್ತೀರಿ. ಛೆ! ಒಟ್ಟಿನಲ್ಲಿ ಕೆಲಸ ಕೆಟ್ಟಿತು" ಸಾಬ್ರಿ ನುಡಿದ.

ಹಳ್ಳಿಯ ವಾತಾವರಣ ಮಾತ್ರ ನಿಜಕ್ಕೂ ಮನೋಹರವಾಗಿತ್ತು. ಮನೆಗಳ ವಾಸ್ತುಶಿಲ್ಪ ಶುದ್ಧ ರೈತ ಸಂಪ್ರದಾಯದಲ್ಲಿತ್ತು–ತುಸು ಮಟ್ಟಿಗೆ ವೆನಿಸ್ ನಗರದ ಪ್ರಭಾವವನ್ನು ಕಾಣಬಹುದಾಗಿದ್ದ ಕೆತ್ತನೆ ಕೆಲಸದ ದೊಡ್ಡ ಕಮಾನಿನ ಬಾಗಿಲುಗಳು ; ಅವುಗಳ ಮುಂದೆ ಹರಡಿದ ಅಂಗಳಗಳು; ಅಂಗಳಗಳಲ್ಲಿ ಗುಮ್ಮಟಗಳಿಂದ ಕೂಡಿದ ಶೌಚ ಕೊಠಡಿಗಳು; ಗಾಳಿ ಬೆಳಕಿಗೆ ಹಳೆ ತುರ್ಕಿ ಮಾದರಿಯ ಜಾಲರಿ ಕಿಟಕಿಗಳು. ಎಲ್ಲಿ ನೋಡಿದರೂ ತರತರದ ಗುಲಾಬಿ ಹೂಗಳು, ನಡುವೆ ಹೆಣೆದಂತೆ ಕಾಣಿಸುವ ಪೀಚ್ ಪುಷ್ಪಗಳು. ಮನೆಗಳ ಬಿಸಿಲು ಮಾಳಿಗೆಯಲ್ಲಿ ಚಟ್ಟಿಯಲ್ಲಿ ಬೆಳೆಸಲಾಗದ ಸಸಿಗಳು. ಅಲ್ಲದೆ, ಭಾರತದಲ್ಲಿ ನಾನು ಕಳೆದ ಬಾಲ್ಯದ ದಿನಗಳನ್ನು ನೆನಪಿಸಲು ಬಂದ ದೂತರಂತೆ ಪ್ರತಿಯೊಂದು ಅಂಗಳದಲ್ಲಿಯೂ ಗಾಳಿಗೆ ತೊನೆದು ರಪರಪ ಸದ್ದು ಮಾಡುತ್ತಿರುವ ಬಾಳೆ ಗಿಡಗಳ ಹಸಿರು ಕಿರೀಟಗಳು. ಹೋಟೆಲಿನ ಮುಚ್ಚಿದ ಬಾಗಿಲ ಹಿಂದೆ ಯಾರೋ ಮೇಂಡೋಲಿನ್ ವಾದ್ಯ ನುಡಿಸುತ್ತಿದ್ದರು.

ಬೆಟ್ಟದ ತುದಿಯಲ್ಲಿ ಒಂದು ಹಳೆಯ ನೀರಾವರಿ ಕೆರೆ ಇತ್ತು. ಅಲ್ಲೆ ತಿರುವಿನಲ್ಲಿ ಮನೆ ಮಾಲಿಕ ಜೇಬಿನಿಂದ ಬೃಹದಾಕಾರದ ಬೀಗದ ಕೈಯನ್ನು ತೆಗೆಯುತ್ತ ಕಣ್ಮರೆಯಾದ. ನಾವು ಅವನ ಹಿಂದೇನೇ ಕಾಲು ಹಾಕಿದಾಗ ಎದುರಲ್ಲಿ ದೊಡ್ಡ ಮನೆಯೊಂದು ಕಾಣಿಸಿತು. ತುರ್ಕಿ ಸಿಪ್ರಿಯೊಟ್ ಶೈಲಿಯಲ್ಲಿದ್ದ ಮನೆಯ ಬಾಗಿಲು ಯಾವುದೋ ಯುಗದ ಭೀಮ ಗಾತ್ರದ ಮನುಷ್ಯರಿಗಾಗಿ ನಿರ್ಮಿಸಿದಂತಿತ್ತು. ಕಿಟಕಿಯ ಕೆತ್ತನೆ ಕೆಲಸಗಳನ್ನು ನೋಡುತ್ತ ಸಾಬ್ರಿ ನುಡಿದ :

"ಕಲೆಗಾರಿಕೆಯೇನೋ ಇದೆ, ಆದರೆ ಎಂಥ ದರಿದ್ರ ಸ್ಥಳ!"

ಗಾರೆ ಬೀಳುವಂತೆ ಗೋಡೆಗೆ ಒದ್ದು ಸಾಬ್ರಿ ಸೂಕ್ಷ್ಮವಾಗಿ ಪರೀಕ್ಷಿಸಿದ. "ಹೂಂ, ಮಣ್ಣಿನ ಇಟ್ಟಿಗೆ ಮತ್ತು ಹುಲ್ಲು." ಸಾಬ್ರಿಯ ಮುಖದಲ್ಲಿ ಅತೃಪ್ತಿ. "ಪರವಾಗಿಲ್ಲ," ನಾನಂದೆ. ನನ್ನ

ಒಳಗೇನೋ ಅಸ್ಪಷ್ಟ ಒತ್ತಡ. "ಪರವಾಗಿಲ್ಲ, ಹೇಗೂ ಬಂದಾಯಿತಲ್ಲ, ನೋಡಿಬಿಡೋಣ."

ಇಂಗ್ಲೆಂಡಿನ ಪುರಾತನ ಮನೆಗಳಲ್ಲಿ ಕಾಣಿಸುವಂಥ ಬೀಗಕ್ಕೆ ಬೃಹದಾಕಾರದ ಬೀಗದ ಕೈಯನ್ನು ಸೇರಿಸಿ ತಿರುಗಿಸುವ ಯತ್ನದಲ್ಲಿ ಮಾಲಿಕ ನೆಲ ಬಿಟ್ಟು ನೇತಾಡಿ ಬೀಳುವುದರಲ್ಲಿದ್ದ. ನಾವಿಬ್ಬರೂ ಅವನ ಹೆಗಲಿಗೆ ಜೋತುಬಿದ್ದು ಶಕ್ತಿ ಸೇರಿಸಿದಾಗ ಕರ್ಣಕಠೋರ ಸದ್ದಿನೊಂದಿಗೆ ಬೀಗದ ಕೈ ತಿರುಗಿ ಹೆಬ್ಬಾಗಿಲು ತೆರೆದುಕೊಂಡಿತು. ನಾವು ಒಳಗೆ ನುಗ್ಗಿದೆವು. ಆದರೆ ಮಾಲಿಕ ಮಾತ್ರ ಇಲ್ಲಿಗೆ ತನ್ನ ಕೆಲಸ ಮುಗಿಯಿತೆನ್ನುವಂತೆ ನಮ್ಮ ಪ್ರತಿಕ್ರಿಯೆಗೆ ಯಾವ ಕುತೂಹಲವನ್ನೂ ವ್ಯಕ್ತಪಡಿಸದೆ ಬಾಗಿಲ ಬಳಿಯಲ್ಲಿ, ತಾನು ಹೊದ್ದುಕೊಂಡಿದ್ದ ಗೋಣಿ ಚೀಲದಲ್ಲಿ ಮುದುಡಿಕೊಂಡು ನಿಂತ. ಹಾಲ್‌ನಲ್ಲಿ ಸಾಕಷ್ಟು ಬೆಳಕಿರದಿದ್ದರೂ ಆಶ್ಚರ್ಯವೆನಿಸುವಂತೆ ಅದು ಬೆಚ್ಚಗಿತ್ತು. ನಾನು ಎದೆಬಡಿತವನ್ನು ಕೇಳುತ್ತಾ ತುಸು ಹೊತ್ತು ಅಲ್ಲೆ ನಿಂತೆ. ಗಟ್ಟಿಮುಟ್ಟಾದ, ತುರ್ಕಿ ವಿನ್ಯಾಸಗಳಿರುವ ಕಿಟಕಿ, ಬಾಗಿಲುಗಳು. ಅವುಗಳನ್ನು ಕಂಡಾಗ ಸಾಬ್ರಿಯ ಮುಖ ಕೂಡಾ ಅರಳಿತು.

ಮಣ್ಣಿನ ನೆಲ ಹಂಚು ಹೊದಿಸಿದಷ್ಟು ಒಣಸ್ಥಿತಿಯಲ್ಲಿತ್ತು. ತೇವ ಒಳಗೆ ನುಸುಳದಂತೆ ಗೋಡೆಗಳು ಬಲವಾದ ತಡೆ ಒಡ್ಡುತ್ತಿದ್ದಿರಬೇಕು. ಬಾಳೆ ಗಿಡಗಳ ನಡುವೆ ಗಾಳಿ ಸುಯ್ಲಿಟ್ಟಿತು. ಅದರೊಂದಿಗೆ ಆಗೊಮ್ಮೆ ಈಗೊಮ್ಮೆ ಕೇಳಿಸುತ್ತಿದ್ದ ಮೇಂಡೋಲಿನ್ ಸದ್ದು.

ಮತ್ತೆ ಉಸಿರು ಗಳಿಸಿಕೊಂಡಿದ್ದ ಸಾಬ್ರಿ ಈಗ ಎಲ್ಲವನ್ನೂ ವಿವರವಾಗಿ ಪರೀಕ್ಷಿಸತೊಡಗಿದಾಗ, ನಾನು ಇದೆಲ್ಲ ನನಗೆ ಪೂರ್ವಪರಿಚಿತವಾದುದೇನೋ ಎನ್ನುವಂಥ ಹೇಳಲಾಗದ ಒಂದು ವಿಚಿತ್ರ ಮನಃಸ್ಥಿತಿಯಲ್ಲಿ ಕಿಟಕಿಯ ಬಳಿ ನಿಂತು ಮಳೆಯನ್ನು ನೋಡಿದೆ. ತೋಟ ಇಪ್ಪತ್ತು ಚದರ ಗಜಗಳಿಗಿಂತ ಹೆಚ್ಚಿರದಿದ್ದರೂ ಅಲ್ಲಿ ಗಿಡಗಳು ಒತ್ತೊತ್ತಾಗಿ ಬೆಳೆದಿದ್ದವು. ಕೆಲವನ್ನಾದರೂ ಕಡಿದು ತೆಗೆಯಬೇಕು. ನಾನು ಫಕ್ಕನೆ ಎಚ್ಚತ್ತೆ. ಆಗಲೆ ಮನೆಯ ಒಡೆತನ ಬಂದಂತೆ ಯೋಚಿಸುವುದಕ್ಕೆ ಶುರು ಮಾಡಿದೆನಲ್ಲ! ಮನೆಯ ಅಕ್ಕಪಕ್ಕದಲ್ಲಿ ಬೇರೆ ಮನೆಗಳಿದ್ದರೂ ತೋಟದ ಹಸುರು ಅವುಗಳನ್ನು ಮರೆ ಮಾಡಿತ್ತು. ಹಳ್ಳಿಯ ಈ ಭಾಗದ ತಪ್ಪಲಿನಲ್ಲಿ ಮನೆಗಳನ್ನು ಮೆಟ್ಟಲು ಮೆಟ್ಟಲುಗಳಾಗಿ ಕಡಿದು ಕಟ್ಟಲಾಗಿತ್ತು. ಅವುಗಳ ನಡುವೆ ಸಮುದ್ರ ಮತ್ತು ಇಗರ್ಜಿ ಅರೆಬರೆಯಾಗಿ ಕಾಣಿಸುತ್ತಿದ್ದವು.

ಸಾಬ್ರಿಯ ಕೂಗಾಟದಿಂದ ನನ್ನ ಹಗಲುಗನಸು ಮುರಿಯಿತು ಮನೆ ಮರಗೆಲಸದಲ್ಲಿ ಏನೋ ಭಯಾನಕ ದೋಷವನ್ನು ಕಂಡು, ಅದರಿಂದಾಗಿ ಆತ ಪ್ರಾಣ ಬಿಟ್ಟನೊ ಅಂತ ಅನಿಸಿತು. ಹಾಗೇನಿಲ್ಲ, ಆತನ ಚೀರಾಟಕ್ಕೆ ಕಾರಣ ಒಂದು ದನ! ಎದುರಿನ ಕೋಣೆಯಲ್ಲಿ ಆರಾಮವಾಗಿ ಜಗಿಯುತ್ತಾ ಅದು ನಿಂತಿತ್ತು. ಸಾಬ್ರಿ ಅಸಮಾಧಾನದಿಂದ ಬಾಗಿಲು ಮುಚ್ಚಿ, ಹಳ್ಳಿಗರ ವಿಚಿತ್ರ ಬುದ್ಧಿಯನ್ನು ಸಹಿಸಿಕೊಳ್ಳುವವನಂತೆ ನಕ್ಕು ನುಡಿದ, "ಒಂದು ದರಿದ್ರ ದನ ಸ್ನೇಹಿತರೇ, ಮನೆಯೊಳಗೆ ದನ!" ಇನ್ನೆರಡು ಕೊಠಡಿಗಳಲ್ಲಿ ಸುಂದರವಾದ ಕೆತ್ತನೆ ಕೆಲಸಗಳಿರುವ ಕಪಾಟುಗಳಿದ್ದವು. "ಹೋ! ಹೋ! ಅದನ್ನು ತೆರೀ ಬೇಡಿ." ತನ್ನೆಲ್ಲ ಬಲವನ್ನು ಉಪಯೋಗಿಸಿ ಒಂದು ಕೋಣೆಯ ಬಾಗಿಲು ತೆರೆಯಲಿದ್ದ ಸಾಬ್ರಿಯನ್ನು ಮಾಲಿಕ ಓಡಿಬಂದು ತಡೆದ. ಅದರೊಳಗೆ ಒಂಟೆಯೋ ಆನೆಯೋ ಇರಬೇಕು ಎನಿಸಿತು. "ನನಗೆ ಹೇಳಲು ಮರೆತು ಹೋಯಿತು. ಆ ಕೋಣೆ ತುಂಬ ಧಾನ್ಯವಿದೆ," ಎಂದು ಮಾಲಿಕ ತಿಳಿಸಿದ. ಬಾಗಿಲ ಸೆರೆಯಿಂದ ಧಾನ್ಯ ಸಾಬ್ರಿಯ ಮೇಲೆ ಧುಮುಕತೊಡಗಿದಾಗ ನಾವು ಮೂವರು ಹೆಗಲು ಕೊಟ್ಟು ಬಾಗಿಲು ಮುಚ್ಚಿದೆವು. ಧಾನ್ಯದ ಒಣ ಸ್ಥಿತಿಯನ್ನು ಗಮನಿಸಿದ ಸಾಬ್ರಿ ಏದುಸಿರು

ಬಿಡುತ್ತ ನುಡಿದ, "ಮನೆಯೊಳಗೆ ಒಂದಿಷ್ಟೂ ಥಂಡಿ ಇಲ್ಲ ಅನ್ನೋದನ್ನು ಒಪ್ಪಲೇಬೇಕು."

ಇಷ್ಟೇ ಅಲ್ಲ, ನಾವು ಹೊರಡಲು ಸಿದ್ಧರಾದಾಗ ಮನೆ ಮಾಲಿಕ ಫಕ್ಕನೆ ಜ್ಞಾಪಿಸಿಕೊಂಡವನಂತೆ ಅಟ್ಟದತ್ತ ಬೆರಳು ತೋರಿದ. "ಅಲ್ಲೊಂಗು ಕೋಣೆಯಿಗೆ"– ಸಂತ ಜಾನ್‌ನ ಭಂಗಿಯಲ್ಲಿ ನಿಂತು ಅವನು ನುಡಿದ. ನಾವು ಹೊರ ಬದಿಯಿಂದ ಇಕ್ಕಟ್ಟಾದ ಏಣಿಯನ್ನೇರಿ ಬಾಲ್ಕನಿಗೆ ಬಂದೆವು. ಅಲ್ಲಿಂದ ಕಾಣಿಸಿದ ದೃಶ್ಯ ವರ್ಣನೆಗೆ ನಿಲುಕದ್ದು. ನಮ್ಮ ಕೆಳಗೆ ಹಸುರು ತುಂಬಿದ ಹಳ್ಳಿ ವಕ್ರವಾಗಿ ಸರಿದು ಸಮತಟ್ಟು ಪ್ರದೇಶವನ್ನು ಸೇರಿಕೊಂಡಿದೆ. ಉದ್ದಕ್ಕೂ ಬಂಗಾರದ ಬಣ್ಣದ ಕಿತ್ತಳೆ ತೋಟಗಳು. ದೂರದಲ್ಲಿ ಕೈರೆನಿಯಾದ ಕೋಟೆ ಕೊತ್ತಲಗಳು ಆಟಿಕೆ ಮಾದರಿಗಳಂತೆ ತೋರುತ್ತಿದ್ದವು. "ದೇವರೆ ! ಎಂಥ ದೃಶ್ಯ !" ಅರಿವಿಲ್ಲದೆ ನಾನು ಉದ್ಗರಿಸಿದೆ.

ಬಾಲ್ಕನಿಯ ಕೊನೆಯಲ್ಲಿ ಸುಂದರವಾದ ಒಂದು ಕೋಣೆ ಇತ್ತು. ಕೋಣೆಯೊಳಗೆ ಒಂದು ಜೊತೆ ಚಪ್ಪಲಿ ಮತ್ತು ಕಿತ್ತಳೆಯ ರಾಶಿ ಬಿಟ್ಟರೆ ಬೇರೇನೂ ಇರಲಿಲ್ಲ. ನಾವು ಮತ್ತೆ ಬಾಲ್ಕನಿಗೆ ಮರಳಿದೆವು. ಮಳೆ ಕಡಿಮೆಯಾಗಿ ಸೂರ್ಯ ಮೋಡಗಳೆಡೆಯಿಂದ ಹೊರಗೆ ಬರಲು ಹೆಣಗುತ್ತಿದ್ದ.

"ಈ ಬಾಲ್ಕನಿಗೆ ಕಾಂಕ್ರೀಟು ಹಾಕಬೇಕು, ಸ್ನೇಹಿತರೇ," ಸಾಬ್ರಿ ವಿಷಾದದಿಂದ ನುಡಿದ.

"ಯಾಕೆ ?"

ಸಾಬ್ರಿ ನಕ್ಕ. "ಈ ಹಳ್ಳಿಗರು ಮನೆಯನ್ನು ಹೇಗೆ ಕಟ್ಟುತ್ತಾರೆ ಅಂತ ಹೇಳ್ತೇನೆ. ಬನ್ನಿ ಕೆಳಗೆ ಹೋಗೋಣ."

ನಾವು ಏಣಿಯಿಂದ ಕೆಳಗಿಳಿದಾಗ ಸಾಬ್ರಿ ಜೇಬಿನಿಂದ ನೋಟು ಬುಕ್ಕು, ಪೆನ್ಸಿಲು ಹೊರತೆಗೆದ. "ನೋಡಿ, ಮೊದಲು ಹೀಗೆ ಮರದ ಅಡ್ಡಗಳನ್ನು ಹಾಕ್ತಾರೆ." ಸಾಬ್ರಿ ದಪ್ಪಗಿನ ದಿಮ್ಮಿಗಳನ್ನು ತೋರಿಸುತ್ತಾ ಪುಸ್ತಕದಲ್ಲಿ ಗುರುತು ಮಾಡಿಕೊಂಡ. "ಆಮೇಲೆ ಹುಲ್ಲಿನ ಚಾಪೆಗಳನ್ನು ಹಾಸುತ್ತಾರೆ. ಅದರ ಮೇಲೆ ಬಿದಿರಿನ ಬೊಂಬುಗಳನ್ನು ಹರಡ್ತಾರೆ. ಕೊನೆಗೆ ಮಣ್ಣು ಮತ್ತು ಜಲ್ಲಿ. ಇದು ಸೋರೋದನ್ನು ತಡೀಲಾರದು. ಚಳಿಗಾಲದಲ್ಲಿ ನಿಮಗೆ ತೇಪೆ ಹಾಕೋದೇ ಕೆಲಸವಾಗಬಹುದು."

"ಆದರೆ ಈ ಮನೆ ಸೋರುತ್ತಿಲ್ಲವಲ್ಲ !" ನಾನು ಹೇಳಿದೆ.

"ಕೆಲವು ಬೇಗನೆ, ಕೆಲವು ತುಸು ತಡವಾಗಿ, ಅಷ್ಟೇ."

ನಾನು ಬಾಗಿಲಿನ ಮೇಲಿದ್ದ ಕಬ್ಬಿಣದ ಫಲಕವನ್ನು ತೋರಿಸಿದೆ. ಅದರಲ್ಲಿ ಸಾಂಪ್ರದಾಯಿಕವಾದ ಶಿಲುಬೆಯ ಗುರುತಿನೊಂದಿಗೆ IEXRN (ಯೇಸುಕ್ರಿಸ್ತ ಜಯಿಸುತ್ತಾನೆ) ಎನ್ನುವ ಅಕ್ಷರಗಳನ್ನೂ, 1897 ಎಂದು ಇಸವಿಯನ್ನೂ ಕೆತ್ತಲಾಗಿತ್ತು. ಅದರ ಕೆಳಗೆ ದುರಸ್ತಿ ಮಾಡಿದ ತಾರೀಕನ್ನು (ಸೆಪ್ಟೆಂಬರ್ 9, 1940) ಬರೆಯಲಾಗಿತ್ತು. ಸಾಬ್ರಿ ತಾಳ್ಮೆಯಿಂದ ನುಡಿದ :

"ಹೌದು, ನನಗೆ ಗೊತ್ತು ಸ್ನೇಹಿತರೇ. ನೀವು ಈ ಮನೆಯನ್ನು ಕೊಂಡುಕೊಂಡರೆ ಬಾಲ್ಕನಿಯನ್ನು ಮತ್ತೆ ಕಟ್ಟಲೇಬೇಕು. ನೀವು ನನ್ನ ಗೆಳೆಯರಾದ ಕಾರಣ ನಿಮ್ಮ ಒಳ್ಳೆಯದಕ್ಕೆ ಹೇಳ್ತಿದ್ದೇನೆ."

ನಾವು ಬೆಟ್ಟ ಇಳಿಯುತ್ತಿದ್ದಾಗ ಈ ವಿಚಾರವನ್ನು ತಗ್ಗಿನ ಧ್ವನಿಯಲ್ಲಿ ಚರ್ಚಿಸಿದೆವು. ಮಳೆ ನಿಂತಿದ್ದರೂ ರಸ್ತೆಯಲ್ಲಿ ಜನಸಂಚಾರವಿರಲಿಲ್ಲ. ಮೂಲೆಯ ಕಿರಾಣಿ ಅಂಗಡಿಯಲ್ಲಿ ದಪ್ಪಗಿನ ಯುವಕನೊಬ್ಬ ಬಟಾಟೆ ಮತ್ತು ಸ್ಪೆಗೆಟ್ಟಿ ಪ್ಯಾಕೆಟ್‌ಗಳನ್ನಿರಿಸಿ ಇಸ್ಪೀಟು ಎಲೆಯಲ್ಲಿ 'ಪೇಶನ್ಸ್'

ಆಟ ಆಡುತ್ತಾ ಕುಳಿತಿದ್ದ. ನಮ್ಮನ್ನು ಕಂಡು ಆತ ದೊಡ್ಡ ದನಿಯಲ್ಲಿ ವಂದನೆ ಸಲ್ಲಿಸಿದ.

ಪ್ರಧಾನ ಚೌಕದಲ್ಲಿ ಮರದ ಕೆಳಗೆ ಕೊಡೆ ಬಿಡಿಸಿ ಕುಳಿತು ಜಮಾಲ್ ಕಾಫಿ ಹೀರುತ್ತಿದ್ದ. ಇಂಥ ಉತ್ತಮ ಮನೆಯ ಬೆಲೆ ಏನಿರಬಹುದೆಂದು ಮಾಲಿಕನನ್ನು ವಿಚಾರಿಸಲು ನಾನು ಬಾಯಿ ತೆರೆದಾಗ ಸುಮ್ಮನಿರುವಂತೆ ಸಾಬ್ರಿ ಸಂಜ್ಞೆ ಮಾಡಿದ. ನಿಧಾನವಾಗಿ ತುಂಬಿಕೊಳ್ಳುತ್ತಿದ್ದ ಹೋಟೆಲಿನಿಂದ ಹಲವು ತಲೆಗಳು ಹೊರಗಿಣಿಕಿ ನಮ್ಮನ್ನು ಕುತೂಹಲದಿಂದ ನೋಡಿದವು. ಸಾಬ್ರಿ ಹೇಳಿದ :

"ನಿಮಗೆ ಯೋಚಿಸೋದಕ್ಕೆ ಸಮಯ ಬೇಕು. ನಾನು ಆತನಲ್ಲಿ ಮನೆ ಬೇಡವೇ ಬೇಡ ಅಂತ ಹೇಳ್ತೇನೆ. ಇದು ಆತನನ್ನು ಸಾಕಷ್ಟು ಮಿದುಮಾಡ್ತದೆ."

"ಆದರೆ ನನಗೆ ಅದರ ಅಂದಾಜು ಬೆಲೆಯಾದರೂ ತಿಳಿಯಬೇಕಲ್ಲ."

"ಸ್ನೇಹಿತರೇ, ಆತನಲ್ಲಿ ಯಾವ ಅಂದಾಜೂ ಇಲ್ಲ. ಬಹುಶಃ ಐನೂರು ಪೌಂಡುಗಳು, ಅಥವಾ ಇಪ್ಪತ್ತು ಪೌಂಡುಗಳು ಅಥವಾ ಕೇವಲ ಹತ್ತು ಶಿಲಿಂಗುಗಳು. ಅವನಲ್ಲಿ ಅಂದಾಜು ಮಾಡೋ ಸಾಮರ್ಥ್ಯವೇ ಇಲ್ಲ. ಚೌಕಾಶಿಯಲ್ಲಿ ಎಲ್ಲವೂ ಸ್ಪಷ್ಟವಾಗಬೇಕಾಗಿದೆ. ಆದರೆ ನಾವು ಸಾಕಷ್ಟು ಸಮಯವನ್ನು ತೆಗೆದುಕೊಳ್ಳಬೇಕು. ಸೈಪ್ರಸ್‌ನಲ್ಲಿ ಸಮಯವೇ ಸರ್ವಸ್ವ."

ಕೈರೆನಿಯಾಕ್ಕೆ ಹಿಂದಿರುಗುವ ದಾರಿಯಲ್ಲಿ ಆ ಮನೆ ನನ್ನ ಮನಸ್ಸನ್ನು ತುಂಬಿಕೊಂಡಿತು. ವಾಸ್ತವಕ್ಕಿಂತಲೂ ಈಗ ಅದು ನನಗೆ ಹೆಚ್ಚು ಆಕರ್ಷಕವಾಗಿ ಕಾಣತೊಡಗಿತು. ಹಿಂದು ಮುಂದು ನೋಡದೆ ಮನೆ ಖರೀದಿಸುವುದರಿಂದ ಉಂಟಾಗುವ ಸಮಸ್ಯೆಗಳನ್ನು ಸಾಬ್ರಿ ನನಗೆ ವಿವರಿಸುತ್ತಿದ್ದ. "ನೀವು ಎಲ್ಲ ಅಂಶಗಳನ್ನೂ ಗಮನಕ್ಕೆ ತೆಗೆದುಕೊಂಡಂತೆ ಕಾಣಿಸೋದಿಲ್ಲ. ಉದಾಹರಣೆಗೆ ನೀರು."

ಹೌದು, ನಾನದರ ಬಗ್ಗೆ ಯೋಚಿಸಿರಲಿಲ್ಲ. ನನಗೆ ತುಂಬ ನಾಚಿಕೆಯಾಯಿತು. ಸಾಬ್ರಿ ಹೇಳಿದ :

"ನನಗೆ ಎರಡು ದಿನಗಳ ಅವಕಾಶ ಕೊಡಿ. ನೀರು ಮತ್ತು ಭೂಮಿಯ ಹಕ್ಕಿನ ಮಾಹಿತಿ ಸಂಗ್ರಹಿಸ್ತೇನೆ. ಆಮೇಲೆ ಮಾಲಿಕ ಮತ್ತು ಆತನ ಹೆಂಡತಿಯನ್ನು ಬೆಲೆಯ ವಿಚಾರ ಚರ್ಚಿಸೋದಕ್ಕೆ ನನ್ನ ಆಫೀಸಿಗೆ ಬರುವಂತೆ ಹೇಳೋಣ. ಸೈಪ್ರಸ್‌ನಲ್ಲಿ ನಮ್ಮ ಚಾಕಚಕತ್ಯತೆಯನ್ನು ನೋಡುವಿರಂತೆ. ನೀವು ಮನೆಯನ್ನು ಕೊಂಡುಕೊಂಡರೆ ಅದರ ದುರಸ್ತಿ ಕೆಲಸಕ್ಕೆ ನನ್ನ ಒಬ್ಬ ಸ್ನೇಹಿತನನ್ನು ಕಳಿಸ್ತೇನೆ. ಆತ ಮಹಾ ಠಕ್ಕ ನಿಜ ; ಆದರೆ ಈ ಕೆಲಸಕ್ಕೆ ಹೇಳಿ ಮಾಡಿಸಿದ ಮನುಷ್ಯ. ಒಂದಷ್ಟು ಸಮಯಾವಕಾಶ ಕೊಡಿ ಅಂತ ಮಾತ್ರ ನಾನು ನಿಮ್ಮಲ್ಲಿ ಕೇಳೋದು."

ಆ ದಿನ ರಾತ್ರಿ ನಾನು ಪಾನೋಸ್‌ನೊಡನೆ ಬೇಲಪಾಕ್ಸ್ ಮನೆಯ ಸಂಗತಿ ಹೇಳಿದಾಗ ಆತ ಖುಷಿ ಪಟ್ಟ. ಒಂದು ಶಾಲೆಯಲ್ಲಿ ಉಪಧ್ಯಾಯನಾಗಿ ಆತ ಅಲ್ಲಿ ಕೆಲವು ವರ್ಷ ಕಳೆದಿದ್ದನಂತೆ. ಅವನೆಂದ :

"ಅವರು ಜಗತ್ತಿನಲ್ಲೆ ಅತ್ಯಂತ ದೊಡ್ಡ ಅಲಸಿಗಳು. ಆದರೆ ಸೈಪ್ರಸ್‌ನಲ್ಲಿ ಅವರಂಥ ಸದ್ಗುಣಿಗಳು ದೊರೆಯೋದು ಕಷ್ಟ. ಅಲ್ಲಿ ನಿನಗೆ ಬೇಕಾದಷ್ಟು ಜೇನು ಸಿಗ್ತದೆ. ಕಣಿವೆಯಲ್ಲಿ ಕೋಗಿಲೆಗಳು ಕೂಡ."

ಆತ ರೇಷ್ಮೆ, ದಾಳಿಂಬೆ, ಕಿತ್ತಳೆ ಇತ್ಯಾದಿಗಳನ್ನು ಕುರಿತು ಹೇಳಲಿಲ್ಲ. ಪ್ರಾಯಶಃ ಅನಗತ್ಯ ಪ್ರಭಾವ ಬೀರುವುದಕ್ಕೆ ಆತ ಬಯಸಲಿಲ್ಲವೇನೊ.

ಈ ನಡುವೆ ಒಂದು ವಾರಕಾಲ ಸಾಬ್ರಿ ಮೌನವಾಗಿ ಧ್ಯಾನಮಗ್ನನಾಗಿದ್ದ. ಮುಂಬರುವ

ಬಲಾಬಲ ಸ್ಪರ್ಧೆಗೆ ಉಪವಾಸ ಮತ್ತು ಪ್ರಾರ್ಥನೆಗಳ ಮೂಲಕ ಬುದ್ಧಿಯನ್ನು ಸಾಣೆಗೊಡ್ಡುತ್ತಿದ್ದಿರಬೇಕು. ಮತ್ತೊಮ್ಮೆ ಆಕಾಶ ನೀಲಿಯಾಗಿ ಬಿಸಿಲು ಚಿಮ್ಮಿತು. ಇಂದೋ ನಾಳೆಗೋ ಬೇಸಿಗೆ ಕಾಲಿಡಲಿದೆ. ಪುಟ್ಟ ಬಂದರದಲ್ಲಿ ಬೆಸ್ತರ ಗುಂಪು ತುಂಬತೊಡಗಿದಂತೆ ದೋಣಿಯವರು ಹೊಸ ಬಣ್ಣ ಬಳಿಯುವ ಉತ್ಸಾಹದಲ್ಲಿದ್ದರು.

* * *

ಕೊನೆಗೊಮ್ಮೆ ಸಾಬ್ರಿಯಿಂದ ಕರೆ ಬಂತು. ಮರುದಿನ ಬೆಳಗ್ಗೆ ಎಂಟು ಗಂಟೆಗೆ ನಾನು ಆತನ ಆಫೀಸಿನಲ್ಲಿ ಹಾಜರಿರಬೇಕು. ಸುದ್ದಿ ತಂದ ಪಾನೋಸ್ ಸಾಬ್ರಿ ಅಸಮಧಾನದಲ್ಲಿದ್ದಾನೆ ಎಂದು ತಿಳಿಸಿದ. ಮನೆ ನಿಜಕ್ಕೂ ಮಾಲಿಕನ ಹೆಂಡತಿಗೆ ಸೇರಿದ್ದಂತೆ. ಆಕೆಗೆ ಬಳುವಳಿಯಾಗಿ ಬಂದ ಮನೆಯ ಬೆಲೆ ನಿರ್ಧರಿಸಲು ಆಕೆ ಖುದ್ದಾಗಿ ಬರುವವಳಿದ್ದಾಳಂತೆ. “ಹೆಂಗಸರೊಂದಿಗೆ ಚೌಕಾಸಿ ಮಾಡೋದು ಬಲು ಕಷ್ಟ” ಗೆಳೆಯನೆಂದ. ಅದೇನಿದ್ದರೂ ವ್ಯವಹಾರ ಮುಂದುವರಿಸಲು ಸಾಬ್ರಿ ನಿರ್ಧರಿಸಿದ್ದ. ವಾರದ ಅವಧಿಯಲ್ಲಿ ಸಾಬ್ರಿ ಅದು ಹೇಗೋ ಒಂದು ಮಹತ್ವದ ಸುದ್ದಿಯನ್ನು ಸಂಗ್ರಹಿಸಿದ್ದ. ಸೈಪ್ರಸ್‌ನಲ್ಲಿ ನೀರಿನ ಅಭಾವ ಹೇಳತೀರದಷ್ಟು. ಬೆಲೆ ತೆತ್ತು ಪಡೆದುಕೊಳ್ಳಬೇಕು. ಕಾರಂಜಿ ಇರುವವರ ಬಳಿ ಹೋಗಿ ಒಂದು ಗಂಟೆ ಅಲ್ಲಿ, ಒಂದು ಗಂಟೆ ಇಲ್ಲಿ ನೀರು ಕೊಳ್ಳಬೇಕು. ನೀರನ್ನು ಅಳತೆಗೊಡ್ಡುವ ಕ್ರಮವಿಲ್ಲ. ತೊಂದರೆ ಇರುವುದು ಇಲ್ಲಿ. ಒಬ್ಬಾತ ತೀರಿಕೊಂಡಾಗ ನೀರಿನ ಹಕ್ಕು ಆತನ ಆಸ್ತಿ ಹಕ್ಕಿನೊಂದಿಗೆ ಆತನ ಉತ್ತರಾಧಿಕಾರಿಗಳ ನಡುವೆ ಹಂಚಿ ಹೋಗುತ್ತದೆ. ಭೂಮಿ, ಮರ ಎಲ್ಲವೂ ಇದೇ ರೀತಿ. ಇದರಿಂದಾಗಿ ಕೆಲವೊಮ್ಮೆ ಒಂದು ನೀರಿನ ಬುಗ್ಗೆಗೆ ಮೂವತ್ತು ಮಂದಿ ಹಕ್ಕುದಾರರಿರುವ ಸಂದರ್ಭವೂ ಬರುವುದಿದೆ. ಒಂದು ಮರ ಹತ್ತಿಪ್ಪತ್ತು ಮಂದಿಯ ಜಂಟಿ ಹಕ್ಕಿನಲ್ಲಿರುತ್ತದೆ. ಪರಭಾರೆಗೆ ಇವರೆಲ್ಲರ ಸಾಮಾನ್ಯ ಒಪ್ಪಿಗೆಯನ್ನು ಪಡೆಯುವುದೆಂದರೆ ತಲೆ ನೋವೇ ಸರಿ. ಪ್ರತಿಯೊಬ್ಬರ ದಸ್ಕತ್ತಿಗೂ ಹಣ ಕೊಡಬೇಕಾಗುತ್ತದೆ. ಇಲ್ಲವಾದಲ್ಲಿ ಯಾವನಾದರೂ ಒಬ್ಬಾತ, ರುಜು ಮಾಡಲು ಒಪ್ಪದೆ, ಪರಭಾರೆ ನಡೆಯದಂತೆ ಮಾಡಲು ಸಾಧ್ಯವಿದೆ. ಮರಗಳ ವಿಚಾರದಲ್ಲಿ ಒಬ್ಬಾತನಿಗೆ ಅದರ ಫಲ, ಇನ್ನೊಬ್ಬನಿಗೆ ಅದಿರುವ ಭೂಮಿ, ಮೂರನೆಯವನಿಗೆ ಅದರ ಕಟ್ಟಿಗೆಯ ಮೇಲೆ ಹಕ್ಕಿರುವ ಸಾಧ್ಯತೆ ಇದೆ. ಕ್ಷುಲ್ಲಕ ವ್ಯಾಜ್ಯ ಅದೆಷ್ಟು ಬ್ರಹ್ಮಾಂಡವಾಗಿ ಬೆಳೆಯುತ್ತದೆ ಎನ್ನುವುದನ್ನು ಇಲ್ಲಿ ನೋಡಿಯೇ ತಿಳಿಯಬೇಕು. ಸೈಪ್ರಸ್‌ನಲ್ಲಿ ಇಷ್ಟೊಂದು ಸಂಖ್ಯೆಯಲ್ಲಿ ವಕೀಲರಿರುವುದಕ್ಕೆ ಇದೇ ಕಾರಣವಿದ್ದಿತು.

ಬೇಲಪಾಕ್ಸ್ ಹಳ್ಳಿಗೆ ನಲ್ಲಿನೀರನ್ನು ಒದಗಿಸುವುದಾಗಿ ಸರಕಾರ ಬಹಳ ಹಿಂದೆಯೇ ನೀಡಿದ್ದ ಆಶ್ವಾಸನೆ ಸದ್ಯದಲ್ಲೇ ಕಾರ್ಯರೂಪಕ್ಕೆ ಬರಲಿದೆ ಎನ್ನುವ ವಿಚಾರ ಸಾಬ್ರಿಗೆ ತಿಳಿದು ಬಂದಿತ್ತು. ಲೋಕೋಪಯೋಗಿ ಇಲಾಖೆಯ ನಕಾಶೆಗಾರ ಸಾಬ್ರಿಯ ಗೆಳೆಯನಾದ್ದರಿಂದ ಆತ ಕಚೇರಿಗೆ ಹೋಗಿ ಎಲ್ಲೆಲ್ಲಿ ಸಾರ್ವಜನಿಕ ನಲ್ಲಿಗಳನ್ನು ಹಾಕಲಾಗುವುದು ಎಂದು ಮಾಮೂಲಿಯಾಗಿ ವಿಚಾರಿಸಿದ್ದ. ನಾವು ನೋಡಿದ್ದ ಹಳೆ ಮನೆಯ ಎದುರಲ್ಲೆ ಒಂದು ಸಾರ್ವಜನಿಕ ನಲ್ಲಿ ತಲೆ ಎತ್ತಲಿದೆ ಎಂದು ತಿಳಿದಾಗ ಸಾಬ್ರಿಯ ಆನಂದಕ್ಕೆ ಪಾರವೇ ಇರಲಿಲ್ಲ. ಮುಖ್ಯ ಕಾರಂಜಿಯಿಂದ ತಿಂಗಳಿಗೆ ಒಂದು ಗಂಟೆ ನೀರು ಪಡೆಯುವ ಹಕ್ಕು ಚಮ್ಮಾರನಿಗಿರ ಬಹುದೆಂದು ಲೆಕ್ಕ ಹಾಕಿ ನಾವು ನಿರಾಶರಾಗಿದ್ದೆವು. ಅಂದರೆ ಸಾಮಾನ್ಯ ಅರವತ್ತು ಗ್ಯಾಲನಿನಷ್ಟು ನೀರು. ಆದರೆ ಒಂದು ಕುಟುಂಬಕ್ಕೆ ದಿನವೊಂದಕ್ಕೆ ಸರಾಸರಿ ನಲವತ್ತು ಗ್ಯಾಲನಿನಷ್ಟು ನೀರಿನ ಅಗತ್ಯವಿರುತ್ತದೆ. ಇದೊಂದು ತುರುಫ್ ಎಲೆ. ಚಮ್ಮಾರನ ನೀರಿನ ಹಕ್ಕಿನ ಮೇಲೆ ಅವನ

ಹೆಂಡತಿಯ ಕುಟುಂಬದ ಹದಿನೆಂಟು ಮಂದಿಗೂ ಸಮಪಾಲು ಇತ್ತು. ಅವರಲ್ಲಿ ಒಬ್ಬಾತ ಹುಡುಗ ಹುಚ್ಚ. ಕಾನೂನುಬದ್ಧವಾದ ಕಾಗದ ಪತ್ರಗಳಿಗೆ ಆತನ ರುಜು ಪಡೆಯುವುದು ಕಷ್ಟ.

ನಾನು ಹೋದಾಗ ನೀಟಾಗಿ ಮುಖಕ್ಷೌರ ಮಾಡಿಕೊಂಡಿದ್ದ ಸಾಬ್ರಿ ನಸುಗತ್ತಲ ಕೋಣೆಯಲ್ಲಿ ನಿಶ್ಚಲವಾಗಿ ಕುಳಿತಿದ್ದ. ಆತನ ಮುಂದೆ, ಮೇಜಿನ ಮೇಲೆ ಮಲಗಿತ್ತು ಬೃಹದ್ಗಾತ್ರದ ಬೀಗದ ಕೈ. ಆಗೊಮ್ಮೆ ಈಗೊಮ್ಮೆ ಸಾಬ್ರಿ ಛೀಮಾರಿ ಹಾಕುವವನಂತೆ ಅದಕ್ಕೆ ಕಟ್ಟುತ್ತಿದ್ದ. ಆತ ತುಟಿಯ ಮೇಲೆ ಬೆರಳಿರಿಸಿ 'ಶೂ' ಅಂದು ಕುರ್ಚಿ ತೋರಿಸಿದ. ಆಮೇಲೆ ಪಿಸುಗುಟ್ಟಿದ :

"ಅವರೆಲ್ಲರೂ ಬಂದಿದ್ದಾರೆ, ಸ್ನೇಹಿತರೇ, ತಯಾರಿ ನಡೆಸುತ್ತಿದ್ದಾರೆ."

ರಸ್ತೆಯ ಆಚೆ ಬದಿಯಲ್ಲಿ ಚಮ್ಮಾರ ಮತ್ತು ಅವನ ಕುಟುಂಬದ ಸದಸ್ಯರೆಲ್ಲರೂ ಸೇರಿದ್ದ ಕಾಫಿ ಹೋಟೆಲನ್ನು ಸಾಬ್ರಿ ತೋರಿಸಿದ. ಅವರೆಲ್ಲರೂ ಒಂದೇ ಥರ ಕಾಣಿಸುತ್ತಿದ್ದರು. ಕುರ್ಚಿಯಲ್ಲಿ ಅರ್ಧವೃತ್ತಾಕಾರವಾಗಿ ಕುಳಿತಿದ್ದ ಅವರು ಗಾಢಾಲೋಚನೆಯಲ್ಲಿ ಬಿದ್ದಿದ್ದರು. ಗಡ್ಡಗಳು ಚಲಿಸಿದವು, ತಲೆಗಳು ಅಲ್ಲಾಡಿದುವು. ಅಮೆರಿಕನ್ ಚಲಚಿತ್ರದಲ್ಲಿ ಕೈಚೆಂಡು ಆಟಗಾರರು ತಮ್ಮ ನಾಯಕನಿಂದ ಕೊನೆಗಳಿಗೆಯ ನಿರ್ದೇಶನವನ್ನು ಪಡೆಯುತ್ತಿರುವ ದೃಶ್ಯದಂತೆ ಆ ನೋಟ ಕಾಣಿಸಿತು. ಇನ್ನು ಕೆಲವೇ ಕ್ಷಣದಲ್ಲಿ ಅವರು ನಮ್ಮ ಮೇಲೆ ಎರಗಲಿದ್ದರು. ನನಗೆ ಯಾಕೋ ಭಯವಾಯಿತು. ಸಾಬ್ರಿ ಭಾವೋದ್ವೇಗದಿಂದ ಪಿಸುದನಿಯಲ್ಲಿ ನುಡಿದ :

"ಏನೇ ಆದರೂ, ನೀವು ಆಶ್ಚರ್ಯ ತೋರಿಸಬಾರದು. ನೆನಪಿನಲ್ಲಿಡಿ. ಆಶ್ಚರ್ಯವಿರಲೇ ಬಾರದು. ನಿಮಗೆ ಮನೆ ಬೇಡವೇ ಬೇಡ; ತಿಳೀತೇ ?"

"ನನಗೆ ಮನೆ ಬೇಡ. ನನಗೆ ಮನೆ ಖಂಡಿತವಾಗಿಯೂ ಬೇಡ," ನಾನು ಉರು ಹೊಡೆದೆ. ಆದರೂ ನನ್ನ ಮನಸ್ಸಿನಲ್ಲಿ ಮನೆಯ ಹೆಬ್ಬಾಗಿಲುಗಳು ("ದೇವರೇ, ಇದು ನಿಜಕ್ಕೂ ಅತ್ಯುತ್ತಮ ಮರ! ಅನತೋಲಿಯಾದ ಈ ಮರ ಶತಮಾನಗಳೇ ಕಳೆದರೂ ಕೆಡುವುದಿಲ್ಲ" ಎಂದು ಸಾಬ್ರಿ ಹೇಳಿದ್ದ) ಮಿಂಚಿ ಮಾಯವಾದವು. ಸರಿಯಾದ ಮನೋಸ್ಥಿತಿ ನಿರ್ಮಾಣವಾಗಲು ನಾನು ಮತ್ತೆ "ನನಗೆ ಮನೆ ಬೇಡ" ಎಂದು ಉರು ಹಾಕಿದೆ.

"ನಾವು ತಯಾರಾಗಿದ್ದೇವೆ ಅಂತ ಅವರಲ್ಲಿ ಹೋಗಿ ಹೇಳು," ಸಾಬ್ರಿ ಆಜ್ಞಾಪಿಸಿದಾಗ ಬರಿಗಾಲ ಹುಡುಗ ವಿರೋಧ ಪಕ್ಷದವರಿದ್ದ ಕಡೆಗೆ ಓಡಿದ. ಗುಂಪಿನಲ್ಲಿ ಜೇನುನೊಣಗಳ ಚಟುವಟಿಕೆ ಕಣಿಸಿತು. ಚಮ್ಮಾರನ ಹೆಂಡತಿ ಗುಂಪಿನಿಂದ ಹೊರಗೆ ಬಂದಾಗ ಹಲವು ಕೈಗಳು ಅವಳನ್ನು ತಡೆದು ನಿಲ್ಲಿಸಿದವು. ಕೊನೆಗಳಿಗೆಯ ಸಲಹೆಯನ್ನು ಅವಳ ಕಿವಿಯಲ್ಲಿ ಊದಲಾಯಿತು. ಕೊನೆಗೆ ಅವಳು ಅವರಿಂದ ಬಿಡಿಸಿಕೊಂಡು ಆತ್ಮ ವಿಶ್ವಾಸದ ಹೆಜ್ಜೆಗಳನ್ನಿರಿಸುತ್ತ ಸಾಬ್ರಿಯ ಕೋಣೆಗೆ ಬಂದು ಸುಪ್ರಭಾತ ಕೋರಿದಳು.

ಅಹಂಕಾರ ತುಂಬಿದ, ದೊಡ್ಡ ದೇಹದ, ಮಧ್ಯ ವಯಸ್ಸಿನ ಮಹಿಳೆ ಆಕೆ. ಹಳ್ಳಿಗರ ಸಾಂಪ್ರದಾಯಿಕ ಉಡುಪಾದ ಬಿಳಿ ತಲೆಹೊದಿಕೆ, ಕಪ್ಪು ಬಣ್ಣದ ಲಂಗವನ್ನು ತೊಟ್ಟಿದ್ದಳು. ಅವಳು ನಮ್ಮೆದುರು ಘನ ಗಂಭೀರವಾಗಿ ಬಂದು ನಿಂತಳು. ಸಾಬ್ರಿ ಗಂಟಲು ಸರಿಪಡಿಸಿಕೊಂಡು, ಹೆಬ್ಬೆರಳು ಮತ್ತು ತೋರು ಬೆರಳಿನಿಂದ ಬೀಗದ ಕೈಯನ್ನು ನಾಜೂಕಾಗಿ ಎತ್ತಿ ಅವಳ ಬದಿಯ ಮೇಜಿನ ಅಂಚಿನಲ್ಲಿರಿಸಿದ. ಸಾಬ್ರಿ ತಗ್ಗಿನ ಆದರೆ ಭೀತಿಹುಟ್ಟಿಸುವ ಧ್ವನಿಯಲ್ಲಿ ನುಡಿದ :

"ನಾವು ನಿಮ್ಮ ಮನೆಯ ಕುರಿತು ಮಾತನಾಡುತ್ತಿದ್ದೆವು. ನಿಮಗೆ ಗೊತ್ತೇನು ? ಮನೆಗೆ ಉಪಯೋಗಿಸಿದ್ದ ಮರವೆಲ್ಲ ಗೆದ್ದಲು ಹಿಡಿದು...." ಸಾಬ್ರಿ ಕೊನೆಯ ಶಬ್ದವನ್ನು ಘರ್ಜಿಸಿದಾಗ

ನಾನು ಕುರ್ಚಿಯಿಂದ ಬೀಳುವವನಿದ್ದೆ. "ಕೊಳೆತು ಕೆಟ್ಟು ಹೋಗಿದೆ." ಸಾಬ್ರಿ, ಮಾತಿಗೆ ಒತ್ತು ಕೊಡಲು, ಬೀಗದ ಕೈಯನ್ನೆತ್ತಿ ಮೇಜಿನ ಮೇಲೆ ಕುಕ್ಕಿದ.

ಹೆಂಗಸು ತಿರಸ್ಕಾರದ ನೋಟ ಬೀರಿ ತಾನೂ ಬೀಗದ ಕೈಯನ್ನು ಮೇಜಿನ ಮೇಲೆ ಕುಕ್ಕಿ ನುಡಿದಳು ; "ಕೆಟ್ಟಿಲ್ಲ."

"ಕೆಟ್ಟಿದೆ." ಸಾಬ್ರಿ ಬೀಗದ ಕೈ ಕುಕ್ಕಿದ.

"ಕೆಟ್ಟಿಲ್ಲ." ಆಕೆ ಮತ್ತೆ ಕುಕ್ಕಿದಳು.

"ಕೆಟ್ಟಿದೆ." ಗುದ್ದು.

"ಕೆಟ್ಟಿಲ್ಲ." ಮರುಗುದ್ದು.

ಇದು ಯಾವುದೂ ಉನ್ನತ ವೈಚಾರಿಕ ಮಟ್ಟದಲ್ಲಿ ಇಲ್ಲದ ಕಾರಣ ನನಗೆ ಕಿರಿಕಿರಿಯಾಯಿತು. ಗುದ್ದು ತಿಂದು ಬೀಗದ ಕೈ ವಿರೂಪಗೊಂಡರೆ ನಾವೆಲ್ಲ ಮನೆಯ ಹೊರಗೆ ಉಳಿಯಬೇಕಾದೀತು ಎನ್ನುವ ಭಯವೂ ನನ್ನಲ್ಲಿತ್ತು. ಆದರೆ ಇಲ್ಲಿವರೆಗೆ ನಡೆದದ್ದು ಮುನ್ನುಡಿ ಮಾತ್ರವಾಗಿತ್ತು.

ಹೆಂಗಸು ಬೀಗದ ಕೈಯನ್ನು ತೆಗೆದು ಅದರ ಮೇಲೆ ಆಣೆ ಇರಿಸಿ ಹೇಳುವವಳಂತೆ ಕಿರಿಚಿದಳು : "ಅದು ಒಳ್ಳೆಯ ಮನೆ." ಆಕೆ ಮತ್ತೆ ಬೀಗದ ಕೈಯನ್ನು ಮೇಜಿನ ಮೇಲಿರಿಸಿದಳು. ಸಾಬ್ರಿ ಯೋಚನಾಮಗ್ನನಾಗಿ, ಬೀಗದ ಕೈಯನ್ನೆತ್ತಿ, ಪಿಸ್ತೂಲಿನಂತೆ ಅದರ ತೂತಿನೊಳಗೆ ಊದಿ, ಅತ್ತಿತ್ತ ಗುರಿ ಹಿಡಿದು, ಮೇಜಿನ ಮೇಲಿರಿಸಿ ಊಹಾತ್ಮಕ ನೆಲೆಗೆ ಬಂದ. "ಒಂದು ಪಕ್ಷ ನಮಗೆ ಮನೆ ಬೇಕು ಅಂತಾದರೆ, – ನಮಗೆ ನಿಜಕ್ಕೂ ಬೇಡ, – ನಿಮ್ಮ ಬೆಲೆ ಏನು?"

"ಎಂಟುನೂರು ಪೌಂಡುಗಳು."

ಸಾಬ್ರಿ ದೀರ್ಘವಾಗಿ, ನಾಟಕದ ಖಳ ನಾಯಕನಂತೆ ಗಹಗಹಿಸಿ, ಕಣ್ಣಿಂದ ಕಾಲ್ಪನಿಕ ಕಣ್ಣೀರನ್ನು ಒರೆಸಿಕೊಂಡ. "ಎಂಟುನೂರು ಪೌಂಡುಗಳು!" ಜಗತ್ತಿನ ಶ್ರೇಷ್ಠ ಹಾಸ್ಯ ಚಟಾಕಿಯನ್ನು ಕೇಳಿಸಿಕೊಂಡವನಂತೆ ಸಾಬ್ರಿ ನಗುತ್ತಾ ನನ್ನತ್ತ ನೋಡಿದಾಗ ನಾನು ನಕ್ಕೆ – ಭೀಕರ ಟೊಳ್ಳು ನಗು. ಸಾಬ್ರಿ ಮೊಣಕಾಲನ್ನು ಅಂಗೈಯಿಂದ ತಟ್ಟಿದ. ನಾನು ಹೊಟ್ಟೆ ನೋವು ಬಂದಂತೆ ಕುರ್ಚಿಯಲ್ಲಿ ಉರುಳಾಡಿದೆ. ಸುಸ್ತಾಗುವವರೆಗೂ ನಕ್ಕದ್ದಾಯ್ತು. ಆಮೇಲೆ ನಾವು ಗಂಭೀರವದನರಾದೆವು. ಸಾಬ್ರಿಯಲ್ಲಿ ಚದುರಂಗ ಆಟಗಾರನ ತಾಳ್ಮೆ ಇತ್ತು.

"ಬೀಗದ ಕೈಯನ್ನು ತೆಗೆದುಕೊಂಡು ಹೊರಟು ಹೋಗಿ" ಸಾಬ್ರಿ ಥಟ್ಟನೆ ನುಡಿದು ತನ್ನ ತಿರುಗುವ ಕುರ್ಚಿಯಲ್ಲಿ ಅರ್ಧವೃತ್ತ ತಿರುಗಿ ಅವಳಿಗೆ ಬೆನ್ನು ಹಾಕಿದ. ಆಮೇಲೆ ವೃತ್ತವನ್ನು ಪೂರ್ತಿಗೊಳಿಸಿ ಆಶ್ಚರ್ಯಚಕಿತನಾಗಿ ಕೇಳಿದ, "ಏನು ! ನೀವಿನ್ನೂ ಹೋಗಿಲ್ಲವೇ ?" ವಾಸ್ತವದಲ್ಲಿ ಹೆಂಗಸಿಗೆ ಒಂದು ಹೆಜ್ಜೆ ಇಡುವುದಕ್ಕೂ ಸಮಯ ದೊರೆತಿರಲಿಲ್ಲ. ಆದರೆ ಆಕೆಯ ಬುದ್ಧಿ ಚುರುಕಾಗಿಲ್ಲದಿದ್ದರೂ ಸಾಕಷ್ಟು ಹಟಮಾರಿತನವಿತ್ತು. "ಹಾಗೇ ಆಗಲಿ," ಹೆಂಗಸು ಬೀಗದ ಕೈಯನ್ನು ಎತ್ತಿಕೊಂಡು ತಿರುಗಿದಳು. ತಡೆದು ತಡೆದು ಆಕೆ ನಿರ್ಗಮಿಸಿದಾಗ ಸಾಬ್ರಿ "ಗಮನಿಸಬೇಡಿ," ಎಂದು ನನ್ನೊಡನೆ ಪಿಸುಗುಟ್ಟಿ ಕಾಗದ ಪತ್ರಗಳನ್ನು ನೋಡಲಾರಂಭಿಸಿದ.

ಹೆಂಗಸು ಅಂಗಡಿಯ ಹೊರಬಾಗಿಲ ಬಳಿ ನಿಂತಾಗ ಆಕೆಯ ಗಂಡ ಓಡಿ ಬಂದು ಏನೇನೋ ಅಂಗಲಾಚಿದ. ಕೊನೆಗೆ ಆಕೆಯ ತೋಳು ಹಿಡಿದು ಪುನಃ ಅಂಗಡಿಯೊಳಗೆ ನೂಕಿದ. ನಾವು ಓದುವುದರಲ್ಲಿ ಮಗ್ನರಾಗಿದ್ದೆವು.

"ಮತ್ತೆ ಬಂದಿರಾ?" ಸಾಬ್ರಿ ಅಚ್ಚರಿಯ ಮುಖ ಮಾಡಿದ.

"ಆಕೆಗೆ ಇನ್ನೂ ಸ್ವಲ್ಪ ಹೊತ್ತು ನಿಮ್ಮಲ್ಲಿ ಮಾತನಾಡಬೇಕಂತೆ," ಹಿಂದಿನಿಂದ ಹಲ್ಲು ಗಿಂಜುತ್ತಾ ಚಮ್ಮಾರ ವಿವರಣೆ ನೀಡಿದ. ಸಾಬ್ರಿ ನಿಟ್ಟುಸಿರು ಬಿಟ್ಟ:

"ಇನ್ನು ಮಾತನಾಡೋದಕ್ಕೆ ಏನಿದೆ? ನಾವು ಮೂರ್ಖರು ಅಂತ ಅಂದು ಕೊಂಡಿದ್ದೀರಾ?"

ಬಳಿಕ ಹೆಂಗಸಿನತ್ತ ತಿರುಗಿ ಆತ ಅಬ್ಬರಿಸಿದ :

"ಇನ್ನೂರು ಪೌಂಡುಗಳು. ಒಂದು ಪಿಯಾಸ್ತ್ರೆ ಹೆಚ್ಚಿಲ್ಲ."

ಈಗ ಅಟ್ಟಹಾಸದಿಂದ ಸುಳ್ಳು ನಗೆ ಹೊರಡಿಸಲು ಅವಳ ಸರದಿ. ಆದರೆ ಅವಳ ನಟನೆ ಗಂಡನಿಂದಾಗಿ ತುಸು ಕೆಟ್ಟಿತು. ಚಮ್ಮಾರ ಅವಳ ಪಕ್ಕೆ ತಿವಿದು ಸುಮ್ಮನಿರುವಂತೆ ಸೂಚಿಸುತ್ತಿದ್ದ. ಸಾಬ್ರಿಯ ದೃಷ್ಟಿಗೆ ಇದು ಬೀಳದಿರಲಿಲ್ಲ. ಆತ ಗಂಡನ ಪಕ್ಷ ವಹಿಸಿದ :

"ನೀವು ಸ್ವಲ್ಪ ಅವಳಿಗೆ ಹೇಳಿ; ಗಂಡಸಾದ ನಿಮಗೆ ಇಂಥ ವಿಷಯದಲ್ಲಿ ಹೆಚ್ಚು ಅನುಭವವಿದೆ. ಆಕೆ ಹೆಂಗಸಾದ ಕಾರಣ ಈ ವ್ಯವಹಾರ ಅರ್ಥವಾಗಲಾರದು. ನಿಜವಾದ ಬೆಲೆ ಏನಿರಬಹುದು ಅಂತ ಆಕೆಗೆ ತುಸು ಹೇಳಿ."

ಹೆಂಗಸಿನ ದೃಢತೆ ಇರದ ಚಮ್ಮಾರ ಹೆಂಡತಿಗೇನೋ ಹೇಳಲು ಬಾಯಿ ತೆರೆದ. ಅಷ್ಟರಲ್ಲಿ ಅವನ ಬೋಳು ತಲೆಗೆ ಬಡಿಯುವಂತೆ ಆಕೆ ಬೀಗದ ಕೈಯನ್ನು ಮೇಲಕ್ಕೆತ್ತಿದಳು. ಚಮ್ಮಾರ ಗಾಬರಿಯಿಂದ ಹಿಂದೆ ಸರಿದ. ಹೆಂಗಸರು ಗುಡುಗಿದಳು :

"ಮೂರ್ಖ! ನಿನ್ನನ್ನು ಅವರು ಮಂಗ ಮಾಡ್ತಿರೋದು ನಿನಗೆ ಗೊತ್ತಾಗೋದಿಲ್ಲವೇ? ನೀನು ನಡಿ. ನಾನು ನೋಡಿಕೊಳ್ತೇನೆ ಇವರನ್ನು."

ಹೆಂಗಸು ಬೀಗದ ಕೈಯನ್ನು ಅವನತ್ತ ಬೀಸಿದಾಗ, ಸೋತು ಸುಣ್ಣವಾದ ಚಮ್ಮಾರ ಸದ್ದಿಲ್ಲದೆ ಹೊರಗೆ ನಡೆದು ಗುಂಪನ್ನು ಸೇರಿಕೊಂಡ. ಈಗ ಆಕೆ ನನ್ನತ್ತ ತಿರುಗಿ ಗ್ರೀಕ್‌ನಲ್ಲಿ ನುಡಿದಳು :

"ನೀವೊಬ್ಬ ಆಂಗ್ಲರಾಗಿದ್ದು ಹೆಂಗಸಿನೊಡನೆ ಹೀಗೆ ಚೌಕಾಸಿ ಮಾಡೋದು ಸರಿಯೇ?"

ನಾನು ಗ್ರೀಕ್ ಅರಿಯದವನಂತೆ ಮುಖ ಮಾಡಿ ಕುಳಿತೆ. ಆಕೆ ಸಾಬ್ರಿಯತ್ತ ನೋಡಿ ಬೀಗದ ಕೈಯನ್ನು ಮೇಜಿನ ಮೇಲೆ ಬಡಿದು ಆರ್ಭಟಿಸಿದಳು :

"ಆರುನೂರು."

ಸಾಬ್ರಿ ಏನು ಕಮ್ಮಿ? ತಾರಸ್ವರದಲ್ಲಿ ಆತ ಕಿರಿಚಿದ :

"ಇನ್ನೂರು."

ನನ್ನ ಕಿವಿ ಕಿವುಡಾಯಿತು.

ಅವರು ಮುಷ್ಟಿಯುದ್ಧ ಪಟುಗಳಂತೆ ಏದುಸಿರು ಬಿಡುತ್ತ ಒಬ್ಬರನ್ನೊಬ್ಬರು ಕೆಕ್ಕರಿಸಿ ನೋಡಿದರು. ಇದಿರಾಳಿಗೆ ಮರ್ಮಾಘಾತ ಏಟು ಕೊಡಲು ಇದೀಗ ತಕ್ಕ ಸಮಯವೆಂದು ಸಾಬ್ರಿ ಘೂತ್ಕರಿಸಿದ :

"ಏನಿದ್ದರೂ ನಿಮ್ಮ ಮನೆ ಈಗಾಗಲೇ ಅಡವಿನಲ್ಲಿದೆ!"

ಈ ಏಟಿಗೆ ಆಕೆ ತತ್ತರಿಸಿದಳು. "ಅರುವತ್ತು ಚಿಲ್ಲರೆ ಪೌಂಡುಗಳು," ಸಾಬ್ರಿ ಸ್ಕ್ರೂ ಬಿಗಿದ. ಆಕೆ ನಿಜಕ್ಕೂ ಹೊಡೆತ ತಿಂದವಳಂತೆ ಹೊಟ್ಟೆ ಹಿಸುಕಿಕೊಂಡಳು. ಸಾಬ್ರಿ ತಕ್ಷಣ ಮುಗಿಸಲು ನೋಡಿದ : "ಇನ್ನೂರು ಪೌಂಡಿನ ಮೇಲೆ ಅಡಮಾನದ ಮೊತ್ತವನ್ನೂ ನಾವು ಕೊಡ್ತೇವೆ."

"ಸಾಧ್ಯವಿಲ್ಲ," ಹೆಂಗಸು ಕಿರಿಚುತ್ತ ಬೀಗದ ಕೈಯನ್ನು ಗುದ್ದಿದಳು. "ಸಾಧ್ಯವಿದೆ," ಮರುಗುದ್ದು ನೀಡಿ ಸಾಬ್ರಿ ಚೀರದ. ಹೆಂಗಸು ಬೀಗದ ಕೈಯನ್ನು ಕಸಿದುಕೊಂಡಳು. (ಇಷ್ಟಾಗಲ್ಲಿ ಬೀಗದ ಕೈ ನಮ್ಮ ವಿವಾದದ ಸಂಕೇತವಾಗಿತ್ತು. ಮನೆ ಮರೆತು ಹೋಗಿತ್ತು. ತುಕ್ಕು ಹಿಡಿದ, ಸಂತ ಪೀಟರನ ಬೀಗದ ಕೈ ಗೊಂಚಲಿಗೆ ಸರಿಹೋಗಬಹುದಾದ ಆ ಬೀಗದ ಕೈಗಾಗಿ ಇದೀಗ ಹೋರಾಟ ನಡೆಯುತ್ತಿತ್ತು.) ಆಕೆ ಮಗುವಿನಂತೆ ಬೀಗದ ಕೈಯನ್ನು ಅವಚಿಕೊಂಡು ಹೇಳಿದಳು. "ನನ್ನ ಉಸಿರಿರುವವರೆಗೆ ಸಾಧ್ಯವಿಲ್ಲ." ಆಕೆ ಬೀಗದ ಕೈಯನ್ನು ಅಪ್ಪಿ, ರಮಿಸಿ, ಪುನಃ ಮೇಜಿನ ಮೇಲಿರಿಸಿದಳು.

ಪರಿಸ್ಥಿತಿಯನ್ನು ಸಂಪೂರ್ಣವಾಗಿ ಹತೋಟಿಗೆ ತಂದವನಂತೆ ಸಾಬ್ರಿ ಬೀಗದ ಕೈಯನ್ನು ಜೇಬಿಗೆ ಸೇರಿಸಿದ. ಇದನ್ನು ಕಂಡ ಹೆಂಗಸು ಬೊಬ್ಬೆ ಹೊಡೆಯುತ್ತಾ ಮುಂದೆ ಬಂದಳು.

"ನನ್ನ ಬೀಗದ ಕೈಯನ್ನು ಕೊಟ್ಟರೆ ಸರಿ. ಇಲ್ಲವಾದರೆ ಎಲ್ಲಾ ಸಂತರ ಹೆಸರಲ್ಲಿ ನಿಮಗೆ ಶಾಪ ಹಾಕ್ತೇನೆ."

ಸಾಬ್ರಿ ಮಾಂತ್ರಿಕನಂತೆ, ಬೀಗದ ಕೈ ಅವಳಿಗೆ ನಿಲುಕದಷ್ಟು ಎತ್ತರದಲ್ಲಿ ಹಿಡಿದು "ಇನ್ನೂರು... ಇನ್ನೂರು... ಇನ್ನೂರು" ಎಂದು ಜಪಿಸಿದ.

ಗಾಳಕ್ಕೆ ಸಿಲುಕಿದ ಮೀನಿನಂತೆ ಹೆಂಗಸು ಮೇಲೆ ಕೆಳಗೆ ಕುಣಿಯುತ್ತ "ಸಂತ ಕ್ಯಾಥರೀನ್ ನನ್ನನ್ನು ರಕ್ಷಿಸು, ರಕ್ಷಿಸು, ಸಾಧ್ಯವಿಲ್ಲ, ಸಾಧ್ಯವಿಲ್ಲ" ಎಂದು ಕೂಗಾಡಿದಳು. ಒಮ್ಮಿಂದೊಮ್ಮೆ ಇಬ್ಬರೂ ಸುಮ್ಮನಾದರು. ಸಾಬ್ರಿ ಮೇಜಿನ ಮಧ್ಯೆ ಬೀಗದ ಕೈಯನ್ನಿರಿಸಿ ಸುಮ್ಮನೆ ಕುಳಿತ. ಉಕ್ಕುವ ಹಾಲಿನ ಪಾತ್ರೆಯನ್ನು ಒಲೆಯಿಂದ ತೆಗೆದಂತೆ ಹೆಂಗಸು ತಗ್ಗಿದಳು. "ನನಗೆ ಅವರೊಡನೆ ಮಾತನಾಡಬೇಕು" ಎಂದು ಆಕೆ ಬೀಗದ ಕೈಯನ್ನು ಅಲ್ಲೇ ಬಿಟ್ಟು ಹೊರಗೆ ನಡೆದಳು. ಮೊದಲ ಸುತ್ತಿನ ಹೋರಾಟದಲ್ಲಿ ಸಮಗೈ. ಆದರೂ ಸಾಬ್ರಿಗೆ ಒಂದೆರಡು ಅಂಕ ಹೆಚ್ಚು.

"ಈಗೇನು ನಡೆಯುತ್ತದೆ?" ನಾನು ಕೇಳಿದಾಗ ಸಾಬ್ರಿ ನಕ್ಕ. ಸಾಮಾನ್ಯ ಪಟ್ಟಣವಾಸಿಯ ಕಣ್ಣಿಗೆ ಬೀಳದ ಸಂಕೇತಗಳಿಂದ ಹಳ್ಳಿಗ ಹವಾಮಾನ ಸೂಚಿಸುವಂತೆ ಆತ ನುಡಿದ :

"ಮೊದಲು ಕಾಫಿ ಕುಡಿಯೋಣ. ಸ್ನೇಹಿತರೇ ನಾವು ಇನ್ನು ಒಂದು ನೂರು ಹೆಚ್ಚು ಕೊಡಬೇಕಾಗಬಹುದು ಅಂತ ನನಗನಿಸ್ತದೆ."

ಚೌಕಾಸಿಯ ನಾಟಕದಿಂದ ರೋಮಾಂಚನಗೊಂಡಿದ್ದ ನಾನು ವಿವಾದ ಇನ್ನೂ ಒಂದು ವಾರ ನಡೆದರೂ ಅಡ್ಡಿ ಇಲ್ಲ ಎನ್ನುವ ಸ್ಥಿತಿಗೆ ಬಂದಿದ್ದೆ. ಸಾಬ್ರಿ ಮತ್ತೂ ಹೇಳಿದ :

"ಅವರಿಗಿನ್ನೂ ನೀರಿನ ವಿಚಾರ ಗೊತ್ತಾಗಿಲ್ಲ. ಮನೆಯನ್ನು ಅಗ್ಗದಲ್ಲಿ ಕೊಟ್ಟು ನೀರಿನ ಹಕ್ಕನ್ನು ಬಿಗಿ ಹಿಡಿಯೋ ಯೋಚನೆ ಅವರದ್ದು. ನಾವು ನೀರಿನ ವಿಚಾರವನ್ನೆ ಮರೆತವಂತೆ ನಟಿಸಿ ಮನೆಯನ್ನು ಖರೀದಿಸಬೇಕು. ತಿಳೀತು ತಾನೇ ?"

ಸಾಬ್ರಿಯ ಜಾಣ್ಮೆಯ ಆಳಕ್ಕೆ ನಾನು ದಂಗಾದೆ. ಆತ ಮುಂದುವರಿಸಿದ :

"ಆದರೆ ಎಲ್ಲವನ್ನೂ ನಾವು ಇವತ್ತೇ ಮಾಡಿ ಮುಗಿಸಬೇಕು. ಅವಳಿಗೆ ಹಳ್ಳಿಗೆ ಹೋಗುವ ಅವಕಾಶವನ್ನು ನಾವು ಕೊಟ್ಟರೆ ಕೆಲಸ ಕೆಟ್ಟಂತೆ."

ಹೊರಗೆ ಗುಂಪಿನಲ್ಲಿ ಆಗಲೇ ಗದ್ದಲವೆದ್ದಿತ್ತು. ಗಂಡ ಹೆಂಡತಿ ಕೈ ಎತ್ತಿ ಕೂಗಾಡುತ್ತಿದ್ದರು.

ತುಸು ತಡೆದು ಸಾಬ್ರಿ ಪಿಸುಗುಟ್ಟಿದ: "ಅವಳು ಮತ್ತೆ ಬರುತ್ತಿದ್ದಾಳೆ." ಹೌದು, ದುರದೃಷ್ಟದ ಹೊರೆ ಹೊತ್ತವಳಂತೆ ಉರುಳಾಡುತ್ತ ಆಕೆ ಬಂದಳು. ಈಗ ಅವಳ ಮಾತಿನ ಧಾಟಿಯೇ ಬೇರೆ. ತನ್ನ ಕುಟುಂಬ ಎದುರಿಸುತ್ತಿರುವ ಕಷ್ಟ ಪರಂಪರೆಯನ್ನು ನಮ್ಮೆದುರು

ಹರಡಿ ನಮ್ಮನ್ನು ಮೆತ್ತಗಾಗಿಸಲು ಅವಳು ಪ್ರಯತ್ನಿಸಿದಳು. ಆದರೆ ಇಷ್ಟು ಹೊತ್ತಿನಲ್ಲಿ ನನ್ನ ಹಲ್ಲು ಬಹಳ ಚೂಪಾಗಿತ್ತು. ಅವಳು ಸಾಕಷ್ಟು ಶಕ್ತಿಗುಂದಿರುವುದು ಸ್ಪಷ್ಟವಾಗಿತ್ತು. ಅವಳನ್ನು ಬೇಕಾದಂತೆ ಮಣಿಸಲು ಇನ್ನು ಹೆಚ್ಚಿನ ಪ್ರಯತ್ನ ಅಗತ್ಯವಿರಲಿಲ್ಲ. ಒಂದಷ್ಟು ಉದಾರತೆ ತೋರಲು ಇದು ಮಾನಸಿಕವಾಗಿ ಪಕ್ವವಾದ ಕಾಲ. ಸಾಬ್ರಿ ಬೆಲೆಯನ್ನು ನೂರು ಪೌಂಡಿನಷ್ಟು ಏರಿಸಿದ. "ಪೂರ್ತಿ ನೂರು ಪೌಂಡುಗಳು," ಆತ ಜೇನು ತೊಟ್ಟಿಕ್ಕುವ ಧ್ವನಿಯಲ್ಲಿ ಪುನರುಚ್ಚರಿಸಿ ಬಳಿಕ ಹೇಳಿದ :

"ನಿಮ್ಮ ಗಂಡ ಮತ್ತು ಕುಟುಂಬದವರಿಗೆ ಬುದ್ಧಿ ಇಲ್ಲ. ಈ ಸದ್ಗೃಹಸ್ಥರನ್ನು ಬಿಟ್ಟರೆ ಆ ಮನೆಯನ್ನು ಕೊಳ್ಳುವವರು ಬೇರೆ ಯಾರೂ ಇಲ್ಲ. ಅವರನ್ನು ಗಮನಿಸಿ. ಈಗಾಗಲೇ ಅವರು ಓಲಾಡ್ತಾ ಇದ್ದಾರೆ. ಅವರು ಬೇರೆ ಕಡೆಗೆ ಹೋಗಲೂಬಹುದು. ಅವರ ಮುಖವನ್ನು ಸ್ವಲ್ಪ ನೋಡಿ."

ಸಾಬ್ರಿ ಹೀಗೆ ನುಡಿದಾಗ ನನ್ನ ಪಾತ್ರಕ್ಕೆ ಒಪ್ಪುವ ಮುಖಚರ್ಯೆಯನ್ನು ನಾನು ತೊಟ್ಟುಕೊಂಡೆ. ಆಕೆ ಸ್ವಲ್ಪ ಹೊತ್ತು ನನ್ನ ಮುಖವನ್ನು ದಿಟ್ಟಿಸಿ ಮೊತ್ತ ಮೊದಲ ಬಾರಿಗೆ ಕುರ್ಚಿಯಲ್ಲಿ ಕುಳಿತು ಅಳಲಾರಂಭಿಸಿದಳು. ಸಾಬ್ರಿ ಗೆಲುವಿನ ನಗೆ ನಕ್ಕು ಕಣ್ಣು ಮಿಟುಕಿಸಿದ.

"ಓ ಯೇಸು, ಇವರು ನನಗೇನು ಮಾಡ್ತಿದ್ದಾರೆ? ನನ್ನ ಮನೆಯನ್ನು ಮುರಿದರು, ನನ್ನ ಸಂತಾನವನ್ನು ಕೊಂದರು. ನನ್ನ ಹೆಸರನ್ನು ಬೀದಿಪಾಲು ಮಾಡಿದರು." ಬಿಕ್ಕಳಿಕೆಯ ನಡುವೆ ಹೆಂಗಸಿನ ಗೋಳು ಮುಂದುವರಿಯಿತು. ಗೆಲುವಿನಿಂದ ಉಬ್ಬಿಹೋಗಿದ್ದ ಸಾಬ್ರಿ ಸೈತಾನನಂತೆ ಅವಳ ವಾಕ್ಯಗಳ ನಡುವೆ ಒಂದೊಂದು ಶಬ್ದಗಳನ್ನು ಹಾಕುತ್ತಿದ್ದ. "ಅಡಮಾನ... ಇನ್ನೂರು ಪೌಂಡು.... ಗಂಡ ಮೂರ್ಖ.... ಇಂಥ ಅವಕಾಶ ಇನ್ನೊಮ್ಮೆ ದೊರೆಯಲಾರದು..." ಬಹಳ ಖುಷಿಯಿಂದ ಅವಳು ತನ್ನ ಅಳುವನ್ನು ಮತ್ತೂ ಮುಂದುವರಿಸಿದಳು. ನಡುನಡುವೆ ಕಳ್ಳನೋಟದಿಂದ ನಮ್ಮ ಪ್ರತಿಕ್ರಿಯೆಯನ್ನು ಗಮನಿಸುತ್ತಿದ್ದಳು. ಕೊಳ್ಳೆ ನುಂಗಲು ಬರುವ ಶಾರ್ಕ್ ಮೀನಿನಂತೆ ಹಲ್ಲು ತೋರಿಸುತ್ತಿದ್ದ ಸಾಬ್ರಿಯನ್ನು ಕಂಡು ಅವನಿಗೆ ಸಮಾಧಾನವಾಗುವ ಸಾಧ್ಯತೆ ಇರಲಿಲ್ಲ. "ನಾವಿನ್ನೂ ನೀರಿನ ವಿಚಾರಕ್ಕೆ ಬಂದಿಲ್ಲ," ಸಾಬ್ರಿ ನುಡಿದಾಗ ಅವಳು ಅಳು ನಿಲ್ಲಿಸಿ ಥಟ್ಟನೆ ನುಡಿದಳು. "ಅದಕ್ಕೆ ಇನ್ನೊಂದು ನೂರು ಪೌಂಡುಗಳು."

"ನಾವೀಗ ಮಾತನಾಡ್ತಿರೋದು ಮನೆಯ ವಿಷಯ ಮಾತ್ರ," ಸಾಬ್ರಿ ಇನ್ನಷ್ಟು ಒತ್ತಿ ಹೇಳಿದ. ಅವಳ ಮುಖದಲ್ಲಿ ಕುತಂತ್ರ ಕುಣಿಯಿತು. "ನೀರಿನ ವಿಷಯ ಆಮೇಲೆ ಮಾತನಾಡೋಣ." ಸೂಕ್ಷ್ಮವಾಗಿ ತಾನು ಆಕೆಯ ಪಕ್ಷ ವಹಿಸುತ್ತಿದ್ದೇನೆ ಎನ್ನುವ ಧ್ವನಿಯಲ್ಲಿ ಸಾಬ್ರಿ ನುಡಿದ. ಗ್ರೀಕ್ ಬಾರದ ವಿದೇಶೀಯನಿಗೆ ನೀರಿನ ಹಕ್ಕುರಹಿತವಾದ ಮನೆ ವ್ಯರ್ಥ ಎನ್ನುವುದು ತಿಳಿದಿರುವ ಸಾಧ್ಯತೆ ಇಲ್ಲ. ಅವಳು ನನ್ನನ್ನೊಮ್ಮೆ ದಿಟ್ಟಿಸಿ ನೋಡಿ ಸಾಬ್ರಿಯತ್ತ ತಿರುಗಿದಾಗ ಅವಳ ಮುಖದಲ್ಲಿ ವಿಜಯದ ನಗುವಿತ್ತು. ಸಾಬ್ರಿ ನಿಜಕ್ಕೂ ಪಕ್ಷಾಂತರ ಮಾಡಿರಬಹುದೇ? ಮನೆಯ ಪರಾಭಾರೆಯಾದೊಡನೆ... ಅವಳು ಅಳುವುದನ್ನು ಪೂರ್ತಿ ಮರೆತು ಈಗ ನಗಲಾರಂಭಿಸಿದಳು.

ಸಾಬ್ರಿ ಮೆಲ್ಲಗೆ ನುಡಿದ :

"ಇದನ್ನೆಲ್ಲ ನಾವು ಥಟ್ಟನೆ ಮಾಡಿ ಮುಗಿಸಿಬಿಡಬೇಕು. ನೋಡಿ, ನಾವೀಗ ಆ ವಿಧವೆಯ ಹತ್ತಿರ ಹೋಗಿ ನಿಮ್ಮ ಅಡಮಾನದ ಕಾಗದಪತ್ರಗಳನ್ನು ತರೋಣ. ನಾವು ನಿಮ್ಮ ಮುಂದೇನೇ ಅವಳಿಗೆ ಅಡವಿನ ಹಣವನ್ನು ರಿಜಿಸ್ಟ್ರಿ ಆಫೀಸಿನಲ್ಲಿ ಕೊಡ್ತೇವೆ. ಆಮೇಲೆ ನಿಮಗೆ

ನಾವು ಸಾಕ್ಷೀದಾರರ ಮುಂದೆ ಕ್ರಯ ಚೀಟಿನ ಹಣವನ್ನು ಕೊಡ್ತೇವೆ."

ಅನಂತರ ಸ್ವರ ತಗ್ಗಿಸಿ ಸಾಬ್ರಿ ಸೇರಿಸಿದ :

"ಅದಾದಮೇಲೆ ಇವರು ನೀರಿನ ವಿಚಾರಕ್ಕೆ ಬರ್ತಾರೆ. ನಿಮ್ಮಲ್ಲಿ ಕಾಗದ ಪತ್ರಗಳಿವೆ ತಾನೇ ?"

ಸಂದೇಹ, ಅಜ್ಞಾನದಿಂದ ಏನು ಮಾಡಲೂ ತಿಳಿಯದೆ ಅವಳು ಸುಮ್ಮನೆ ಕುಳಿತಳು. ಆಗೊಮ್ಮೆ ಈಗೊಮ್ಮೆ ಅನಿಯಂತ್ರಿತವಾಗಿ ಬಿಕ್ಕುವುದೂ ನಡೆಯಿತು. "ರಿಕಾರ್ಡು ನಮ್ಮ ಅಜ್ಜನ ಕೈಯಲ್ಲಿದೆ."

"ಹೋಗಿ ಅದನ್ನು ತನ್ನಿ," ಸಾಬ್ರಿ ಚುಟುಕಾಗಿ ನುಡಿದ.

ಅವಳು ಹೊರಗೆ ನಡೆದು ಗುಂಪು ಸೇರಿಕೊಂಡಾಗ ಅಲ್ಲಿ ದೊಡ್ಡ ವಾಗ್ಯುದ್ಧ ನಡೆಯಿತು. ಬಿಳಿ ದಾಡಿಯ ಮುದುಕ ದೊಣ್ಣೆ ಬೀಸಿ ಏನೇನೋ ಹೇಳುತ್ತಿದ್ದ. ಗಂಡನೂ ಕೈಬೀಸುತ್ತಿದ್ದ. ಇದೆಲ್ಲವನ್ನೂ ಗಮನಿಸುತ್ತಿದ್ದ ಸಾಬ್ರಿ ನನ್ನೊಂದಿಗೆ ನುಡಿದ :

"ಒಂದೇ ಒಂದು ಅಪಾಯವಿದೆ. ಅವಳಿಗೆ ಹಳ್ಳಿಗೆ ಹೋಗಿ ಬರೋದಕ್ಕೆ ಅವಕಾಶವನ್ನು ನಾವು ಕೊಡಬಾರದು."

ಸಾಬ್ರಿಯ ಮಾತು ನಿಜವಾಗಿತ್ತು. ಅವಳ ಕುಟುಂಬದ ಸದಸ್ಯರೇ ಇಷ್ಟು ಗುಲ್ಲೆಬ್ಬಿಸುತ್ತಿದ್ದಾಗ ಹಳ್ಳಿಯ ಹೋಟೆಲಿನಲ್ಲಿ ಏನು ನಡೆಯಬಹುದೆಂದು ಹೇಳುವಂತಿರಲಿಲ್ಲ. ಪರ – ವಿರುದ್ಧ ಅಭಿಪ್ರಾಯಗಳಿಂದ ದೊಡ್ಡ ಗೊಂದಲವೇ ನಡೆದು ಅದರಿಂದ ದ್ವೀಪದ ಎಲ್ಲಡೆಗಳಲ್ಲೂ ಮುಷ್ಕರ ತೊಡಗಲೂಬಹುದಿತ್ತು...

ನಾನು ಮೆಚ್ಚುಗೆಯಿಂದ ಸಾಬ್ರಿಯನ್ನು ನೋಡಿದೆ. ಅವನೆಂಥ ರಾಜಕಾರಣಿಯಾಗುತ್ತಿದ್ದ! "ಅವಳು ಮತ್ತೆ ಬರ್ತಿದ್ದಾಳೆ," ಸಾಬ್ರಿ ನುಡಿದ. ಹೆಂಗಸು ಒಳಗೆ ಬಂದವಳೆ ಮೇಜಿನ ಮೇಲೆ ಬೀಗದ ಕೈಯ ಬಳಿ ರಿಕಾರ್ಡನ್ನು ಇರಿಸಿದಳು. ಸಾಬ್ರಿ ಅದನ್ನು ಕಣ್ಣೆತ್ತಿ ನೋಡದೆ ಗಡುಸಾಗಿ ಕೇಳಿದ :

"ನಿಮ್ಮ ಮಾತುಕತೆ ಎಲ್ಲ ಮುಗೀತಾ ?"

ಹೆಂಗಸು ಅಳು ಮುಖ ಮಾಡಿದಳು. "ನಮ್ಮಜ್ಜ ಕೊಡಬಾರದು ಅಂತಾನೆ. ನೀವು ನನಗೆ ಮೋಸ ಮಾಡುತ್ತಿದ್ದೀರಂತೆ."

ಸಾಬ್ರಿ ಕ್ಯಾಕರಿಸಿದ :

"ಇದು ನಿಮ್ಮ ಮನೆ ತಾನೇ ?"

"ಹೌದು."

"ನಿಮಗೆ ಹಣ ಬೇಕು ತಾನೇ ?"

"ಹೌದು."

"ನಿಮಗೆ ಇವತ್ತೇ ಹಣ ಸಿಗಬೇಕಲ್ಲವೇ ?"

"ಹೌದು."

ಸಾಬ್ರಿ ತಲೆ ಎತ್ತಿ ಕನಸು ಕಾಣುವವನಂತೆ ಮಾಡಿನಲ್ಲಿದ್ದ ಜೇಡರಬಲೆಯನ್ನು ನೋಡಿದ. ಬಳಿಕ ಮಾತಾಡಲಾರಂಭಿಸಿದ. ಅವನ ಧ್ವನಿಯಲ್ಲಿ ವ್ಯವಹಾರ ಕಾವ್ಯದ ಧಾಟಿಯನ್ನು ಪಡೆಯಿತು :

"ಈ ಗೃಹಸ್ಥರು ನಿಮಗೊಂದು ಚೆಕ್ ಕೊಡ್ತಾರೆ. ನೀವದನ್ನು ಹಿಡಿದುಕೊಂಡು ಬ್ಯಾಂಕಿಗೆ ಹೋಗ್ತೀರಿ. ಅಲ್ಲಿ ಅವರು ಅದನ್ನು ಗೌರವದಿಂದ ನೋಡ್ತಾರೆ. ಯಾಕೆಂದರೆ ಅದರಲ್ಲಿ ಈ ಮಹಾಶಯರ ದಸ್ಕತ್ತು ಇರ್ತದೆ. ಅವರು ಕಪಾಟಿನ ಬಾಗಿಲು ತೆರೀತಾರೆ..." ಸಾಬ್ರಿಯ ಧ್ವನಿ

ಕಂಪಿಸಿತು. ಆತನ ಕತೆ ಹೇಳುವ ಧಾಟಿಗೆ ಹೆಂಗಸು ಬಾಯಾರಿ ಆತನನ್ನು ಕಣ್ಣು ಮಿಟುಕಿಸದೆ ನೋಡಿದಳು. "ಅವರು ಅದರೊಳಗಿನಿಂದ ನೋಟುಗಳನ್ನು ತೆಗೀತಾರೆ... ದಪ್ಪದಪ್ಪಗಿನ ಕಟ್ಟುಗಳು... ಜೇನುಗೂಡಿನಷ್ಟು ದಪ್ಪಗಿನ ನೋಟಿನ ಕಟ್ಟುಗಳು... (ಅವರಿಬ್ಬರೂ ಅರಿವಿಲ್ಲದೆ ನಾಲಿಗೆ ಚಪ್ಪರಿಸಿದರು. ಅಷ್ಟೊಂದು ರುಚಿಕರವಾದ ಹಣ! ನನಗೂ ಹಸಿವಾಯಿತು.) ಒಂದು... ಎರಡು... ಮೂರು..." ಸಾಬ್ರಿ ಯಕ್ಷಿಣಿಗಾರನಂತೆ ಲೆಕ್ಕಮಾಡಿದ. "...ಇಪ್ಪತ್ತು... ಅರುವತ್ತು... ನೂರು..." ಆತನ ಧ್ವನಿ ಏರುತ್ತಾ ಮುನ್ನೂರಕ್ಕೆ ತಾರಕ ತಲಪಿತು. ಹೆಂಗಸು ತಡೆಹಿಡಿದಿದ್ದ ಉಸಿರನ್ನು ಬಿಟ್ಟು ಮೈ ಕೊಡವಿಕೊಂಡಳು. "ಅಡವಿನ ಹಣವೂ ಸಂದಾಯವಾಗಿರ್‍ತದೆ. ವಿಧವೆ ಅಂತಿಗೆ ನಿಮ್ಮ ಮೇಲೆ ಪ್ರೀತಿಯೂ ಗೌರವವೂ ಉಕ್ಕಿ ಬರ್‍ತದೆ. ನಿಮ್ಮ ಮತ್ತು ನಿಮ್ಮ ಗಂಡನ ಕೈಯಲ್ಲಿ ಮುನ್ನೂರು ಪೌಂಡುಗಳಿರ್‍ತವೆ." ಸಾಬ್ರಿ ನಿಟ್ಟುಸಿರು ಬಿಟ್ಟು ಕೆಂಪು ಚೌಕದಿಂದ ತಲೆ ಒರೆಸಿಕೊಂಡ. "ನೀವು ಮಾಡಬೇಕಾದ್ದೆಂದರೆ 'ಹೂಂ' ಅನ್ನೋದು ಮಾತ್ರ. ಊಹೂಂ ಅಂತಾದರೆ ಬೀಗದ ಕೈಯನ್ನು ತೆಗೆದುಕೊಳ್ಳಿ."

ಸಾಬ್ರಿ ಹೆಂಗಸಿನ ಕೈಯಲ್ಲಿ ಬೀಗದ ಕೈಯನ್ನು ಕೊಟ್ಟು ಮತ್ತೊಮ್ಮೆ ಅರ್ಧ ವೃತ್ತಕಾರವಾಗಿ ತಿರುಗಿ ಹತ್ತು ಸೆಕೆಂಡುಗಳ ಕಾಲ ಗೋಡೆ ನೋಡಿ, ಸುತ್ತು ಪೂರ್ತಿಗೊಳಿಸಿದ.

"ಏನಂತೀರಿ?" ಅವನು ವಿಚಾರಿಸಿದ. ಆಕೆ ಕಣ್ಣೀರಿಳಿಸುವ ಸಿದ್ಧತೆಯಲ್ಲಿದ್ದಳು. "ಆದರೆ ನಮ್ಮ ಅಜ್ಜನನ್ನೇನು ಮಾಡೋದು?" ಅವಳ ಸ್ವರ ಕಂಪಿಸಿತು. ಸಾಬ್ರಿ ಕೈಚೆಲ್ಲಿದ.

"ನಿಮ್ಮಜ್ಜನನ್ನು ನಾನೇನು ಮಾಡಲು ಸಾಧ್ಯ? ಹುಗಿಯಬೇಕೇನು? ಯಾವುದನ್ನೂ ಬೇಗನೆ ನಿರ್ಧಾರ ಮಾಡಿ. ಇವರು ಹೊರಡುವ ಆತುರದಲ್ಲಿದ್ದಾರೆ."

ಆತನ ಸಂಜ್ಞೆಗೆ ನಾನು ಎದ್ದು ಮೈಮುರಿದು ಹೇಳಿದೆ:

"ಹಾಗಾದರೆ ನಾನು..."

"ಬೇಗ, ಬೇಗ, ಬೇಗನೆ ಹೇಳಿಬಿಡಿ. ಇಲ್ಲವಾದರೆ ಅವರು ಹೊರಟು ಹೋಗ್ತಾರೆ." ಸಾಬ್ರಿ ನುಡಿದ.

ಯಾತನೆಯಿಂದ ಅವಳ ಮುಖ ಕಿವುಚಿಕೊಂಡಿತು. "ಸಂತ ಮ್ಯಾಥ್ಯೂ... ಸಂತ ಲೂಕ್..." ಸಂದೇಹದ ಚಿತ್ರಹಿಂಸೆಯನ್ನು ತಡೆಯಲಾರದೆ ಅವಳು ಗದ್ಗದಿಸಿದಳು. ಇಲ್ಲಿ ಧರ್ಮದ ಆಸರೆ ಪಡೆಯುವುದು ವಿಚಿತ್ರವೆನಿಸಿದರೂ ನಿರ್ಧಾರ ಆಕೆಗೆ ದೊಡ್ಡ ಹೊರೆಯಾಗಿರುವುದು ಸ್ಪಷ್ಟವಾಗಿತ್ತು. ನಾನು ಹೋಗದಂತೆ ಆಕೆ ಕೈಯತ್ತಿ ತಡೆದಳು.

ದೊಡ್ಡ ಸಮಸ್ಯೆಯೊಂದನ್ನು ನಿವಾರಿಸಲಿರುವ ಮನಃಶ್ಶಾಸ್ತ್ರಜ್ಞನಂತೆ ಸಾಬ್ರಿ ಪಿಸುಗುಟ್ಟಿದ. "ಅವಳು ಬರ್‍ತಾಳೆ." ಆಮೇಲೆ ಬಾಯೊಳಗೆ ಎರಡು ಬೆರಳು ಸೇರಿಸಿ ಕರ್ಕಶವಾದ ಸಿಳ್ಳು ಹೊಡೆದ. ತಕ್ಷಣ ಜಮಾಲನ ಟ್ಯಾಕ್ಸಿ ಎಲ್ಲಿದಂಲೋ ಧೂಳೆಬ್ಬಿಸುತ್ತಾ ಬಂದು ಬಾಗಿಲ ಮುಂದೆ ನಿಂತಿತು. "ಅವಳನ್ನು ಹಿಡಿದುಕೊಳ್ಳಿ" ಎಂದ ಸಾಬ್ರಿ ಹೆಂಗಸಿನ ಒಂದು ತೋಳ ಸುತ್ತು ಬೆರಳು ಬಿಗಿದ. ನಾನು ಇನ್ನೊಂದು ತೋಳನ್ನು ಹಿಡಿದುಕೊಂಡೆ. ಅವಳು ಪ್ರತಿಭಟಿಸದಿದ್ದರೂ ಸಲೀಸಾಗಿ ಹೆಜ್ಜೆಯನ್ನು ಹಾಕಲಿಲ್ಲ. ಅವಳನ್ನು ಉರುಳಿಸುತ್ತಾ ಟ್ಯಾಕ್ಸಿಯವರೆಗೆ ಒಯ್ಯುವುದು ಸುಲಭದ ಕೆಲಸವಾಗಲಿಲ್ಲ. ಕಾರ್ಯದ ಯಶಸ್ಸು ಕ್ಷಿಪ್ರತೆಯನ್ನು ಅವಲಂಬಿಸಿದ್ದರಿಂದ ಸಾಬ್ರಿ ಬೊಬ್ಬಿಟ್ಟ. "ಆಕೆಯನ್ನು ಒಳಕ್ಕೆ ತಳ್ಳಿ" ಹೆಂಗಸಿನೊಂದಿಗೆ ನಾವಿಬ್ಬರು ಹೇಗೋ ಟ್ಯಾಕ್ಸಿಯನ್ನೇರಿ ಬಾಗಿಲು ಜಡಿದೆವು.

ಈಗ ಆಕೆ ಅಪಹರಿಸಲ್ಪಟ್ಟವಳಂತೆ ಚೀರಲಾರಂಭಿಸಿದಳು. ಪ್ರಾಯಶಃ ಅಜ್ಜನ

ಕಣ್ಣುಕಟ್ಟುವುದಕ್ಕೆ. ಆಕೆಯ ಬೆಂಬಲಿಗರು ರಸ್ತೆಯಲ್ಲಿ ಓಡುತ್ತಾ ಬಂದರು. "ತಡೆಯಿರಿ, ತಡೆಯಿರಿ," ಅವರ ಆರ್ಭಟಕ್ಕೆ ರಸ್ತೆ ತುಂಬಿಕೊಂಡಿತು. ಇಬ್ಬರು ಮಕ್ಕಳು "ಅಮ್ಮಾ ಅಮ್ಮಾ" ಎಂದು ಕಿರಿಚಲಾರಂಭಿಸಿದವು.

"ಅವನ್ನೆಲ್ಲ ಗಮನಿಸಬೇಡಿ," ಯುದ್ಧರಂಗದ ನೆಪೋಲಿಯನ್‌ನಂತೆ ಸಾಬ್ರಿ ನುಡಿದ. "ಓಡಿಸು, ಜಮಾಲ್, ಓಡಿಸು" ಘರ್ಜನೆಯೊಂದಿಗೆ ಟ್ಯಾಕ್ಸಿ ಮುಂದಕ್ಕೆ ನೆಗೆಯಿತು. ಗದ್ದಲ ನೋಡಲು ಬಂದ ಜನವೆಲ್ಲ ದಿಕ್ಕಾಪಾಲು.

"ನಾವು ಹೋಗ್ತಿರೋದೆಲ್ಲಿಗೆ?" ನಾನು ವಿಚಾರಿಸಿದೆ.

ಸಾಬ್ರಿ ಚುಟುಕಾಗಿ ನುಡಿದ :

"ವಿಧವೆ ಅಂತಿ ಇರುವ ಲಾಪಿಥೋಸ್‌ಗೆ. ಓಡಿಸು, ಜಮಾಲ್ ಓಡಿಸು."

ನಾವು ರಸ್ತೆ ತಿರುಗುತ್ತಿದ್ದಂತೆ ಚಮ್ಮಾರ ಮತ್ತವನ ಬಳಗ ನಮ್ಮನ್ನು ಹಿಂಬಾಲಿಸುವುದಕ್ಕಾಗಿ ಇನ್ನೊಂದು ಟ್ಯಾಕ್ಸಿ ಏರುವುದನ್ನು ಕಂಡು ನನಗೆ ಭಯವಾಯಿತು. ಸಿನಿಮಾದ ದೃಶ್ಯದಂತೆ ಘಟನೆಗಳು ನಡೆಯುತ್ತಿದ್ದವು. ಸಾಬ್ರಿ ಧೈರ್ಯ ಹೇಳಿದ :

"ಹೆದರಬೇಡಿ. ಆ ಟ್ಯಾಕ್ಸಿ ನಮ್ಮ ಜಮಾಲನ ತಮ್ಮನದ್ದು. ಅದರ ಒಂದು ಟಯರು ಸದ್ಯದಲ್ಲೇ ಪಂಕ್ಚರ್ ಆಗಲಿದೆ. ನಾನೆಲ್ಲವನ್ನೂ ಮೊದಲೇ ಯೋಚಿಸಿದ್ದೇನೆ."

ಲಾಪಿಥೋಸ್ ಕಡೆಗೆ ಟ್ಯಾಕ್ಸಿ ಓಡುತ್ತಿದ್ದಾಗ ಹೆಂಗಸು ಪರಿಚಿತ ಸ್ಥಳಗಳನ್ನು ಉತ್ಸಾಹದಿಂದ ವಿವರಿಸತೊಡಗಿದಳು. ಕಣ್ಣೀರಿನ ಛಾಯೆಯೂ ಇರದ ಅವಳ ಮುಖದಲ್ಲಿ ಈಗ ಮಂದಹಾಸ ಮಿನುಗುತ್ತಿತ್ತು. ಅಪರೂಪವಾಗಿ ಕಾರು ಪ್ರಯಾಣ ಮಾಡಿದ್ದ ಅವಳು ಪ್ರತಿ ಕ್ಷಣವನ್ನೂ ಆನಂದಿಸುತ್ತಿದ್ದಳು.

ಬಾಂಬು ಅಸ್ಫೋಟಿಸಿದಂತೆ ನಾವು ಅಂತಿಯ ಮನೆಯೊಳಗೆ ನುಗ್ಗಿದೆವು. ಆದರೆ ಆಕೆ ಎಲ್ಲೋ ಹೊರಗೆ ಹೋಗಿದ್ದಳು. ಅಡಮಾನ ಕಾಗದ ಪತ್ರಗಳು ಕಪಾಟಿನೊಳಗಿದ್ದವು. ಕೊನೆಗೆ ಸಾಬ್ರಿ ಮತ್ತು ಹೆಂಗಸು ಸೇರಿ ಕಬ್ಬಿಣದ ಸಲಾಕಿಯಿಂದ ಕಪಾಟಿನ ಬೀಗ ಮುರಿದು ಬಾಗಿಲು ತೆರೆದರು. ನಾವು ಹೊರಗೆ ಬಂದು ಟ್ಯಾಕ್ಸಿ ಏರಿದಾಗ ಇನ್ನೊಂದು ಟ್ಯಾಕ್ಸಿಯ ಸುಳಿವಿರಲಿಲ್ಲ. ಆದರೆ ನಾವು ಕೈರೆನಿಯಾದ ಕಡೆಗೆ ಸಾಗುತ್ತಿದ್ದಂತೆ ಒಂದು ಕಡೆ ಟಯರು ಒಡೆದು ನಿಂತಿದ್ದ ಟ್ಯಾಕ್ಸಿಯ ಸುತ್ತು ಅವರೆಲ್ಲರೂ ಸೇರಿದ್ದುದು ಕಾಣಿಸಿತು. ನಮ್ಮನ್ನು ಕಂಡಾಗ ಅವರು ಬೊಬ್ಬೆ ಹೊಡೆಯುತ್ತಾ ಮಾರ್ಗವನ್ನು ಅಡ್ಡಗಟ್ಟಲು ಯತ್ನಿಸಿದರು. ಜಮಾಲ್ ಕೂಡಾ ತುಂಬ ಉಮೇದಿನಲ್ಲಿದ್ದ. ಟ್ಯಾಕ್ಸಿಯ ವೇಗವನ್ನು ಹೆಚ್ಚಿಸಿ ನೇರವಾಗಿ ಅವರ ನಡುವೆ ಮುನ್ನುಗ್ಗಿದ್ದ. ನಾನು ಕಣ್ಣು ಮುಚ್ಚಿದೆ. ಯಾಕೆಂದರೆ ಅಜ್ಜ ನಡುರಸ್ತೆಯಲ್ಲಿ ನಿಂತು ದೊಣ್ಣೆ ಬೀಸುತ್ತಿದ್ದ. ಅಲ್ಲದೆ ಒಂಟಿಕಣ್ಣಿನ ಜಮಾಲ್‌ಗೆ ಟ್ಯಾಕ್ಸಿಯನ್ನು ಇಪ್ಪತ್ತು ಮೈಲಿಗಿಂತ ಹೆಚ್ಚಿನ ವೇಗದಲ್ಲಿ ಓಡಿಸಿ ಅಭ್ಯಾಸವಿರಲಿಲ್ಲ. ಸುದೈವದಿಂದ ಏನೂ ಆಗಲಿಲ್ಲ. ಮುದುಕನ ಪರಾವರ್ತಿತ ಪ್ರತಿಕ್ರಿಯೆ ಬಲು ಚುರುಕಾಗಿದ್ದಿರಬೇಕು. ನಾನು ಕಿಟಕಿಯಿಂದ ಹಿಂದಿರುಗಿ ನೋಡಿದಾಗ ಮುದುಕ ಚರಂಡಿಯಲ್ಲಿ ಬಿದ್ದಿದ್ದ. ಆದರೆ ಆತ ಉಪಯೋಗಿಸುತ್ತಿದ್ದ ಭಾಷೆಯನ್ನು ಕೇಳಿದಾಗ ಆತನಿಗೇನೂ ಆದಂತೆ ಕಾಣಿಸಲಿಲ್ಲ.

ರಿಜಿಸ್ಟ್ರಿ ಆಫೀಸಿನ ಗುಮಾಸ್ತರುಗಳಿಗೆ ನಮ್ಮನ್ನು ಕಂಡಾಗ ದಿಗ್ಭ್ರಮೆಯಾಗಿರಬೇಕು. ಯಾಕೆಂದರೆ ಹೆಂಗಸು ಮತ್ತೊಮ್ಮೆ ಅಳುವುದಕ್ಕೆ ನಿರ್ಧರಿಸಿದ್ದಳು. ಅವಳು ಯಾಕೆ ಹೀಗೆ ಮಾಡು ತ್ತಿದ್ದಾಳೆನ್ನುವುದು ನನಗೆ ತಲೆ ಚಚ್ಚಿಕೊಂಡರೂ ಹೊಳೆಯಲಿಲ್ಲ. ಅಲ್ಲಿ ಪ್ರಭಾವಕ್ಕೊಳಗಾಗತಕ್ಕವರು

ಯಾರೂ ಇರಲಿಲ್ಲ. ಪ್ರಾಯಶಃ ಸನ್ನಿವೇಶವನ್ನು ಎಷ್ಟು ಸಾಧ್ಯವೋ ಅಷ್ಟು ನಾಟಕೀಯ ವಾಗಿಸುವ ಯೋಚನೆ ಇದ್ದಿರಬಹುದು ಅವಳದ್ದು. ಅಷ್ಟರಲ್ಲಿ ಅವಳಿಗೆ ಬರೆಯಲು ಬರುವುದಿಲ್ಲ ಎನ್ನುವ ವಿಚಾರ ನಮಗೆ ತಿಳಿಯಿತು. ದಸ್ಕತ್ತು ಬಲ್ಲವನೆಂದರೆ ಅಜ್ಜ ಮಾತ್ರ. ಇನ್ನು ಅವನಿಗಾಗಿ ಕಾಯಬೇಕು! "ದೇವರೆ ಅವನು ಬಂದರೆ ಸರ್ವನಾಶ!" ಸಾಬ್ರಿ ಉದ್ಗರಿಸಿದ. ಕೊನೆಯಲ್ಲಿ ಬಲವಂತದಿಂದ ದಸ್ತಾವೇಜಿಗೆ ಅವಳ ಹೆಬ್ಬೆಟ್ಟಿನ ಗುರುತು ಪಡೆಯಬೇಕಾಯಿತು. ಹೇಳುವಾಗ ಇದು ಸುಲಭ ಅಂತ ಕಾಣಿಸಬಹುದು. ವಾಸ್ತವವಾಗಿ ನಮ್ಮೆಲ್ಲರ ಮೈಯಲ್ಲಿ ಮಸಿ ಹರಿದಾಗ ಅದು ಮುಕ್ತಾಯಗೊಂಡಿತು.

ದಸ್ತಾವೇಜು ರಿಜಿಸ್ಟ್ರಿಯಾದ ಬಳಿಕ ಅವಳು ಸಾಧಾರಣ ಸ್ಥಿತಿಗೆ ಬಂದಳು. ನಾನು ಚೆಕ್ ಬರೆದು ಅವಳ ಕೈಗಿತ್ತಾಗ ಮುಖವನ್ನು ಅಷ್ಟಗಲ ಮಾಡಿ ಒತ್ತಾಯಿಸಿ ಕೈಕುಲಕುತ್ತಾ ನುಡಿದಳು:

"ನೀವು ಒಳ್ಳೇ ಮನುಷ್ಯ, ಆ ಮನೆಯಲ್ಲಿ ನಿಮಗೆ ಒಳಿತಾಗಲಿ."

ಹೊರಗೆ ಬಿಸಿಲಿನಲ್ಲಿ ನಡೆದಾಗ ನಾವು ಮೂವರು ಬಹಳ ಆತ್ಮೀಯರಾಗಿದ್ದೆವು. ಅಷ್ಟರಲ್ಲಿ ಧೂಳು ಹಿಡಿದ ಟ್ಯಾಕ್ಸಿ ಬಂದು ನಿಂತು ಸೋತ ಸೈನ್ಯವನ್ನು ಹೊರಗಿಳಿಸಿತು. ಅವಳನ್ನು ಕಂಡಾಗ ಅವರು ಅಟ್ಟಹಾಸದಿಂದ ಕೈಸನ್ನೆ ಮಾಡುತ್ತ ಮುಂದೆ ಬಂದರು. ಹೆಂಗಸು ಚೀರುತ್ತಾ ಶೋಕ ತಡೆಯಲಾರದವಳಂತೆ ಅಜ್ಜನಿಗೆ ಜೋತುಬಿದ್ದಳು. ಕಸಿವಿಸಿಗೊಂಡ ಮುದುಕ ಅವಳನ್ನು ಸಮಾಧಾನ ಪಡಿಸುತ್ತಾ ಕೇಳಿದ: "ಎಲ್ಲ ಮುಗಿದು ಹೋಯಿತಾ?" ಅವಳು ಮತ್ತಷ್ಟು ಜೋರಾಗಿ ಅಳುತ್ತ ಹೌದೆನ್ನುವಂತೆ ತಲೆ ಆಡಿಸಿದಳು. ವಾತಾವರಣ ಬಿಸಿಯಾಗಿದ್ದರೂ ಸಾಬ್ರಿ ಅಚಲನಾಗಿ ನಿಂತಿದ್ದ. ಈ ನಾಟಕದಲ್ಲೇನೂ ಹುರುಳಿಲ್ಲದ ಕಾರಣ ಅದನ್ನು ಗಂಭೀರವಾಗಿ ತೆಗೆದುಕೊಳ್ಳುವ ಅಗತ್ಯವಿರಲಿಲ್ಲ. ಅಲ್ಲೇ ಇದ್ದ ಚಿಕ್ಕ ಹುಡುಗನೊಡನೆ ಎಲ್ಲರಿಗೂ ಕೋಕಾಕೋಲಾ ಹಂಚುವಂತೆ ಸಾಬ್ರಿ ರಾಜಮರ್ಜಿಯಿಂದ ಆಜ್ಞಾಪಿಸಿದ. ಇದು ಅವರನ್ನು ತಣ್ಣಗಾಗಿಸುವುದಲ್ಲದೆ ವ್ಯವಹಾರವೊಂದು ಮುಕ್ತಾಯಗೊಂಡ ಸಂಕೇತವೂ ಆಗಿತ್ತು. ಅವರೆಲ್ಲ ನಮಗೆ ಹಿಡಿಶಾಪ ಹಾಕುತ್ತ ಗಟಗಟನೆ ಕುಡಿದರು. ಲಾಪಿಥೋಸ್ ಪಯಣದಲ್ಲಿ ನಿಜಕ್ಕೂ ಅವರ ಗಂಟಲಿಗೆ ಧೂಳು ಮೆತ್ತಿರಬೇಕು.

ಎಲ್ಲರೂ ತುಸು ಶಾಂತರಾದ ಮೇಲೆ ಚಮ್ಮಾರ ನುಡಿದ:

"ಆದದ್ದು ಆಗಿಹೋಯಿತು. ಪರವಾಗಿಲ್ಲ ನೀರಿನ ಹಕ್ಕು ಇನ್ನೂ ನಮ್ಮಲ್ಲೆ ಇದೆ. ಅದರ ನಿಷ್ಕರ್ಷೆಯಾಗಲಿ."

ಆದರೆ ನಾನು ಸುಸ್ತಾಗಿದೆ. ಮನೆ ನನ್ನದಾಗಿತ್ತು! ಸಾಬ್ರಿ ಮೆಲ್ಲಗೆ ತಲೆದೂಗಿ ನುಡಿದ: "ಎಲ್ಲ ಆಮೇಲೆ. ಈಗ ನಾವು ವಿಶ್ರಾಂತಿ ತೆಗೆದುಕೊಳ್ಳೋಣ."

ಕುಟುಂಬದ ಸದಸ್ಯರೆಲ್ಲ ನಾನು ಮದುಮಗನೋ ಎನ್ನುವಂತೆ ಆದರದಿಂದ ಕೈಕುಲುಕಿ ಬೀಳ್ಕೊಟ್ಟರು. ಬಿಳಿ ಗಡ್ಡದ ಅಜ್ಜ ಹರಸುತ್ತ "ಬೆಲೆ ನ್ಯಾಯವಾದ್ದೇ ಆಗಿದೆ" ಅಂದ. ಅದಕ್ಕಿಂತ ಹೆಚ್ಚಿನದ್ದಿನ್ನೇನುಬೇಕು?

ಅವರು ಹೋದ ಮೇಲೆ ಸಾಬ್ರಿ ನನ್ನತ್ತ ತಿರುಗಿ ಹೇಳಿದ:

"ಈಗ ನಿಮ್ಮನ್ನು ಒಂದು ವಿಶೇಷ ಸ್ಥಳಕ್ಕೆ ಒಯ್ಯುತ್ತಿದ್ದೇನೆ. ಅಲ್ಲಿನ ತಂಗಾಳಿಯ ಸುಖವನ್ನು ಅನುಭವಿಸಿಯೇ ತಿಳಿಯಬೇಕು. ಅಂದ ಹಾಗೆ ಸಮಯವೆಷ್ಟು? ಸರಿ, ಇನ್ನರ್ಧ ತಾಸು..."

ಕೈರೆನಿಯಾ ಕೊತ್ತಲದ ಮೇಲೆ ಪುಟ್ಟ ಬಾಲ್ಕನಿಯೊಂದಿತ್ತು. ಪೋಲೀಸ್ ಅಧಿಕಾರಿಗಳು ಊಟ ಉಪಚಾರ ನಡೆಯುವ ಸ್ಥಳ ಅದು. ವಿಶೇಷ ಪೋಲೀಸ್ ಪಡೆಯಲ್ಲಿ ಸಾಬ್ರಿ

ಸಾರ್ಜಂಟನಾಗಿದ್ದ ಅನ್ನುವುದು ನನಗೆ ಆಮೇಲೆ ತಿಳಿಯಿತು. ಇಲ್ಲಿ ದೂರದ ಬಂದರಿನ ದೃಶ್ಯವನ್ನು ಸವಿಯುತ್ತಾ ನಾವು ಚಕ್ರವರ್ತಿಗಳಂತೆ ಕಾಲ ಮೇಲೆ ಕಾಲುಹಾಕಿ ಕುಳಿತು ಬೀರ್ ಕುಡಿದೆವು. ತಂಗಾಳಿಗೆ ಹಾಯಿಯಂತೆ ಮುಖವೆತ್ತಿದ ಸಾಬ್ರಿ 'ನೋಡಿದಿರಾ?' ಎಂದ. ಮೌನ ಮತ್ತು ಆರಾಮದಿಂದ ಹುಟ್ಟಿಕೊಳ್ಳುವ ವಿಶಿಷ್ಟ ಇಸ್ಲಾಂ ಮನೋಧರ್ಮ – ಕೈಫ್ – ಸಾಬ್ರಿಯಲ್ಲಿ ಮೈಗೂಡಿಕೊಂಡಿತ್ತು. ಇದು ಪ್ರಜ್ಞಾಪೂರ್ವಕವಾದ ಧ್ಯಾನವಲ್ಲ. ಅದಕ್ಕಿಂತಲೂ ಆಳವಾದ, 'ನಾನು ಸುಖಿಯೇ ಅಸುಖಿಯೇ' ಎಂದು ಕೂಡ ಪ್ರಶ್ನಿಸುವ ಆತ್ಮ ಧರ್ಮ.

ಸಾಬ್ರಿ ಚೀಟಿಯಲ್ಲಿ ಏನೇನೊ ಗುರುತು ಹಾಕಿ ನನ್ನ ಕೈಯಲ್ಲಿರಿಸಿ ಹೇಳಿದ:

"ಈಗ ನಿಮ್ಮ ತೊಂದರೆಗಳು ಆರಂಭವಾಗ್ತವೆ. ಮನೆಯಲ್ಲಿ ಬಹಳಷ್ಟು ಬದಲಾವಣೆ ಯಾಗಬೇಕು. ಇದರಲ್ಲಿ ನಾನು ಅವೆಲ್ಲವುಗಳ ಅಂದಾಜು ಖರ್ಚು ಹಾಕಿದ್ದೇನೆ. ಬಚ್ಚಲು ಮನೆಗೆ ಇಷ್ಟು ಖರ್ಚು ತಗಲಬಹುದು. ಬಾಲ್ಕನಿಗೆ ಒಂದು ಚದರ ಅಡಿಗೆ ಇಷ್ಟಾಗಬಹುದು. ನೀವು ಮರದ ಅಡ್ಡೆಗಳನ್ನು ಮಾರೋದಿದ್ದರೆ ಒಂದಕ್ಕೆ ಮೂರು ಪೌಂಡುಗಳ ಹಾಗೆ ನಿಮಗೆ ದೊರೀಬಹುದು. ಒಟ್ಟು ಒಂಭತ್ತು ಅಡ್ಡೆಗಳಿವೆ; ಅಂದರೆ ನಿಮಗಿಷ್ಟು ಕೈಗೆ ಬರ್ತದೆ. ಇದು ನಿಮ್ಮ ಖಾಸಗಿ ಪರಿಶೀಲನೆಗೆ ಮಾತ್ರ."

ಸಾಬ್ರಿ ಒಂದು ಸಿಗರೇಟು ಹಚ್ಚಿ ಮೃದುವಾಗಿ ನಕ್ಕು ಮುಂದುವರಿಸಿದ :

"ಈಗ ಈ ಕೆಲಸಕ್ಕೆ ಯೋಗ್ಯ ವ್ಯಕ್ತಿ ಅಂದರೆ ಆಂದ್ರಿಯಾಸ್ ಕಲರ್ಗಿಸ್. ಅವನು ಸಹಜವಾಗಿ ನನ್ನಂತೆ ಢೋಂಗಿಯಾದರೂ ಒಳ್ಳೆಯವನು ಹಾಗೂ ಪ್ರಾಮಾಣಿಕ. ಅವನು ಚೊಕ್ಕಟವಾಗಿ ಕೆಲಸ ಮುಗಿಸಿಕೊಡ್ತಾನೆ. ಸಿಮೆಂಟು, ಇಟ್ಟಿಗೆ ಎಲ್ಲವುಗಳಿಗೂ ತಗಲಬಹುದಾದ ಖರ್ಚಿನ ಲೆಕ್ಕ ಚೀಟಿಯಲ್ಲಿದೆ."

ನಾನು ಕೃತಜ್ಞತೆಯನ್ನು ಸೂಚಿಸಲು ಹೊರಟಾಗ ಸಾಬ್ರಿ ಕೈಬೀಸಿದ.

"ಗೆಳೆಯ ಡರೆಲ್ ಅವರೇ, ಒಬ್ಬರು ನನ್ನನ್ನು ಆದರಿಸಿದರೆ ನಾನೂ ಅವರನ್ನು ಆದರಿಸ್ತೇನೆ. ನೀವೀಗ ನನ್ನ ಸ್ನೇಹಿತರು. ಮುಂದೆ ನೀವು ಬದಲಾಯಿಸಿದರೂ ನಾನು ಬದಲಾಗಲಾರೆ."

ನಾವು ಮೌನವಾಗಿ ಬೀರು ಕುಡಿದೆವು. ಬಳಿಕ ನಾನಂದೆ:

"ನನ್ನನ್ನು ನಿಮ್ಮಲ್ಲಿಗೆ ಕಳುಹಿಸಿದವನು ಒಬ್ಬಾತ ಗ್ರೀಕ್. ಈಗ ತುರುಕ ಇನ್ನೊಬ್ಬ ಗ್ರೀಕನಲ್ಲಿಗೆ ನನ್ನನ್ನು ಕಳುಹಿಸ್ತಿದ್ದಾನೆ."

ಸಾಬ್ರಿ ಗಟ್ಟಿಯಾಗಿ ನಕ್ಕ. ಅವನೆಂದ :

"ಸೈಪ್ರಸ್ ಬಲು ಚಿಕ್ಕದು. ನಾವು ಬೇರೆ ಬೇರೆಯಾದರೂ ಸ್ನೇಹಿತರು. ಇದು ಸೈಪ್ರಸ್, ಸ್ನೇಹಿತರೇ."

ಆ ಜೇನು ಬಣ್ಣದ ಸಂಜೆಯಲ್ಲಿ ಅದು ಕೆಲವು ವರ್ಷಗಳನ್ನು ಕಳೆಯಬಹುದಾದ ಸುಂದರ ದ್ವೀಪವಾಗಿ ಕಾಣಿಸಿತು. ◯

○ ಆಂದ್ರಿ ಆಸ್ ರೊದಿತಿಸ್

ಬಂಡಾಯ

ಆತಂಕ ಹುಟ್ಟಿಸುವ ಕೆಲವು ವಾರ್ತೆಗಳು ಈ ದಿನ ರಾಜಧಾನಿಗೆ ತಲಪಿವೆ. ಸಂಜೆಯ ವರ್ತಮಾನ ಪತ್ರಿಕೆಗಳು ಇನ್ನೂ ಪ್ರಕಟವಾಗಿಲ್ಲ. ರೇಡಿಯೋದಲ್ಲೂ ಸುದ್ದಿ ಪ್ರಸಾರವಾಗಿಲ್ಲ. ಆದರೂ ಸಮುದ್ರ ಕಿನಾರೆಯಲ್ಲಿರುವ ನಮ್ಮ ಜನಪ್ರಿಯ ವಸತಿ ಪ್ರದೇಶದಲ್ಲಿ ಹಲವಾರು ಫ್ಲ್ಯಾಟ್‌ಗಳನ್ನು ಹೊಂದಿರುವ ದೊಡ್ಡ ದೊಡ್ಡ ಕಟ್ಟಡಗಳು ಎದ್ದು ನಡೆದು ಸಮುದ್ರವನ್ನು ಸೇರಿವೆ ಎನ್ನುವ ಸುದ್ದಿ ಕಿವಿಯಿಂದ ಕಿವಿಗೆ ಹರಡಿದೆ. ಕೆಲವು ಕಟ್ಟಡಗಳು ನೀರಲ್ಲಿ ಅರ್ಧ ಮುಳುಗಿದಾಗ ತಮ್ಮ ಸಂಚಾರವನ್ನು ನಿಲ್ಲಿಸಿದ್ದವು; ಇನ್ನು ಕೆಲವು ಪೂರ್ತಿಯಾಗಿ ಮುಳುಗುವವರೆಗೆ ಮುಂದೆ ಹೋಗಿದ್ದವು. ಸುತ್ತುಮುತ್ತು ಇದ್ದ ಚಿಕ್ಕ ದೋಣಿಗಳು, ದೊಡ್ಡ ದೋಣಿಗಳು ಪ್ರಯಾಣಿಕರನ್ನೊಯ್ಯುವ ಉಗಿ ದೋಣಿಗಳು ರಕ್ಷಣೆಗೆ ಧಾವಿಸಿದ್ದರೂ ನಿವಾಸಿಗಳನ್ನು ತಮ್ಮೊಂದಿಗೆ ಒಯ್ಯುವ ಕಟ್ಟಡಗಳ ಹಠದಿಂದಾಗಿ ಕೆಲಸವು ಸುಲಭವಾಗಲಿಲ್ಲ. ಈ ಫ್ಲ್ಯಾಟ್‌ಗಳಲ್ಲಿ ವಾಸಿಸುವ ಆದರೆ ರಾಜಧಾನಿಯಲ್ಲಿ ಉದ್ಯೋಗ ಮಾಡುವ ಒಬ್ಬ ಪ್ರತ್ಯಕ್ಷದರ್ಶಿಯ ಹೇಳಿಕೆಯಂತೆ ಈ ಕಟ್ಟಡಗಳ ಹಠ ಅದೆಷ್ಟಿತ್ತೆಂದರೆ ಸಮುದ್ರದಲ್ಲಿ ಅರ್ಧದವರೆಗೆ ಚಲಿಸಿ ನಿಂತವುಗಳು ಬಾಗಿ ಒಳಗೆ ನೀರು ತುಂಬುವಂತೆ ಮಾಡಿ, ಅಲ್ಲಿರುವ ಜನರೆಲ್ಲ ಸತ್ತಿರುವುದು ಖಾತ್ರಿಯಾದ ಬಳಿಕ ಮತ್ತೆ ತಲೆ ಎತ್ತಿ ನಿಲ್ಲುತ್ತಿದ್ದುವಂತೆ.

ಅದೇ ಪ್ರತ್ಯಕ್ಷದರ್ಶಿ, ತಾನು ರಾಜಧಾನಿಗೆ ಕಾರಲ್ಲಿ ಬರುತ್ತಿದ್ದಾಗ ರಸ್ತೆಯಲ್ಲಿ ಸಮುದ್ರದತ್ತ ಹೊರಟಿದ್ದ ಎರಡು ದೊಡ್ಡ ಕಟ್ಟಡಗಳಿಗೆ ಸರಿದು ಜಾಗೆ ಮಾಡಿಕೊಟ್ಟಿರುವುದಾಗಿ ಹೇಳಿದ. ಮೊದಲ ಬಾರಿ ರಸ್ತೆಯಲ್ಲಿ ಹೋಗುತ್ತಿದ್ದ ಕಟ್ಟಡದ ಬದಿಯಲ್ಲಿ ಹಾದು ಹೋದಾಗ ಏನೂ ಆಗಿರಲಿಲ್ಲ. ಆದರೆ ಎರಡನೆಯ ಬಾರಿ ಹಾಗೆ ಹೋದಾಗ ಮಾತ್ರ ಅಲ್ಲಿನ ಏರುತಗ್ಗಿನಿಂದಾಗಿ ಕಾರಿನ ಯಂತ್ರ ಕೆಟ್ಟುಹೋಗಿತ್ತಂತೆ. ಅತ ಹೇಳುತ್ತಿದ್ದುದನ್ನು ಇಂಥ ಫ್ಲ್ಯಾಟ್‌ಗಳಲ್ಲಿ ವಾಸಿಸುತ್ತಿದ್ದ ಜನರು ಕುತೂಹಲದಿಂದ ಬಾಯಿಬಿಟ್ಟು ಕೇಳುತ್ತಿದ್ದರು. ಆದರೆ ಆತ ಸಮುದ್ರಕ್ಕೆ ಹೋಗುತ್ತಿದ್ದ ಕಟ್ಟಡಗಳ ವಿಚಾರವನ್ನು ಅಲ್ಲೇ ಬಿಟ್ಟು

ತನ್ನ ಕಾರನ್ನು ಹಾಡಿ ಹೊಗಳಲಾರಂಭಿಸಿದ. ಬೇರೆ ಯಾವುದೇ ಕಾರು ಇಂಥ ಕಠಿಣ ಪರಿಸ್ಥಿತಿಯಲ್ಲಿ ಉಳಿಯುತ್ತಿರಲಿಲ್ಲವೆಂದು ಅವನು ಸಾರಿದ. ಆದರೆ ಎಲ್ಲ ದೃಷ್ಟಿಯಿಂದಲೂ ನ್ಯಾಯವೆನಿಸಬಹುದಾದ ಬೆಲೆಗೆ ಅದು ತನಗೆ ದೊರಕಿದ್ದಾಗಿ ಕೊಚ್ಚಿಕೊಂಡ. ಆತ ಫ್ಲ್ಯಾಟ್‌ನ ನಿವಾಸಿಯೂ ಅಲ್ಲ ಮಾಲಿಕನೂ ಅಲ್ಲ ಎನ್ನುವುದು ಆಗ ಸ್ಪಷ್ಟವಾಯಿತು. ಆದರೆ ಅತನ ಮಾತು ಕೇಳಿದ ಹಲವು ಮಂದಿ ಕಾರನ್ನೇರಿ ತಮ್ಮ ಫ್ಲ್ಯಾಟ್ ಇರುವ ಕಟ್ಟಡದ ಕಡೆಗೆ ಧಾವಿಸಿದರು.

ಅದೇ ಸಂಜೆ 'ಸಾಲಿಡಾರಿಟಿ ಕ್ಲಬ್'ನಲ್ಲಿ ಕಟ್ಟಡಗಳ ಮಾಲಿಕರ ವಿಶೇಷ ಸಭೆಯೊಂದು ನಡೆಯಿತು. ಎಲ್ಲರೂ ಅಲ್ಲಿ ಬಂದು ನೆರೆದಿದ್ದರು. ತಲೆ ಹಣ್ಣಾಗಿ ಎಲ್ಲವನ್ನೂ ಅವಿಶ್ವಾಸದಿಂದ ನೋಡುವ ವಾಣಿಜ್ಯೋದ್ಯಮಿಗಳು, ಆಧುನಿಕ ವ್ಯವಸ್ಥೆಯಿಂದಾಗಿ ಕ್ಷಿಪ್ರದಲ್ಲಿ ಸಿರಿವಂತರಾದ ಯುವಕರು, ಅನಾಹುತಕ್ಕೆ ಕಳವಳಪಡುವ ಬದಲು ಇಂಥ ಮಂದಿಯೊಂದಿಗೆ ಹೆಗಲೊರೆಸುವ ಅವಕಾಶ ದೊರೆಯಿತಲ್ಲ ಎಂದು ಸಂತಸಪಡುವ ಇತರ ಜನರು. ಅವರಿಗೆ ತಮ್ಮದೇ ಅಸ್ತಿ ಪಕ್ಷಾಂತರ ಮಾಡಿರುವ ವಿಚಾರ ತಿಳಿಯದೆ ಹೋಗಿರಲೂಬಹುದು. ನೆರೆದವರಲ್ಲಿ ಕೆಲವು ಹಿರಿಯ ಸರಕಾರಿ ಅಧಿಕಾರಿಗಳೂ ಇದ್ದರು. ತಮ್ಮ ಸ್ಥಾನದ ಬಲದಿಂದ ಎಲ್ಲೆಲ್ಲಿ ಕೃಷಿಯೋಜನೆಗಳು, ಪ್ರವಾಸೋದ್ಯಮ ಯೋಜನೆಗಳು ನಡೆಯಲಿವೆ ಎಂಬುದನ್ನು ಮೊದಲಾಗಿ ಅರಿತುಕೊಂಡು, ಅಂಥ ಕಡೆಗಳಲ್ಲಿ ಸಾಕಷ್ಟು ಆಸ್ತಿಯನ್ನು ಇವರು ಮಾಡಿಕೊಂಡಿದ್ದರು. ಪ್ರವಾಸೋದ್ಯಮ ಸಚಿವಾಲಯದಲ್ಲಿ ಅಧಿಕಾರಿಯಾಗಿರುವ ಮಿ. ಎಕ್ಸ್ ಹೊಸ ರಾಷ್ಟ್ರೀಯ ಹೆದ್ದಾರಿ ಹಾದು ಹೋಗುವಲ್ಲಿ ಆಸ್ತಿ ಕೊಂಡುಕೊಂಡು ಇಂದು ಲಕ್ಷಾಧಿಪತಿಯಾಗಿದ್ದಾರೆ. ಕೃಷಿ ಸಚಿವಾಲಯದ ಮಿ. ವೈ ಅವರಿಗೆ ಅಣೆಕಟ್ಟಿನ ಬಳಿ ಮುನ್ನೂರ ಐವತ್ತು ಎಕ್ರೆಗಳಷ್ಟು ಫಲವತ್ತಾದ ಭೂಮಿ ಇದೆ. ತಮ್ಮ ವ್ಯವಹಾರದಲ್ಲಿ ಕಷ್ಟಪರಂಪರೆಯನ್ನು ಎದುರಿಸಿ ಅಭ್ಯಾಸವಾಗಿದ್ದ ಕೆಲವು ಹಳೆ ಹುಲಿಗಳು ಗಂಭೀರ ಮುಖವಾಡ ಹಾಕಿಕೊಂಡು ಸಭೆಯಲ್ಲಿ ಕುಳಿತಿರಲು ತಮ್ಮ ಕೈಲಾದಷ್ಟು ಯತ್ನ ನಡೆಸಿದ್ದರೂ ಕೆಲವರಿಗಷ್ಟೇ ಅದು ಸಾಧ್ಯವಾಯಿತು. ಅದು ಸಾಧ್ಯವಾದದ್ದು ತಮ್ಮ ಕಟ್ಟಡಗಳ ಚಲನವಲನದ ಸುದ್ದಿ ತಿಳಿಯದ ಕೆಲವರಿಗೆ ಮಾತ್ರ. ಇತರರು ಗಲಿಬಿಲಿಯಿಂದ ಧೂಮಪಾನ ಮಾಡುತ್ತ, ತಗ್ಗಿನ ಸ್ವರದ ಮಾತುಕತೆಯಲ್ಲಿ ಒತ್ತಾಯದ ನಗು ನಗುತ್ತ, ಸರಿಸಮಾನರು ಎನ್ನುವ ನೆಲೆಯಲ್ಲಿ ಸಂಭಾಷಣೆ ಮಾಡಲು ಮುಂದೆ ಬಂದ ಕಿರಿಯರನ್ನು ಸಹಿಸಿಕೊಳ್ಳುತ್ತ ಕುಳಿತಿದ್ದರು.

'ಸಾಲಿಡಾರಿಟಿ ಕ್ಲಬ್'ನ ಸಭಾಭವನದ ಕೊನೆಯಲ್ಲಿ, ಅಧ್ಯಕ್ಷರ ಮೇಜಿನ ಸಮೀಪ, ಕನ್ನಡಕ ಧರಿಸಿ, ನೀಟಾದ ಉಡುಪು ತೊಟ್ಟಿದ್ದ ಯುವಕನೊಬ್ಬ ಕುಳಿತಿದ್ದ. ಅವನ ಮನಸ್ಸು ಸ್ವಸ್ಥವಾಗಿರಲಿಲ್ಲ ಎನ್ನುವುದು ಸ್ಪಷ್ಟವಾಗಿತ್ತು. ಗಳಿಗೆಗೊಮ್ಮೆ ಆತ ತನ್ನ ಬ್ರೀಫ್‌ಕೇಸನ್ನು ಅಲ್ಲಿಂದ ಎತ್ತಿ ಇಲ್ಲಿ, ಇಲ್ಲಿಂದ ಎತ್ತಿ ಅಲ್ಲಿ ಇರಿಸುತ್ತಿದ್ದ. ಒಂದೆರಡು ಬಾರಿ ಅದನ್ನು ತೆರೆದು ಒಳಗಿನ ಯಾವುದೋ ಕಾಗದದ ಮೇಲೆ ಕಣ್ಣಾಡಿಸಿ ಮತ್ತೆ ಮುಚ್ಚಿ ಸಿಗರೇಟು ಸೇದುತ್ತಾ ಕುಳಿತ. ಆತ ವಾಸ್ತುಶಿಲ್ಪಿಗಳ ಸಂಘದ ಪ್ರತಿನಿಧಿಯಾಗಿ ಬಂದಿದ್ದ. ಸಂಘದ ಸದಸ್ಯತ್ವಕ್ಕೆ ಆತ ಸಲ್ಲಿಸಿದ ಅರ್ಜಿಯನ್ನು ಹಿಂದಿನ ವಾರವಷ್ಟೆ ಸ್ವೀಕರಿಸಲಾಗಿತ್ತು. ವಾಸ್ತು ಶಾಸ್ತ್ರದಲ್ಲಿ ಆತ ಡಿಗ್ರಿ ಪಡೆದು ಇನ್ನೂ ಒಂದು ವರ್ಷ ಕಳೆದಿರಲಿಲ್ಲ. ಫ್ಲ್ಯಾಟ್ ಕಟ್ಟಡಗಳನ್ನು ನಿರ್ಮಿಸುವುದರಲ್ಲಿ ಆತನ ಅನುಭವ ಸೊನ್ನೆ. ಆದರೆ ಅಂಥ ಕಟ್ಟಡಗಳ ನಿರ್ಮಾಣ ಅವನ ಮಹತ್ವಾಕಾಂಕ್ಷೆ. ಬಡ ರೈತ ಕುಟುಂಬದಲ್ಲಿ ಜನಿಸಿದ್ದ ಆತ ಹಣ ಗಳಿಸಿ ಪ್ರತಿಷ್ಠಿತನಾಗುವ ಕನಸು ಕಾಣುತ್ತಿದ್ದ. ಸದ್ಯಃ ಅವನ ಯಶಸ್ಸಿನ ಸಂಕೇತವೆಂದರೆ ಒಂದು ಸೆಂಟರ್‌ಸೆಮ್ ಕಾರು. ಮೂರು ಹೊತ್ತು ಆತನಿಗೆ

ಆ ಕಾರಿನದ್ದೆ ಯೋಚನೆ. ಬೇರೆ ಯಾರೂ ದೊರೆಯದ ಕಾರಣ (ಸಮುದ್ರದತ್ತ ಚಲಿಸುತ್ತಿರುವ ಕಟ್ಟಡಗಳ ಮಾಲಿಕರ ಸಭೆಯಲ್ಲಿ ಹಾಜರಿರಲು ಯಾರು ತಾನೇ ಉತ್ಸಾಹ ತೋರುತ್ತಾರೆ!) ಸಂಘವನ್ನು ಪ್ರತಿನಿಧಿಸುವಂತೆ ಆತನನ್ನು ಕೇಳಿಕೊಂಡಾಗ ಅವನು ಥಟ್ಟನೆ ಒಪ್ಪಿಕೊಂಡಿದ್ದ. ಭಾವೀ ಗ್ರಾಹಕರನ್ನು ಪರಿಚಯಿಸಿಕೊಳ್ಳಲು, ತನ್ನ ಹೆಸರನ್ನು ಚಲಾವಣೆಗೆ ತರಲು ಇದು ಒಳ್ಳೆಯ ಅವಕಾಶವೆಂದು ನಂಬಿ ಬಂದಿದ್ದ ಆತ.

ಹೀಗೆ ಎಲ್ಲರೂ ಸಭೆ ಆರಂಭವಾಗುವುದನ್ನು ಕಾಯುತ್ತ ಕುಳಿತಿದ್ದಾಗ ಇನ್ನಷ್ಟು ಕಟ್ಟಡಗಳು ಸಮುದ್ರದತ್ತ ಹೋಗುತ್ತಿರುವ ಸುದ್ದಿ ಬಂತು. ಕಟ್ಟಡಗಳ ಮಾಲಿಕರ ಗಾಂಭೀರ್ಯದ ಮುಖವಾಡ ನುಚ್ಚುನೂರಾಗಿ ಗದ್ದಲ ಹೆಚ್ಚಿತು. ಯಾರೋ ಒಬ್ಬರು ದನಿ ಎತ್ತರಿಸಿ ವಾದ ಮಾಡುತ್ತಿದ್ದರು. ಇನ್ನೊಬ್ಬಾತ ಮುಂದೆ ಬಂದು ಎಲ್ಲರೂ ಶಾಂತ ರೀತಿಯಿಂದ ವರ್ತಿಸಬೇಕೆಂದು ಮನವಿ ಮಾಡಿದ. ಈ ಗದ್ದಲದ ನಡುವೆ ಹಲವು ಮಂದಿ ತಮ್ಮ ಅಭಿಪ್ರಾಯವನ್ನು ಮುಂದಿಡಲು ಯತ್ನಿಸಿದರು. ಆದರೆ ಅದು ಯಾರಿಗೂ ಕೇಳಿಸಲಿಲ್ಲ. ಅಧಿಕೃತವಾಗಿ ಮೊಟ್ಟಮೊದಲು ಮಾತನಾಡಲು ಒಬ್ಬಾತ ಎದ್ದು ನಿಂತಾಗ, ಪರಿಸ್ಥಿತಿ ತುಸು ಶಾಂತವಾಯಿತು. ಆತ ವಯೋವೃದ್ಧನಾಗಿದ್ದ ಕಾರಣ ಮಾತನಾಡುವ ಆತನ ಹಕ್ಕನ್ನು ಪ್ರಶ್ನಿಸಲು ಯಾರೂ ಬಯಸಲಿಲ್ಲ. ಆತ ಆರಂಭಿಸಿದ :

"ಈ ಘಟನೆಯ ಕಾರಣವನ್ನು ನಾನು ಹೇಳಬಲ್ಲೆ. ಆದರೆ ದಯವಿಟ್ಟು ಯಾರೂ ನನ್ನ ಮಾತಿಗೆ ಅಡ್ಡ ಬರಬಾರದು ಮತ್ತು ನಾನು ಹೇಳುವುದು ಅಪ್ರಾಸಂಗಿಕವೆಂದು ಯಾರೂ ತಿಳಿಯಬಾರದು."

ನರೆತ ಕೂದಲಿನ ಆತ ನೋಡುವುದಕ್ಕೆ ಲಕ್ಷಣವಾಗಿದ್ದ. ಅವನ ಕಣ್ಣುಗಳಲ್ಲಿ ಶಾಂತಿ, ಸಮಾಧಾನವಿತ್ತು. ಆದರೆ ತುಟಿಗಳಲ್ಲಿ ನೋವಿನ ಕೊಂಕು. ಅವನು ನಿರೀಕ್ಷಿಸಿದ್ದಂತೆ ಅವರು ಅವನ ಮಾತಿಗೆ ಅಡ್ಡ ಬಂದರು. ಕೆಲವರು ಆರಂಭದಲ್ಲೇ ತಮ್ಮ ಅಸಂತೋಷವನ್ನು ವ್ಯಕ್ತಪಡಿಸಿದರು. ಇನ್ನು ಕೆಲವರು ನಡುವಿನಲ್ಲಿ ಕೇಕೆ ಹಾಕಿ ಅವನ ಬಾಯಿ ಮುಚ್ಚಿಸಲು ಯತ್ನಿಸಿದರು. ಕೊನೆಗೆ ಎಲ್ಲರೂ ಸೇರಿ ಅವನನ್ನು ಒದ್ದು ಹೊರಗೆ ಹಾಕಿದರು. ಒಬ್ಬ ದ್ವಾರಪಾಲಕ ಮೆಲ್ಲನೆ ಅವನನ್ನು ಹಿಡಿದು ಹೊರಗೆ ಕರೆದುಕೊಂಡು ಹೋದ.

ಅವನಾಡಿದ ಮಾತುಗಳ ಒಟ್ಟು ಸಾರಾಂಶ ಇದು:

'ಕೆಲವು ದಿನಗಳ ಹಿಂದೆ ನನಗೆ ಕವನ ಓದಲು, ಸಂಗೀತ ಕೇಳಲು, ಸಮಸ್ಯೆಗಳನ್ನು ಚರ್ಚಿಸಲು ಯುವಕರು ಒಟ್ಟು ಸೇರುವ ಸ್ಥಳಕ್ಕೆ ಹೋಗುವ ಪ್ರಮೇಯ ಬಂತು. ಅಂದಿನ ಚರ್ಚೆಗೆ ವಸ್ತು ನಮ್ಮನ್ನು ಈಗ ಕಾಡುತ್ತಿರುವ ರಾಜಕೀಯ ಸಮಸ್ಯೆ. ಆ ದಿನ ಮಾತನಾಡಿದವರಲ್ಲಿ ಮಿ. ಸರ್ಪಿಸ್ಟ್ ಕೂಡ ಒಬ್ಬ. ಆತ ಒಂದು ಅನಾಗರಿಕ ಜನರ ಅಂದರೆ, (ಇತರ ಸಣ್ಣ ಅಥವಾ ಸಮಾನ ರಾಷ್ಟ್ರಗಳಿಗಿಂತ ಕಮ್ಮಿ ಅನಾಗರಿಕರಲ್ಲವೆಂದು ಹೇಳೋಣ) ನೌಕರಿಯಲ್ಲಿರುವ ಒಬ್ಬ ಪ್ರಸಿದ್ಧ ವ್ಯಕ್ತಿ. ಅವನ ಮಾತಿನ ಧಾಟಿಯಲ್ಲಿ ಆತ ಪ್ರಥಮವಾಗಿ ಆ ದೇಶದ ನೌಕರನೆಂದೂ ಆ ಬಳಿಕ ನಮ್ಮ ದೇಶದ ಪ್ರಜೆ ಎನ್ನುವ ಭಾವ ವ್ಯಕ್ತವಾಗುತ್ತಿತ್ತು. ಎಲೋರಕ್ ಮತ್ತು ಯೂಟ್ ನೆಕ್ಸ್‌ಫಾ ತಮ್ಮ ಗೋರಿಯಲ್ಲಿ ಹೊರಳಿ ಬಿದ್ದಿರಬೇಕು! ಈ ಮಹಾನುಭಾವ ನಮ್ಮ ಪ್ರಸ್ತುತ ರಾಜಕೀಯ ಗೊಂದಲದ ದುರ್ಲಾಭ ಪಡೆದು ವಾಸ್ತವವಾದಿಯ ವೇಷ ತೊಟ್ಟಿದ್ದ. ಈ ವ್ಯಕ್ತಿಗಳು ತಮ್ಮ ಯಜಮಾನನ ಅವಶ್ಯತೆಗೆ ಸರಿಯಾಗಿ ವಾಸ್ತವವಾದಿಗಳು ಆಗುತ್ತಾರೆ, ಆದರ್ಶವಾದಿಗಳೂ ಆಗುತ್ತಾರೆ. ನಮ್ಮ ರಾಷ್ಟ್ರೀಯ

ಆಸೆ ಆಕಾಂಕ್ಷೆಗಳು ಕೇವಲ ಗಗನ ಕುಸುಮವೆಂದು ಆತ ಖಂಡಿಸಿದ. ಈ ಸಣ್ಣ ದ್ವೀಪ ಇಂದಲ್ಲ ನಾಳೆಯಾದರೂ ಆತನ ಯಜಮಾನನ ಮುಷ್ಟಿಯಲ್ಲಿ ಸೇರುವಂತಾಗಲು ಹಲವು ಒರಟು ಪರಿಹಾರಗಳನ್ನು ಸೂಚಿಸಿದ. ಇಂಥ ರಾಷ್ಟ್ರದ್ರೋಹಿ ವಿಚಾರಗಳನ್ನು ಆತ ಹೇಳುತ್ತಿದ್ದಾಗಲೂ ಆತನ ಕತ್ತು ಹಿಡಿದು ಕಿಟಿಕಿಯಿಂದ ಕೆಳಕ್ಕೆ ಮಾರ್ಗಕ್ಕೆ ಎಸೆಯುವ ಧೈರ್ಯವನ್ನು ಯಾರೂ ತೋರಲಿಲ್ಲ. ಅದೃಷ್ಟ ಚೆನ್ನಾಗಿದ್ದರೆ ರಸ್ತೆಯಲ್ಲಿ ಯಾವುದಾದರೂ ಒಂದು ವಾಹನ ಅವನ ಮೇಲೆ ಹರಿದು ಹೋಗುತ್ತಿತ್ತು. ಈ ಕಾರಣಕ್ಕಾಗಿ ನಮ್ಮ ಕಟ್ಟಡಗಳು ಬಂಡಾಯವೆದ್ದಿವೆ.'

ಈ ಮಾತುಗಳನ್ನು ಹೇಳಿದ ಆ ವೃದ್ಧ ತಾನೇ ರಸ್ತೆಯಲ್ಲಿ ಬಿದ್ದ.

ಇದಾದ ಬಳಿಕ ಯಾವುದೇ ವಿಚಾರ ವಿಮರ್ಶೆ ನಡೆಯುವ ಪ್ರಶ್ನೆ ಉಳಿಯಲಿಲ್ಲ. ಅವ್ಯವಸ್ಥೆ, ಗುಲ್ಲು ಮುಂದುವರಿಯಿತು. 'ವಿಶ್ವಸಾರ್ಹ' ಮೂಲಗಳಿಂದ ಬಂದ ಮತ್ತಷ್ಟು ಸುದ್ದಿಗಳನ್ನು ನಂಬುವುದೋ ಬಿಡುವುದೋ ತಿಳಿಯದಾಯಿತು. ಇಂಥ ಒಂದು ವರ್ತಮಾನದಂತೆ, ಈಗ ಸಮುದ್ರದೊಳಗೆ ಅರ್ಧ ಮೈಲಿಯಷ್ಟು ದೂರದಲ್ಲಿದ್ದ 'ಅರಿಸ್ತೋದೇಮುಸ್ – 7' ಎನ್ನುವ ಕಟ್ಟಡದಲ್ಲಿನ ನಿವಾಸಿಗಳಲ್ಲಿ ಬದುಕಿ ಉಳಿದವರು ಆ ಕಟ್ಟಡವನ್ನು ಕಟ್ಟಿದ 'ಅರಿಸ್ತೋದೇಮುಸ್' ಕಂಪೆನಿಯೇ ಈ ಅನಾಹುತಕ್ಕೆ ಕಾರಣವೆಂದು ಆರೋಪಿಸಿ, ಕಂಪೆನಿಯ ಕಚೇರಿಯ ಮೇಲೆ ದಾಳಿ ನಡೆಸಿದ್ದರು. ಈ ಸುದ್ದಿ ಚಲಾವಣೆಗೆ ಬಂದೊಡನೆ ಹೊರಗೆ ಆಂಬ್ಯುಲೆನ್ಸ್‌ನ ಸದ್ದಾಯಿತು. ಕ್ಲಬ್‌ನ ಬಾಗಿಲು ತೆರೆದು ಇಳಿವಯಸ್ಸಿನ ಒಬ್ಬ ವಾಣಿಜ್ಯೋದ್ಯಮಿಯನ್ನು ಎತ್ತಿಕೊಂಡು ಹೊರಗೆ ಹೋದರು. ಪಕ್ಷಾಂತರ ಮಾಡಿದ ಬಹುಪಾಲು ಕಟ್ಟಡಗಳ ಮಾಲಿಕ ಸಂಸ್ಥೆಯಾಗಿರುವ ಎ.ಇ.ಎ. ಕಂಪೆನಿಯ ಪ್ರಮುಖ ಪಾಲುದಾರನಂತೆ ಆತ. ತನ್ನ ಕನಸು ನನಸಾಗಲು ಇದು ತಕ್ಕ ಸಮಯ ಅಲ್ಲವೇನೋ ಎನ್ನುವ ಸಂದೇಹ ವಾಸ್ತುಶಿಲ್ಪಿಗಳ ಸಂಘದ ಪ್ರತಿನಿಧಿಯ ತಲೆಯಲ್ಲಿ ಹೊಳೆಯಿತು.

ಅಷ್ಟರಲ್ಲಿ ಕಟ್ಟಡ ಮಾಲಿಕರ ಸಂಘದ ಅಧ್ಯಕ್ಷ ಜನರ ನಡುವೆ ದಾರಿ ಮಾಡಿಕೊಂಡು ವೇದಿಕೆಗೆ ಬಂದ. ಮೇಜು ಗುದ್ದಿ ಆತ ಶಾಂತಿಗೆ ಕರೆ ನೀಡಿದಾಗ ಸಂಘದ ಇತರ ಸದಸ್ಯರು ಅವನ ಎಡಬಲಗಳಲ್ಲಿ ಆಸೀನರಾದರು. ಯುವಕ ವಾಸ್ತುಶಿಲ್ಪಿ ಹಣೆ ಒರೆಸಿಕೊಂಡಾಗ ಅಲ್ಲಿ ಬೆವರು ಹನಿ ಮೂಡಿತ್ತು. ಬಲಿಪಶುವಿನ ಭೂತ ಅವನೊಳಗೆದ್ದು ಕುಣಿಯಿತು. ವೇದಿಕೆಯಿಂದ ಅಧ್ಯಕ್ಷ ಹೇಳತೊಡಗಿದ :

"ಮಹನೀಯರೇ, ನಾವು ಭೂಮಾಲಿಕರು, ಕಟ್ಟಡ ಮಾಲಿಕರು ಮತ್ತು ಚಿಕ್ಕ ಮನೆಗಳನ್ನು ಹೊಂದಿರುವವರು ಕೂಡ – ಯಾಕೆಂದರೆ ಹಗುರವೂ ಆಗಿರುವುದರಿಂದ ಆ ಮನೆಗಳು ನಮ್ಮನ್ನು ಬೇಗನೆ ಬಿಟ್ಟು ಹೋಗಲಾರವು ಎಂದು ಯಾರೂ ಖಚಿತವಾಗಿ ಅನ್ನುವಂತಿಲ್ಲ – ನಾವೆಲ್ಲ ನಮ್ಮ ಹಿತಾಸಕ್ತಿಗಳನ್ನು ಕಾಪಾಡುವ ಅವಶ್ಯತೆ ಈಗ ಒದಗಿ ಬಂದಿದೆ. ಈಗ ಏನು ನಡೆದಿದೆ ಅನ್ನೋದು ನಿಮಗೆಲ್ಲರಿಗು ಗೊತ್ತು. ಭೀಕರವಾದ ಅಪಾಯವನ್ನು ನಾವೀಗ ಎದುರಿಸಬೇಕಾಗಿದೆ. ಕಟ್ಟಡಗಳು ತಾವಿದ್ದ ನೆಲವನ್ನು ಬಿಟ್ಟು, ಬುಡ ಸಮೇತ ಕಿತ್ತು ಸಮುದ್ರದತ್ತ ಹೋಗಿರೋದನ್ನು ನಾವು ಕೇಳಿದ್ದೇವೆ, ನೋಡಿದ್ದೇವೆ. ಸಮುದ್ರ ತೀರದ ನಮ್ಮ ಜನಪ್ರಿಯ ವಸತಿ ಪ್ರದೇಶದಲ್ಲಿ ಒಂದೋ ಎರಡೋ ಫ್ಲ್ಯಾಟ್ ಕಟ್ಟಡಗಳು ಮಾತ್ರ ಉಳಿದುಕೊಂಡಿವೆ. ಇವು ಕೂಡಾ ಶೀಘ್ರದಲ್ಲೇ ಸಮುದ್ರದಲ್ಲಿರುವ ಇತರ ಕಟ್ಟಡಗಳನ್ನು ಸೇರಿಕೊಳ್ಳುವ ನಿರೀಕ್ಷೆ ಇದೆ. ಇದು ನಮಗೆ ಮಾತ್ರ ಬಂದ ಅಪಾಯವಲ್ಲ. ಇಡೀ ದೇಶಕ್ಕೇನೇ ಗಂಡಾಂತರ ಕಾದಿದೆ. ರಾಷ್ಟ್ರದ ಆರ್ಥಿಕ ವ್ಯವಸ್ಥೆ ತಲೆಕೆಳಗಾಗಿದೆ. ನಮ್ಮ ದ್ವೀಪಕ್ಕೆ ಬರಲಿದ್ದ

ಪ್ರವಾಸಿಗರ ವಿಮಾನಗಳನ್ನು ರದ್ದುಪಡಿಸಲಾಗಿದೆ. ಅಲ್ಲದೆ ನಮ್ಮವರೇ ಎಷ್ಟೋ ಮಂದಿ ದೇಶ ಬಿಟ್ಟು ಹೋಗುವ ಯೋಚನೆಯಲ್ಲಿದ್ದಾರೆ. ಸರಕಾರ ಏನನ್ನಾದರೂ ಮಾಡಲು ಮುಂದೆ ಬರುವವರೆಗೆ ನಾವಿಲ್ಲಿ ಬೆರಳೆಣಿಸುತ್ತಾ ಕುಳಿತಿರೋದು ಸರಿಯಲ್ಲ. ಮೊಟ್ಟ ಮೊದಲಾಗಿ ಕಟ್ಟಡಗಳನ್ನು ರಚಿಸಿದ ವಾಸ್ತು ಪರಿಣತರು ವಿವರಣೆ ನೀಡಬೇಕಾದ್ದು ಅಗತ್ಯವಿದೆ."

ವಾಸ್ತುಶಿಲ್ಪಿಗಳ ಮೇಲೆ ಒಂದಷ್ಟು ಬೈಗುಳ, ಶಾಪವನ್ನು ಹೇರುವುದರ ಮೂಲಕ ಸಭೆ ಅಧ್ಯಕ್ಷರ ಮಾತಿಗೆ ಅನುಮೋದನೆ ನೀಡಿತು. ಬ್ರೀಫ್‌ಕೇಸನ್ನು ಅವಚಿಕೊಂಡು ಯುವಕ ಎದ್ದು ನಿಂತ. ಸಭಿಕರ, ಕೋಣೆಯ ಸುತ್ತ ಕಣ್ಣಾಡಿಸುವುದರಿಂದ ಅವನ ಆತ್ಮವಿಶ್ವಾಸವೇನೂ ಚಿಗುರಿಕೊಳ್ಳಲಿಲ್ಲ. ಕಾಗದಗಳನ್ನು ಕೈಯಲ್ಲಿ ಕದಡುತ್ತಾ ಹೇಗೆ ಆರಂಭಿಸಬೇಕೆಂದು ಆತ ಯೋಚಿಸಿದ. ಗದ್ದಲ ಹೆಚ್ಚಾಯಿತು. "ಮಹನೀಯರೇ," ಎಂದು ಮೊದಲು ಮಾಡಿದ ಅವನ ಧ್ವನಿ ಗದ್ದಲದಲ್ಲಿ ಕರಗಿಹೋಯಿತು. ಅಧ್ಯಕ್ಷ ಮೇಜು ಗುದ್ದಿ 'ಶಾಂತಿ ಶಾಂತಿ' ಎಂದು ಅಬ್ಬರಿಸಿದ. ಅವನು ಮತ್ತೆ ಆರಂಭಿಸಿದ:

"ಮಹನೀಯರೇ, ನಾನಿಲ್ಲಿ ವಾಸ್ತುಶಿಲ್ಪಿಗಳ ಸಂಘವನ್ನು ಪ್ರತಿನಿಧಿಸುತ್ತಿದ್ದೇನೆ. ನಿಮ್ಮ ಕೋಪ, ಉದ್ವೇಗ ನನಗೆ ಅರ್ಥವಾಗುತ್ತಿದೆ. ಅದು ನ್ಯಾಯಸಮ್ಮತವೂ ಹೌದು. (ಈಗ ಗದ್ದಲ ತುಸು ಕಮ್ಮಿಯಾಗಿ ಜನರು ಕಿವಿಗೊಟ್ಟು ಆಲಿಸಿದರು) ಸ್ಥಪತಿಗಳ ಅನುಕಂಪ ಮತ್ತು ಸಹಕಾರ ನಿಮಗೆ ಎಂದೂ ಇದ್ದೇ ಇದೆ. ಈ ಕ್ಷಣ, ನೀವಿಲ್ಲಿ ಭಾವೋದ್ವೇಗದಿಂದ ನಮ್ಮನ್ನು ಹೀಯಾಳಿಸುತ್ತಿರುವಾಗ ಇನ್ನೊಂದು ಕಡೆಯಲ್ಲಿ ವಾಸ್ತುಶಿಲ್ಪಿಗಳು ಅತ್ಯಂತ ವೈಜ್ಞಾನಿಕವಾದ ವಾತಾವರಣದಲ್ಲಿ ಈ ಘಟನೆಯ ಕಾರಣಗಳನ್ನು ಜಾಗರೂಕತೆಯಿಂದ ಪರಿಶೀಲಿಸುತ್ತಿದ್ದಾರೆ. ಕಟ್ಟಡಗಳ ಚಲನೆಯ ಹಿಂದಿರುವ ಸತ್ಯಾಂಶಗಳನ್ನು ಮತ್ತು ನಾವು ತೆಗೆದುಕೊಳ್ಳಬೇಕಾದ ಪರಿಹಾರೋಪಾಯಗಳನ್ನು ಅವರು ಶೀಘ್ರದಲ್ಲಿ ತಿಳಿಸಲಿದ್ದಾರೆ. ಈ ಮಧ್ಯೆ ಅವರು ನನ್ನ ಮೂಲಕ ನಮ್ಮ ಸಂಘದ ಸದಸ್ಯರು ನಿರ್ಮಿಸಿರುವ ಕಟ್ಟಡಗಳಿಗೆ ಸಾಮಗ್ರಿಗಳನ್ನು ಆರಿಸುವಾಗ ಭದ್ರತೆಗೆ ಆದ್ಯ ಗಮನ ನೀಡಲಾಗಿದೆ. ಮತ್ತು ಈ ಪ್ರದೇಶಕ್ಕೆ ಅನುಗುಣವಾದ ರೀತಿಯಲ್ಲಿ ಕಬ್ಬಿಣ ಮತ್ತು ಸಿಮೆಂಟನ್ನು ಬಳಸಿ ಶ್ರೇಷ್ಠ ಮಟ್ಟದ ಕಾಂಕ್ರೀಟನ್ನು ಉಪಯೋಗಿಸಲಾಗಿದೆ ಎನ್ನುವುದುನ್ನು ನಿಮಗೆ ತಿಳಿಸಲು ಬಯಸುತ್ತಾರೆ. ನಿಮ್ಮ ಭೀತಿಯ ನಿವಾರಣೆಗೆ ಮತ್ತು ನಮ್ಮ ಸಂಘದ ಪ್ರಾಮಾಣಿಕತೆಯನ್ನು ರುಜುಪಡಿಸಲು ಕಟ್ಟಡಗಳ ಚಲನೆಯ ತಾಜಾ ಅಂಕಿ ಅಂಶಗಳನ್ನು ನಿಮಗೆ ನಾನು ಒದಗಿಸಬಲ್ಲೆ. ಅಪರಾಹ್ನ ಮೂರು ಗಂಟೆಯವರೆಗೆ ದ್ವೀಪದ ನಾನಾ ಕಡೆಗಳಿಂದ ಎದ್ದು ಸಮುದ್ರಕ್ಕೆ ನಡೆದಿರುವ ಒಟ್ಟು ಅರುವತ್ತೇಳು ಕಟ್ಟಡಗಳಲ್ಲಿ ಹದಿನೇಳು, ದಯವಿಟ್ಟು ಗಮನಿಸಿ, ಕೇವಲ ಹದಿನೇಳು ಮಾತ್ರ ನಮ್ಮ ಸಂಘದ ಸದಸ್ಯರು ನಿರ್ಮಿಸಿದ್ದಾಗಿರುತ್ತದೆ. ಈ ದ್ವೀಪದ ಶೇಕಡಾ 84ರಷ್ಟು ಕಟ್ಟಡಗಳಿಗೆ ನಕಾಶೆಯನ್ನು ಒದಗಿಸಿದವರು ನಮ್ಮ ಸಂಘದ ಸದಸ್ಯರು. ಕಟ್ಟಡ ನಿರ್ಮಾಣದ ಪ್ರತಿ ಹಂತದಲ್ಲೂ ಖುದ್ದಾಗಿ ಮೇಲ್ತನಿಖೆ ನಡೆಸುವುದು ನಮ್ಮ ಸದಸ್ಯರ ದಕ್ಷತೆಯ ಕುರುಹು ಎಂಬುದನ್ನಂತೂ ನೀವು ಬಲ್ಲಿರಿ. ಹಾಗಾಗಿ ನಮ್ಮನ್ನು ದೂರುವುದರಲ್ಲಿ ಏನೂ ಅರ್ಥವಿಲ್ಲ. ದಯವಿಟ್ಟು ಯೋಚಿಸಿ ನೋಡಿ, ನೀವಿಲ್ಲಿ ತಲೆ ಕೆಟ್ಟು ಕೂಗಾಡುತ್ತಿರುವಾಗ ಅವರು ಅಲ್ಲಿ ಶಾಂತರಾಗಿ ವಿಚಾರ ವಿಮರ್ಶೆ ನಡೆಸಿ ಒಂದು ಕ್ರಿಯಾಶೀಲ ನಿರ್ಣಯಕ್ಕೆ ಬರಲಿದ್ದಾರೆ. ನೀವು ಕೂಡ ಅದೇ ರೀತಿ ಮಾಡಬೇಕೆಂದು ನನ್ನ ವಿನಂತಿ. ನಿಮ್ಮ ಅಸಾಧಾರಣ ಕಲ್ಪನಾ ಸಾಮರ್ಥ್ಯವನ್ನು ಉಪಯೋಗಿಸಿ ಈ ಸಮಸ್ಯೆಗೆ ಪರಿಹಾರವನ್ನು ಹುಡುಕುವಲ್ಲಿ ನೀವು ನೆರವಾಗಬೇಕು.

ವಿಜ್ಞಾನದೊಂದಿಗೆ ಕಲ್ಪನೆಯೂ ಸೇರಿಕೊಂಡರೆ ಪರಿಣಾಮ ಅದ್ಭುತ. ದಯವಿಟ್ಟು ನಮ್ಮೊಂದಿಗೆ ಸಹಕರಿಸಿರಿ, ಶ್ರಮಿಸಿರಿ. ಪರಸ್ಪರ ದೋಷಾರೋಪಣೆಯಿಂದ ಏನೂ ಉಪಯೋಗವಿಲ್ಲ. ಸಹಕಾರವೇ ನಮ್ಮ ಸಂಬಂಧಗಕ್ಕೆ ಬುನಾದಿಯಾಗಬೇಕು. ಹಾಗಿದ್ದರೆ ಮಾತ್ರ ಈ ಅಪೂರ್ವ ಬಂಡಾಯದ ರಹಸ್ಯವನ್ನು ಭೇದಿಸಲು ನಮಗೆ ಸಹಾಯವಾಗಬಹುದು."

ಯುವಕ ತನ್ನ ಭಾಷಣ ಮುಗಿಸಿ ಹಣೆಯಲ್ಲಿ ಸಾಲುಗಟ್ಟಿದ್ದ ಬೆವರು ಹನಿಗಳನ್ನು ಕರವಸ್ತ್ರದಿಂದ ಒರೆಸಿಕೊಂಡ. ಸದ್ಯಕ್ಕಂತೂ ವಾಸ್ತುಶಿಲ್ಪಿಗಳು ಆರೋಪದಿಂದ ಮುಕ್ತರಾದಂತೆ ಕಾಣಿಸಿತು. ಕಟ್ಟಡಗಳ ಅಂಕಿಅಂಶಗಳನ್ನು ಕೊಡುವ ಮೊದಲು ಅವರೇನ 'ೂ ಅದನ್ನು ಖಚಿತಪಡಿಸಿಕೊಂಡಿರಲಿಲ್ಲ. ಅವು ಕರಾರುವಾಕ್ಕಾಗಿವೆಯೇ ಎಂದು ಯಾರು ತಾನೇ ಪರೀಕ್ಷಿಸುತ್ತಾರೆ? ಇನ್ನೊಮ್ಮೆ ಇಂಥ ಸ್ಥಿತಿಯಲ್ಲಿ ಸಿಲುಕಿಕೊಳ್ಳಬಾರದು ಎನ್ನುವುದೊಂದೇ ಅವನ ವಿಚಾರವಾಗಿತ್ತು. ಮರ್ಯಾದೆಯಿಂದ ಮೆಲ್ಲನೆ ನುಣುಚಿ ಪಾರಾಗಲು ಸಾಧ್ಯವೇ ಎಂದು ಅವನು ಕಿಟಿಕಿ. ಬಾಗಿಲುಗಳನ್ನು ಪರೀಕ್ಷಿಸಿದ. ಅಷ್ಟರಲ್ಲಿ ಏನೋ ಗದ್ದಲವಾದಾಗ ಎಲ್ಲರೂ ಬಾಗಿಲತ್ತ ತಿರುಗಿ ನೋಡಿದರು. ಜನರ ನಡುವೆ ನುಸುಳಿಕೊಂಡು ವಾಸ್ತುಶಿಲ್ಪಿಗಳ ಸಂಘದ ಅಧ್ಯಕ್ಷ ಬರುತ್ತಿದ್ದ. ಯುವಕನ ಮುಖ ಮೊತ್ತ ಮೊದಲಬಾರಿಗೆ ಪ್ರಫುಲ್ಲವಾಯಿತು. ಎಲ್ಲರೂ ವೇದಿಕೆಯೆಡೆಗೆ ನಡೆಯುತ್ತಿದ್ದ ಅಧ್ಯಕ್ಷನನ್ನು ಗಮನಿಸುತ್ತಿದ್ದಾಗ ಆತ ಮೆಲ್ಲನೆ ಕೆಳಗಿಳಿದು ಯಾರ ಅರಿವಿಗೂ ಬಾರದಂತೆ ಕೋಣೆಯಿಂದ ಹೊರಗೆ ನಡೆದ. ಹೊರಗೆ ರಾತ್ರಿಯ ತಂಗಾಳಿ ಅವನ ಮುಖವನ್ನು ತೀಡಿತು. ಹಗಲಿನ ಉಷ್ಣ ಮತ್ತು ಕಟ್ಟಡಗಳ ಬಂಡಾಯ ಬಹಳ ಹಿಂದಿನ ಕಾಲಕ್ಕೆ ಸೇರಿದ ವಿಷಯಗಳಂತೆ ಅವನಿಗೆ ತೋರಿತು.

ಮರುದಿನ ಸಂಜೆ ವೈಮಾನಿಕ ಸಮೀಕ್ಷೆಯಲ್ಲಿ ತೆಗೆದ ಛಾಯಚಿತ್ರಗಳು ದಂಗು ಬಡಿಸುವ ದೃಶ್ಯಗಳನ್ನು ತೋರಿಸಿದವು. ಹಿಂದೆ ಕಟ್ಟಡಗಳಿದ್ದ ಸ್ಥಳದಲ್ಲಿ ಈಗ ದೈತ್ಯಾಕಾರದ ಗುಳಿಗಳಿದ್ದವು. ರಸ್ತೆಯ ಮೂಲಕ ಕಟ್ಟಡಗಳು ಚಲಿಸಿದ ಕಾರಣ ಅಲ್ಲೆಲ್ಲ ಕಲ್ಲು, ಮಣ್ಣು ತುಂಬಿಕೊಂಡಿತ್ತು. ಹೆಚ್ಚಿನ ಕಟ್ಟಡಗಳು ಈ ರೀತಿ ವರ್ತಿಸಿದ್ದರೆ. ಬಹಳ ಕೋಪೋದ್ರಿಕ್ತವಾಗಿದ್ದ ಬಿಸಿರಕ್ತದ ಕೆಲವು ಕಟ್ಟಡಗಳು ರಸ್ತೆಯನ್ನು ಬಿಟ್ಟು ಇಡೀ ನಿವೇಶನಗಳ ಮೇಲೆ ಹಾದು ಹೋಗಿ ಅವುಗಳನ್ನು ಧ್ವಂಸ ಮಾಡಿದ್ದವು. ಈ ಕ್ರಿಯೆಯಲ್ಲಿ ಅಂಥ ಕಟ್ಟಡಗಳಿಗೂ ಹಾನಿಯಾಗಿ ಅವುಗಳ ಭಾಗಗಳು ಚೆಲ್ಲಾಪಿಲ್ಲಿಯಾಗಿ ತುಂಡರಿಸಿ ಬಿದ್ದಿದ್ದವು. ಮರದ ರೆಂಬೆಗಳೆಡೆಯಲ್ಲಿ ಮೇಜು, ಕುರ್ಚಿ, ಮಂಚಗಳು ನೇತಾಡುತ್ತಿದ್ದವು. ಮಾರ್ಗದ ಮಧ್ಯೆ ಬಿದ್ದಿದ್ದ ರೆಫ್ರಿಜರೇಟರುಗಳು, ಕುಕ್ಕರುಗಳು. ದೀಪಕಂಬದ ಮೇಲೆ ಬಂದು ಕುಳಿತಿದ್ದ ಒಂದು ಒಲೆಯಲ್ಲಿ ಕೋಳಿ ಮಾಂಸ ಇನ್ನೂ ಬೇಯುತ್ತಿತ್ತು. ರಸ್ತೆಯಲ್ಲಿ ಹೀಗೆ ಇದ್ದಕ್ಕಿದ್ದಂತೆ ತಮಗೆ ಅಡ್ಡ ಬಂದ ಅಥವಾ ತಮ್ಮ ಮೇಲೆ ಬೀಳುತ್ತಿದ್ದ ವಿವಿಧ ವಸ್ತುಗಳಿಂದ ತಪ್ಪಿಸಿಕೊಳ್ಳುವಷ್ಟು ಕ್ಷಿಪ್ರವಾಗಿ ನಿಲ್ಲಲು ಸಾಧ್ಯವಾಗದ ನಮ್ಮ ಹೆಮ್ಮೆಯ ಕಾರುಗಳು ರಾಜಧಾನಿಯನ್ನು ಗೊಂದಲಪುರನ್ನಾಗಿ ಮಾಡಿದ್ದವು. ರಸ್ತೆಯುದ್ದಕ್ಕೂ ಅಪಘಾತಗಳ ಸುರಿಮಳೆ. ಅಣುಬಾಂಬು ಸ್ಫೋಟವಾದರೆ ಮಾತ್ರ ಇಂಥ ಸರ್ವನಾಶವಾಗಲು ಸಾಧ್ಯ. ಹಿಂದಿನ ರಾತ್ರಿ ವಾಸ್ತುಶಿಲ್ಪಿಗಳ ಸಂಘದ ಅಧ್ಯಕ್ಷ ಸೂಚಿಸಿದ್ದ ಮುಂಜಾಗ್ರತೆ ಕ್ರಮಗಳನ್ನು ತೆಗೆದುಕೊಂಡಿದ್ದ ಸ್ಥಳಗಳಲ್ಲಿ ಗರಿಷ್ಠ ಹಾನಿಯುಂಟಾಗಿತ್ತು. ಅವನ ಸಲಹೆಯಂತೆ ಕೆಲವು ಕಟ್ಟಡಗಳ ಸುತ್ತು ಬಲವಾದ ಕಬ್ಬಿಣದ ಸರಪಳಿಯನ್ನು ಬಿಗಿದು ಅದನ್ನು ಕಾಂಕ್ರೀಟ್ ಕಂಬಕ್ಕೆ ಕಟ್ಟಿದ್ದರು. ಪ್ರತಿ ಕಟ್ಟಡದ ಶಕ್ತಿಯನ್ನು ಮಾನವನ ದೇಹದ ಮಾಪನದಿಂದ ನಿರ್ಧರಿಸಿ ಆದರಿಂದ ದ್ವಿಗುಣಿತವಾದ ಶಕ್ತಿಯುಳ್ಳ

ತಡೆಯನ್ನು ಕಾಂಕ್ರೀಟ್ ಕಂಬ ಮತ್ತು ಸಂಕೋಲೆಗಳಿಂದ ಒದಗಿಸಲಾಗಿತ್ತು. ಕಾಂಕ್ರೀಟು ಕಂಬಗಳನ್ನು ನಾಟುವುದಕ್ಕಾಗಿ ಅಕ್ಕಪಕ್ಕದ ಸ್ಥಳಗಳನ್ನು ಕೇವಲ ಐದು ವರ್ಷಗಳಿಗಾಗಿ ದುಬಾರಿ ಬಾಡಿಗೆ ತೆತ್ತು ಪಡೆದುಕೊಂಡಿದ್ದರು. ಒಂದು ರಾತ್ರಿಯಲ್ಲಿ ನೂರಾರು ಮಂದಿ ಶ್ರೀಮಂತರಾದರು; ಅಷ್ಟೇ ಮಂದಿ ಜೀವ ಕಳೆದುಕೊಂಡರು. ಕೂಲಿ ಆಳುಗಳು ರಾತ್ರಿ ಎಲ್ಲಾ ದುಡಿದು ಕಟ್ಟಡಗಳನ್ನು ಸಂಕೋಲೆಯಿಂದ ಬಿಗಿದರು. ಮರುದಿನ ಮಧ್ಯಾಹ್ನ ಕೆಲಸ ಮುಗಿಸಿ ಇತರ ಕಟ್ಟಡಗಳಿಗೂ ಈ ಭದ್ರತೆಯನ್ನು ಒದಗಿಸುವ ಯೋಚನೆಯಲ್ಲಿ ಅವರಿದ್ದಾಗ ಈ ಅನಿರೀಕ್ಷಿತ ಘಟನೆ ನಡೆಯಿತು.

ರಾಜಧಾನಿಯ ಉಪನಗರದಲ್ಲಿ ಆರಂಭವಾದ ಇದು ಮಿಂಚಿನ ವೇಗದಲ್ಲಿ ದ್ವೀಪದ ಎಲ್ಲೆಡೆಗೂ ಹರಡಿಕೊಂಡಿತು. ಪ್ರಾಯಶಃ ಯಾವ ದೇಶವೂ ಕಂಡಿರದ ದೈವ ನಿರ್ಮಿತ ನಿರ್ನಾಮ. ಈ ಅಸಾಧಾರಣ ಘಟನೆಯನ್ನು 'ದೈವ ನಿರ್ಮಿತ'ವೆಂದು ನಾನು ಯಾಕನ್ನುತ್ತಿದ್ದೇನೆ ಎಂದರೆ ಸಾಮಾನ್ಯ ವಿಶ್ಲೇಷಣೆಗೆ ಇದು ನಿಲುಕದ ಕಾರಣ. ನನ್ನ ಯಾವ ವಿವರಣೆಯೂ ಈ ಘಟನೆಯ ಹಿಂದಿನ ಕಾರಣವನ್ನು ಹೊರಗೆಡಹುವಲ್ಲಿ ಸಫಲವಾಗಲಾರದು. ನಾನು ಈವರೆಗೆ ನಂಬಿಕೊಂಡಿದ್ದ ಮೌಲ್ಯಗಳು ಅದರಿಂದಾಗಿ ಕುಸಿದರೂ ಇದಕ್ಕೆ ಒಂದೇ ಒಂದು ವಿವರಣೆಯನ್ನು ನಾನು ನೀಡಬಲ್ಲೆ. ಅದೆಂದರೆ ಇವೆಲ್ಲವೂ ಅನಿವಾರ್ಯತೆಗೆ, ವಿಧಿಗೆ ಸಂಬಂಧಿಸಿದ್ದಿರಬೇಕು ಎನ್ನುವುದು. ಸಹಜವಾದ, ಸಾಮಾನ್ಯವಾದ, ಬದುಕು ಸಾವಿನಷ್ಟು ಅನಿವಾರ್ಯವಾದ ನಮ್ಮ ಕೆಲವು ಕ್ರಿಯೆಗಳ ಪರಿಣಾಮವೇ ಬಹುಶಃ ಈ ಅನಾಹುತಕ್ಕೆ ಕಾರಣವಾಗಿರಬಹುದು ಎಂದೆನಿಸುತ್ತಿದೆ. ಮನುಷ್ಯ ವಸ್ತುಗಳನ್ನು ಬಯಸುವುದು ಮತ್ತು ಅವುಗಳನ್ನು ಹೊಂದಲು ಹೋರಾಡುವುದು ಸಹಜವಲ್ಲವೆ? ತಾನು ಪಡೆದುಕೊಂಡದ್ದಕ್ಕೆ ಪ್ರತಿಫಲವನ್ನು ಕೊಡಬೇಕು ಎನ್ನುವುದಕ್ಕಿಂತ ಸಹಜವಾದದ್ದು ಬೇರೇನಿದೆ? ಈ ಅನಾಹುತದ ವಿಸ್ತಾರವನ್ನು ಸಮರ್ಥಿಸಲು ಇವಿಷ್ಟೆ ಕಾರಣಗಳು ಸಾಕು ಎಂದು ಯಾರೂ ಒಪ್ಪಲಾರರು. ಆದರೆ ನಾವು ಅನುಭವಿಸಿದ ದುರಂತ ವಿಸ್ತಾರವಾದದ್ದು ಮತ್ತು ವಿಶಿಷ್ಟ ಸ್ವರೂಪದ್ದು. ಆದ್ದರಿಂದಲೇ ನೈಸರ್ಗಿಕ ಮತ್ತು ಮಾನುಷ ವರ್ತುಲಗಳಿಂದ ನಾವು ಹೊರಗೆ ಸರಿದದ್ದಕ್ಕೆ ಇದು ನಮಗೊದಗಿದ ಶಿಕ್ಷೆ ಎಂದು ಭಾವಿಸಬೇಕಾಗಿದೆ. ಮರವನ್ನು ಎಲೆಗಳು ಬಿಡುವುದು, ಆಕಾಶವನ್ನು ಸೂರ್ಯ ತ್ಯಜಿಸುವುದು, ಸ್ನೇಹಿತ, ಪ್ರೇಮಿ, ತಾಯಿ ಅಥವಾ ಭೂಮಿಯನ್ನು ತಿರಸ್ಕರಿಸುವುದು ನೈಸರ್ಗಿಕ ಮತ್ತು ಮಾನುಷ ವರ್ತುಲದ ಹೊರಗಿನ ವಿಚಾರಗಳಲ್ಲವೇ?

ಉಪನಗರದಲ್ಲಿ ಆರಂಭವಾದ ವಿನಾಶ ಬಳಿಕ ರಾಜಧಾನಿಯಲ್ಲಿ ಆಸ್ಫೋಟಗೊಂಡು ಅಲ್ಲಿಂದ ದ್ವೀಪದ ಎಲ್ಲ ಕಡೆಗೂ ಹರಡಿತು. ಸಂಕೋಲೆಗಳಿಂದ ಬಂಧಿಸಲ್ಪಟ್ಟಿದ್ದ ಎಲ್ಲಾ ಫ್ಲ್ಯಾಟ್ ಕಟ್ಟಡಗಳಲ್ಲದೆ, ಇನ್ನೂ ಮುಕ್ತವಾಗಿದ್ದ ಕಟ್ಟಡಗಳು ಕೂಡ ಬುಡ ಸಮೇತ ಕಿತ್ತುಕೊಂಡು ಸಮುದ್ರ ಸೇರಿದವು. ದೊಡ್ಡ ದೊಡ್ಡ ಕಾಂಕ್ರೀಟು ಸ್ತಂಭಗಳು ಕಟ್ಟಡದೊಂದಿಗೆ ಆಂತರಿಕ್ಷದಲ್ಲಿ ಹಾರಾಡಿದವು. ಅವುಗಳ ದಾರಿಯಲ್ಲಿ ಸಿಕ್ಕಿದ ಇತರ ಕಟ್ಟಡಗಳು ನುಚ್ಚುನೂರಾದವು. ಸಾಲು ಸಾಲು ಮನೆಗಳು ಹೀಗೆ ಮಣ್ಣು ಪಾಲಾದವು. ಸಾವಿರಾರು ಮಂದಿ ಗಾಯಗೊಂಡವರು ಶುಶ್ರೂಷೆ ಮಾಡುವವರಿಲ್ಲದೆ ಹಾಗೇ ಬಿದ್ದಿದ್ದರು. ಹೆಣಗಳ ರಾಶಿ ಪಟ್ಟಣಗಳಿಗೆ ಪ್ಲೇಗಿನ ಭೀತಿಯನ್ನು ತಂದೊಡ್ಡಿತು.

ಜನರಿಗೆ ಹುಚ್ಚು ಹಿಡಿದಂತಾಗಿತ್ತು. ಅವರು ಸರಕಾರಕ್ಕೆ ಶಾಪ ಹಾಕಿದರು. ಸತ್ತವರಿಗಾಗಿ, ನಾಶವಾದ ಸೊತ್ತಿಗಾಗಿ ಕಣ್ಣೀರಿಟ್ಟರು. ಕೆಲವರು ಬೆಟ್ಟಗಳಿಗೆ ಓಡಿಹೋದರು, ಇನ್ನೂ ಕೆಲವರು

ದೇಶವನ್ನೆ ತೊರೆದರು. ಕೋಪಗೊಂಡಿದ್ದ ಕಟ್ಟಡಗಳಿಂದ ರಕ್ಷಿಸಿಕೊಳ್ಳಲು ಸಾವಿರಾರು ಮಂದಿ ತಮ್ಮ ಪೆಟ್ಟಿಗೆಗಳನ್ನು ಹೊತ್ತು ವಿಮಾನ ನಿಲ್ದಾಣ ಸೇರಿದರು. ರನ್‌ವೇಯಲ್ಲಿ ಹೇರಲಾಗಿದ್ದ ಇವರ ಸಾಮಗ್ರಿಗಳಿಗೆ ಢಿಕ್ಕಿ ಹೊಡೆದು ವಿಮಾನವೊಂದು ಧ್ವಂಸವಾಯಿತು. ಸಮುದ್ರ ಸೇರಿದ್ದ ಕಟ್ಟಡಗಳು, ಯಾವುದೇ ಹಡಗು ತೀರಕ್ಕೆ ಬಾರದಂತೆ. ಅಡ್ಡವಾಗಿ ನಿಂತವು. ಅಪ್ಪಿತಪ್ಪಿ ಎಲ್ಲಾದರೂ ಒಂದು ಹಡಗು ಕಾಣಿಸಿದಲ್ಲಿ ಕಟ್ಟಡಗಳು ಧಾವಿಸಿ ಅದಕ್ಕೆ ಢಿಕ್ಕಿ ಹೊಡೆದು ಹಡಗಿನೊಂದಿಗೆ ತಾವೂ ಪುಡಿ ಪುಡಿಯಾಗಿ ಸಮುದ್ರದ ತಳ ಸೇರುತ್ತಿದ್ದವು. ಇನ್ನೊಂದು ಸುದ್ದಿಯ ಪ್ರಕಾರ ಕೆಲವು ಕಟ್ಟಡಗಳು ವಿಮಾನ ನಿಲ್ದಾಣದ ಬಳಿ ಅವಿತು ಕುಳಿತು ವಿಮಾನಗಳು ಬಂದಾಗ ನೇರವಾಗಿ ಎದ್ದುನಿಂತು ಅವುಗಳಿಗೆ ಢಿಕ್ಕಿ ಹೊಡೆಯುತ್ತಿದ್ದುವಂತೆ.

ಇವುಗಳಲ್ಲಿ ಸತ್ಯಾಂಶ ಇಲ್ಲದೆಯೂ ಇರಬಹುದು. ಆದರೆ ಪರಿಸ್ಥಿತಿ ಹತೋಟಿ ಮೀರಿ ದೇಶದಲ್ಲೊಂದು ವಿಭ್ರಾಂತ ವಾತಾವರಣ ನೆಲೆಸಿದ್ದು ನಿಜ. ಇನ್ನೂ ಸ್ಥಿರವಾಗಿ ನಿಂತಿದ್ದ ಕಟ್ಟಡಗಳಿಗೆ ಜನರು ರೊಚ್ಚಿನಿಂದ ಬಡಿಯುತ್ತಿರುವುದು ಕಾಣಿಸಿತು. ಇನ್ನೂ ಕೆಲವರು ಬಂಡಾಯದ ಹುಮ್ಮಸ್ಸು ತಗ್ಗುವಂತೆ ಕಟ್ಟಡಗಳ ಮೇಲೆ ತಣ್ಣೀರು ಸುರಿಯುತ್ತಿದ್ದರು. ಈ ಕೇಡುಕನ್ನು ಉಚ್ಚಾಟಿಸುವುದಕ್ಕಾಗಿ ಮಂತ್ರವಾದಿಗಳನ್ನು, ಸಂತರ ಎಲುಬುಗಳನ್ನು ತರಲಾಯಿತು. ಪ್ರಾರ್ಥನೆ, ಪೂಜೆ ನಡೆಯಿತು. ಯಾವುದೂ ಫಲಕಾರಿಯಾಗಲಿಲ್ಲ.

ಕೆಲವು ದಿನಗಳ ಹಿಂದೆಯೇ ಸೈನ್ಯಕ್ಕೆ ಕರೆ ಹೋಗಿತ್ತು. ಆದರೆ ಗಾಯಗೊಂಡವರನ್ನು, ಹೆಣಗಳನ್ನು ಸಾಗಿಸುವುದಲ್ಲದೆ ಬೇರೇನೂ ಮಾಡಲಾರದೆ ಸೈನ್ಯ ನಿಷ್ಕ್ರಿಯವಾಗಿ ಉಳಿಯಿತು. ಅನಿರೀಕ್ಷಿತ ಘಟನೆಗಳ ಇದಿರಿನಲ್ಲಿ ಮನುಷ್ಯನ ಯೋಚನೆ ಅದೆಷ್ಟು ಗಲಿಬಲಿಗೊಳ್ಳುತ್ತದೆ ಎನ್ನುವುದಕ್ಕೆ ಉದಾಹರಣೆಯಾಗಿ ಕೊನೆಯಲ್ಲಿ ಅವರು ತಮ್ಮ ಫಿರಂಗಿ ದಳವನ್ನು ಉಪಯೋಗಿಸಲು ನಿರ್ಧರಿಸಿದರು. ಯಾವುದೇ ಕಟ್ಟಡ ಒಂದಿಂಚು ಕದಲಿದರೆ ಅದನ್ನು ತಕ್ಷಣ ಗುಂಡಿಕ್ಕಿ ಪುಡಿ ಮಾಡಿದರು. ಒಂದು ಕಟ್ಟಡಕ್ಕಾಗಿ ಇಡೀ ಪ್ರದೇಶವೇ ಹೀಗೆ ಧ್ವಂಸವಾಗುತ್ತ ಹೋಯಿತು. ಕೆಲವು ಕಟ್ಟಡಗಳು ಓಡಿ ಹೋಗಿ ಕಾಡಿನಲ್ಲಿ ಅವಿತುಕೊಂಡು ಕಾರಣ ಅರಣ್ಯಗಳನ್ನೆಲ್ಲ ಸುಡಬೇಕಾಗಿ ಬಂತು. ಎತ್ತರದಿಂದ ನೋಡಿದಾಗ ನಮ್ಮ ದ್ವೀಪ, ಪ್ರತಿಯೊಂದು ಶಕ್ತಿಯೂ ಇನ್ನೊಂದು ಶಕ್ತಿಯನ್ನು ಪುಡಿ ಮಾಡುವ ಯತ್ನದಲ್ಲಿ ತನ್ನನ್ನು ತಾನೇ ನಾಶಮಾಡಿಕೊಳ್ಳುತ್ತಿರುವ ರಣರಂಗವಾಗಿ ಕಾಣಿಸುತ್ತಿತ್ತು. ○

ತುರ್ಕಿ

○ **ಅಜೀಜ್ ನೆಸಿನ್**

ಎಚ್ಚೆತ್ತ ಜನರು

ಅವನ ಕಾರಾಗೃಹವಾಸದ ಕೊನೆಯ ದಿನಗಳು ತುಂಬ ಕಠಿಣವಾಗಿದ್ದುವು. ಬಿಡುಗಡೆಯ ಅನಂತರ ದೂರದ ಜಿಲ್ಲೆಯೊಂದಕ್ಕೆ ಅವನನ್ನು ಗಡಿಪಾರು ಮಡಿದಾಗ ಅವನು ತುಂಬ ಕಷ್ಟಪಟ್ಟಿದ್ದ. ಗಡೀಪಾರು ಶಿಕ್ಷೆಯನ್ನು ಮಗಿಸಿ ರಾಜಧಾನಿಗೆ ಹಿಂದಿರುಗಿದಾಗ ಆ ಪೇಟೆಯ ಜನಜಂಗುಳಿಯಲ್ಲಿ ಅವನು ಒಬ್ಬಂಟಿಯಾಗಿದ್ದ. ಅವನು ಜೈಲಿನಲ್ಲಿದ್ದಾಗಲೇ ಅವನ ಹೆಂಡತಿ ಅವನಿಂದ ವಿವಾಹ ವಿಚ್ಛೇದನವನ್ನು ಪಡೆದಿದ್ದಳು.

ಇಂಥ ಸಂದರ್ಭದಲ್ಲಿ, ಇಚ್ಛೆ ಇದ್ದೋ ಇಲ್ಲದೆಯೋ, ಸಹಜವಾಗಿ ಮನುಷ್ಯ ನಿರಾಶೆಗೆ ಬಲಿಯಾಗುತ್ತಾನೆ. ಅದರಲ್ಲೂ ವಿಶೇಷವಾಗಿ ಆ ವ್ಯಕ್ತಿಯಲ್ಲಿ ಹಣವಿಲ್ಲದಿದ್ದರೆ... ತಾನು ರಾಜಕೀಯದಿಂದ ಪೂರ್ತಿ ನಿವೃತ್ತನಾಗಿ ಜೀವನೋಪಾಯಕ್ಕೆ ಏನಾದರೂ ಕೆಲಸ ಹುಡುಕಬೇಕೇ ಎಂದಾತ ಚಿಂತಿಸಿದ.

ಎಲ್ಲದಕ್ಕಿಂತಲೂ ಮೊದಲು ಆತನಿಗೆ ಮಲಗುವುದಕ್ಕೊಂದು ಸ್ಥಳ ಬೇಕಾಗಿತ್ತು. ಪಟ್ಟಣದಲ್ಲಿ ಮತ್ತು ಅದರ ಸುತ್ತು ಮುತ್ತು ಬಾಡಿಗೆ ತೀರಾ ಹೆಚ್ಚಾಗಿತ್ತು. ಏನಿದ್ದರೂ ಬಾಡಿಗೆ ಉಳಿಸಿ ಕೊಂಡದ್ದಕ್ಕಾಗಿ ಕೋರ್ಟಿನ ಜವಾನ ಬಂದು ತನ್ನ ಮುರುಕು ಟೈಪ್‌ರೈಟರನ್ನೋ, ಅಳಿದುಳಿದ ಪೀಠೋಪಕರಣಗಳನ್ನೋ ಒಯ್ಯುವುದನ್ನು ನೋಡಿ ಆತನಿಗೆ ಸಾಕಾಗಿ ಹೋಗಿತ್ತು. ಜನರ ಕುಹಕ ನೋಟಗಳಿಗೆ, ನೆರೆಕರೆಯವರ ಹರಟೆಗೆ, ಅಪರಿಚಿತ ಎತ್ತೊಂದನ್ನು ಮೊದಲು ಬಾರಿಗೆ ನೋಡುವ ದನಗಳಂತೆ ಕುತೂಹಲದಿಂದ ತನ್ನನ್ನು ವೀಕ್ಷಿಸುವ ದೃಷ್ಟಿಗಳಿಗೆ ವಸ್ತುವಾಗಿ ಆತನಿಗೆ ರೋಸಿಹೋಗಿತ್ತು. ಅದಕ್ಕಗಿ ಆತ ಪೇಟೆಯಿಂದ ಬಲು ದೂರ, ಅತ್ಯಂತ ವಿರಳ ಜನರಿರುವಲ್ಲಿ, ಬಾಡಿಗೆಗೊಂದು ಸಣ್ಣ ಮನೆಯನ್ನು ಪಡೆಯಲು ನಿರ್ಧರಿಸಿದ್ದ.

ತುಂಬಾ ಹುಡುಕಾಡಿದ ಅನಂತರ ಅಂಥಾದ್ದೆ ಒಂದು ಮನೆ ಅವನಿಗೆ ಸಿಕ್ಕಿತು; ಒಂದೂವರೆ ಕೋಣೆ ಇರುವ ಪುಟ್ಟ ಮನೆ. ಪೇಟೆಯಿಂದ ಅಲ್ಲಿಗೆ ಎರಡು ತಾಸು ನಡಿಗೆಯ ದೂರ. ಆ ಬೆಟ್ಟದ ಮೇಲೆ ಇವನದೇ ರೀತಿಯ ಇನ್ನೂ ಹದಿನಾಲ್ಕು ಮನೆಗಳಿದ್ದವು. ಮನೆ ಮನೆಗಳ ನಡುವೆ ಸಾಕಷ್ಟು ಅಂತರವಿದ್ದುದು ಕೂಡ

ಅವನಿಗೆ ಅನುಕೂಲಕರವಾಗಿತ್ತು. ಪುಸ್ತಕ ತುಂಬಿದ ಎರಡು ಪೆಟ್ಟಿಗೆಗಳು ಮತ್ತು ಇನ್ನೊಂದೆರಡು ಸಣ್ಣಪುಟ್ಟ ಸಾಮಗ್ರಿಗಳು – ಅಷ್ಟೇ ಅವನ ಚರಸೊತ್ತು. ಅವನು ಕಿಟಿಕಿಗಳನ್ನು ಮುಚ್ಚುವುದಕ್ಕಾಗಿ ವರ್ತಮಾನ ಪತ್ರಿಕೆಗಳನ್ನು ಹರಿದು ಪರದೆ ಮಾಡಿದ.

ಎಂಥ ಅದೃಷ್ಟ! ಇನ್ನು ಅವನಿಗೆ ಅಲ್ಲಿ ಇಲ್ಲಿ ಸುತ್ತಾಡಬೇಕಾದ ಅಗತ್ಯವಿಲ್ಲ. ಅವನ ಮನೆಯ ಎದುರು ಒಂದು ಸಣ್ಣ ಗುಡಿಸಲಲ್ಲಿ ಕಿರಾಣಿ ಅಂಗಡಿ ಇತ್ತು. ಅದರ ಎಡಕ್ಕೇ, ಒಂದು ತಾತ್ಕಾಲಿಕ ಶೆಡ್ಡಿನಲ್ಲಿ ಹಣ್ಣು ತರಕಾರಿಗಳ ಅಂಗಡಿ ಇತ್ತು. ಅವನು ತನಗೆ ಅಗತ್ಯವಿರುವುದನ್ನು ಈ ಎರಡು ಅಂಗಡಿಗಳಿಂದ ಕೊಳ್ಳುತ್ತಿದ್ದ. ನಿಧಾನವಾಗಿ ಅವನಿಗೆ ಹಣ್ಣು ವ್ಯಾಪಾರಿ ಮತ್ತು ಕಿರಾಣಿ ಅಂಗಡಿಯಾತನ ಪರಿಚಯವಾಯಿತು. ಇಬ್ಬರದ್ದೂ ಪುಟ್ಟ ವ್ಯಾಪಾರ. ನಿಕೃಷ್ಟ ಸಂಪಾದನೆ, ದಿನಕ್ಕೆ ಐದು, ಆರು ಗಿರಾಕಿಗಳು ಬಂದರೆ ಹೆಚ್ಚು. ಬರುವವರೂ ಕೈಬಿಟ್ಟು ಖರ್ಚು ಮಾಡುವಂಥವರಲ್ಲ. ಆದರೆ ಅದರಲ್ಲಿ ಚಿಕ್ಕಾಸಿನ ಬಂಡವಾಳವಿಲ್ಲದ ಕಾರಣ ಬೇರೆ ಕಡೆಯಲ್ಲಿ ಲಾಭದಾಯಕ ಉದ್ಯಮವನ್ನು ಆರಂಭಿಸುವ ಸ್ಥಿತಿಯಲ್ಲಿ ಅವರಿರಲಿಲ್ಲ.

ಅವನು ಅಲ್ಲಿಗೆ ಬಂದ ಕೆಲವು ದಿನಗಳ ಬಳಿಕ ಬೀದಿ ವ್ಯಾಪಾರಿಯೊಬ್ಬ ಕಿರಾಣಿ ಅಂಗಡಿಯ ಪಕ್ಕದಲ್ಲಿ ತಿಂಡಿ ತಿನಿಸುಗಳನ್ನು ಮಾರಲಾರಂಭಿಸಿದ. ಪ್ರತಿದಿನವೂ ಮಧ್ಯಾಹ್ನನಂತರ ಬಂದು ರಾತ್ರಿಯವರೆಗೂ ಅಲ್ಲಿದ್ದು ಆತ ವ್ಯಾಪಾರ ಮಾಡುತ್ತಿದ್ದ. ಮತ್ತೆರಡು ದಿನಗಳಲ್ಲಿ ಇನ್ನೊಬ್ಬ ಆತನ ಪಕ್ಕದಲ್ಲಿ ಬ್ರೆಡ್ ಮಾರಾಟ ಆರಂಭಿಸಿದ.

ಹಣ್ಣು ಹಂಪಲುಗಳ ಅಂಗಡಿಯಲ್ಲಿ ಮತ್ತೊಬ್ಬ ವ್ಯಕ್ತಿ ಗಾಜಿನ ಕಪಾಟು ಇರಿಸಿ ಸಿಹಿ ತಿಂಡಿಗಳ ವ್ಯಾಪಾರ ಸುರು ಮಾಡಿದ. ಸಮಯ ಕಳೆದಂತೆ ಬೂಟ್ ಪಾಲಿಷ್ ಮಾಡುವವನು, ಹಣ್ಣುಗಳ ಪಾನೀಯ ಮಾರುವಾತ ಮುಂತಾದವರು ಬಂದು ಅಲ್ಲಿ ತಳ ಊರಿದರು.

ಹೀಗೆ ಅಲ್ಪ ಸಮಯದಲ್ಲೆ ಅವನ ಮನೆಯ ಎದುರು ಸಣ್ಣದೊಂದು ಮಾರ್ಕೆಟು ನಿರ್ಮಾಣವಾಗಿತ್ತು. ಬೆಳಗಿನಿಂದ ಸಂಜೆಯವರೆಗೂ ಬೀದಿಯ ಕಸ ಗುಡಿಸುವಾತನಿಗೆ ಸ್ವಚ್ಛ ಮಾಡುವುದೇ ಕೆಲಸ. ಕಿರಾಣಿ ಅಂಗಡಿ ಮತ್ತು ಹಣ್ಣಿನ ಅಂಗಡಿಯ ನಡುವೆ ಒಂದು ಪುಟ್ಟ ಕಾಫಿ ಹೋಟೆಲು ಕೂಡಾ ತೆರೆದುಕೊಂಡಿತು. ಬರುವ ಹೋಗುವವರ ಸಂಖ್ಯೆ ಹೆಚ್ಚಾಗತೊಡಗಿತು.

ಅಲ್ಲಿ ಇದುವರೆಗೆ ಖಾಲಿ ಇದ್ದ ಕೊಠಡಿ ಮತ್ತು ಪುಟಾಣಿ ಮನೆಗಳು ಈಗ ಭರ್ತಿಯಾಗಿದ್ದವು. ಇದ್ದಕ್ಕಿದ್ದಂತೆ ಹೀಗೆ ಬದಲಾದ ಅಲ್ಲಿನ ಭಾಗ್ಯ ರೇಖೆಯ ಕುರಿತು ಅವನು ಯೋಚಿಸಿದ. ಅವನಿನ್ನೂ ನಿರುದ್ಯೋಗಿಯಾಗಿದ್ದ ಕಾರಣ ಅದರಿಂದ ಅವನಿಗೇನೂ ಫಲವಿರಲಿಲ್ಲ. ಉದ್ಯೋಗ ದೊರಕುವುದಿರಲಿ ಅದನ್ನು ಹುಡುಕುವ ಸ್ಥಿತಿಯಲ್ಲೂ ಆತನಿರಲಿಲ್ಲ. ಒಂದು ಪಕ್ಷ ಉದ್ಯೋಗ ದೊರಕಿದರೂ ಆತನ ಬೆನ್ನ ಹಿಂದೆ ಪೊಲೀಸರು ಇರುವುದು ತಿಳಿದೊಡನೆ ಆತ ಮತ್ತೆ ಬೀದಿಪಾಲಾಗುವುದು ಖಚಿತ.

ಗೆಳೆಯರಿಂದ ಸಾಲ ಕೇಳಲೂ ಸಾಧ್ಯವಿರಲಿಲ್ಲ. ಅವರೆಲ್ಲರೂ ಅವನಂತೆ ಭಿಕಾರಿಗಳು. ಸಾಧ್ಯವಿದ್ದಿದ್ದರೆ ಮನೆ ಬಾಡಿಗೆ ಉಳಿಸುವುದಕ್ಕಾಗಿ ಅವನು ಪೇಟೆಯಲ್ಲೇ ಯಾವನಾದರೂ ಗೆಳೆಯನ ಕೋಣೆಯಲ್ಲಿ ವಾಸಿಸಬಹುದಿತ್ತು. ಗೆಳೆಯರು ಅವನನ್ನು ಆಹ್ವಾನಿಸಿದ್ದರು ನಿಜ. ಆದರೆ ಇಲ್ಲಿಂದ ಹೊರಟು ಹೋಗುವುದು ಅಷ್ಟು ಸುಲಭವಾಗಿರಲಿಲ್ಲ. ಇಲ್ಲಿ ಅವನು ತೀರಿಸಬೇಕಾದ ಸಾಲಗಳಿದ್ದವು. ದೊಡ್ಡ ಗಂಟೇನೂ ಅಲ್ಲ. ಕಿರಾಣಿ ಅಂಗಡಿಯವನಿಗೆ, ಹಣ್ಣಿನ ವ್ಯಾಪಾರಿಗೆ, ಮತ್ತಿತರ ವ್ಯಾಪಾರಸ್ಥರಲ್ಲಿ ಅವನ ಚಿಲ್ಲರೆ ಸಾಲಗಳಿದ್ದುವು. ಸಾಲವನ್ನು ತೀರಿಸಬೇಕಾದ್ದು ಅವನ ಕರ್ತವ್ಯವಾಗಿತ್ತು.

ಒಂದು ಸಂಜೆ ಅವನು ಇದೇ ಚಿಂತೆಯಲ್ಲಿ ಮುಳುಗಿದ್ದಾಗ ಹೊರಗೆ ಬಾಗಿಲು ಬಡಿದ ಸದ್ದಾಯಿತು. ಅಲ್ಲಿ ಮೂರು ಜನರಿದ್ದರು. ಕಿರಾಣಿ ಅಂಗಡಿಯಾತ, ಹಣ್ಣಿನ ವ್ಯಾಪಾರಿ ಮತ್ತು ಕಾಫಿ ಹೋಟೆಲಿನ ಮಾಲಿಕ. ಅವನು ಸಂಕೋಚದಿಂದ ಆ ಮೂವರನ್ನು ಒಳಗೆ ಆಹ್ವಾನಿಸಿದ.

"ಕ್ಷಮಿಸಿ, ನಿಮಗೆ ಕೊಡೋದಕ್ಕೆ ನನ್ನಲ್ಲಿ ಕಾಫಿ ಅಥವಾ ಬೇರಿನ್ನೇನೂ ಇಲ್ಲ." ಅವನು ನುಡಿದ.

ಕಿರಾಣಿ ಅಂಗಡಿಯವನು ನಕ್ಕು ತನ್ನಲ್ಲಿದ್ದ ಕೈಚೀಲವನ್ನು ಮೇಜಿನ ಮೇಲಿರಿಸಿದ.

"ಛೆ! ಆ ಬಗ್ಗೆ ಯೋಚಿಸಬೇಡಿ. ನಾವು ಬೇರೆ ವಿಚಾರ ಮಾತನಾಡೋದಕ್ಕೆ ಬಂದಿದ್ದೇವೆ. ಚೀಲದಲ್ಲಿ ಕಾಫಿ ಪುಡಿ... ಸಕ್ಕರೆ... ಎಲ್ಲ ಇದೆ."

ಅವನಿಗೆ ಪರಮಾಶ್ಚರ್ಯ. ಅವರು ಇವನ್ನೆಲ್ಲ ಯಾತಕ್ಕಾಗಿ ತಂದರು? ಅವರು ಸಾಲ ವಸೂಲಿಗೆ ಬಂದಿರಬಹುದೆಂದು ಆತ ಯೋಚಿಸಿದ್ದರೆ ಅವರ ಕೈಯಲ್ಲಿ ಉಡುಗೊರೆ!

"ನೀವಿಲ್ಲಿಂದ ಬೇರೆ ಕಡೆಗೆ ಹೋಗುವ ಯೋಚನೆಯಲ್ಲಿದ್ದೀರಿ ಅನ್ನೋದನ್ನು ಕೇಳಿದೆವು. ನಿಜವೇ?" ಕಿರಾಣಿಯವನು ಪ್ರಶ್ನಿಸಿದ.

"ಹೌದು, ನಾನು ಹೋಗಲಿದ್ದೇನೆ..."

ಅವರು ಯಾಕೆ ಬಂದಿದ್ದಾರೆ ಎನ್ನುವುದು ಅವನಿಗೆ ಈಗ ತಿಳಿಯಿತು. ಸಾಲ ತೀರಿಸದೆ ತಾನೆಲ್ಲಿ ಹೋಗಿಬಿಡುತ್ತೇನೋ ಎಂದು ಅವರು ಗಾಬರಿಯಾಗಿದ್ದಾರೆ.

"ಸರಿ, ಆದರೆ ನಾನು ಹೋಗಬೇಕೆಂದಿರೋದು ನಿಮಗೆ ಹೇಗೆ ಗೊತ್ತಾಯಿತು?"

ಎಲ್ಲ ಬಲ್ಲವನಂತೆ ಹೋಟೆಲ್ ಮಾಲಿಕ ಉತ್ತರಿಸಿದ :

"ಅಲ್ಲಿ ಇಲ್ಲಿ ಮಾತುಗಳು ನಮ್ಮ ಕಿವಿಗೆ ಬಿದ್ದೇ ಬೀಳ್ತವೆ..."

"ಚಿಂತಿಸಬೇಡಿ, ನಾನು ನಿಮ್ಮ ಸಾಲ ತೀರಿಸದೆ ಹೊರಟು ಹೋಗುವ ಯೋಚನೆಯಲ್ಲಿಲ್ಲ."

"ನೋಡಿ ಬಂಧು, ನೀವು ಹಾಗೆಲ್ಲ ಮಾತನಾಡಿ ನಾವು ತಲೆ ತಗ್ಗಿಸೋ ಹಾಗೆ ಮಾಡಬೇಡಿ. ಬಾಕಿ ಹಣವನ್ನು ನಿಮ್ಮಿಂದ ತೆಗೆದುಕೊಳ್ಳುವವರಾದರೂ ಯಾರು?"

ಹಣ್ಣಿನ ವ್ಯಾಪಾರಿ ಇದಕ್ಕೆ ತನ್ನ ದನಿಗೂಡಿಸಿದ :

"ನನ್ನ ಮಟ್ಟಿಗೆ ನಿಮ್ಮಿಂದ ಒಂದು ಚಿಕ್ಕಾಸೂ ನನಗೆ ಬರಬೇಕಾದ್ದಿಲ್ಲ. ಒಂದು ವೇಳೆ ನೀವು ಕೊಟ್ಟರೂ ನನಗೆ ಅದು ಬೇಡ."

"ಆದರೆ ಯಾಕೆ ಬೇಡ ಅನ್ನೋದನ್ನು ಹೇಳಿ."

"ನಿಮ್ಮ ಬೆಲೆ ನಮಗೆ ಈಗ ಗೊತ್ತಾಗಿದೆ. ನಿಮ್ಮಿಂದಾಗಿ ನಮ್ಮ ಅದೃಷ್ಟದ ಬಾಗಿಲು ತೆರೆದುಕೊಂಡಿತು."

ಗಂಟಲು ಕಟ್ಟಿ ಬಂದು ಅವನಲ್ಲೆ ಕುಳಿತ.

"ಛೆ ಹಾಗೆಲ್ಲ ಹೇಳಬೇಡಿ, ದಯವಿಟ್ಟು."

ಅಷ್ಟು ಹೇಳುವುದು ಕಷ್ಟವಾಯಿತು ಅವನಿಗೆ.

ಅಂದರೆ ಅವರಿಗೆ ತನ್ನ ಪತ್ತೆ ತಿಳಿದಿರಬೇಕು; ಜನರಿಗಾಗಿ ತಾನು ನಡೆಸಿದ ಹೋರಾಟ ಅವರ ಗಮನಕ್ಕೆ ಬಂದಿರಬೇಕು. ತಾನು ನಿರಾಶನಾದುದಾದರೂ ಯಾಕೆ? ರಾಜಕೀಯದಿಂದ ನಿವೃತ್ತನಾಗಲು ಬಯಸಿದ್ದು ಯಾಕೆ? ಈ ಜನರು ಎಂದಾದರೂ ತನ್ನ ಕೈಬಿಟ್ಟದ್ದು ಇದೆಯೇ?

ಹೋಟೆಲ್ ಮಾಲಿಕ ನುಡಿದ :

"ದಯವಿಟ್ಟು ಇಲ್ಲಿಂದ ಹೊರಟು ಹೋಗುವ ಯೋಚನೆಯನ್ನು ಬಿಟ್ಟು ಬಿಡಿ."

ಹಣ್ಣಿನ ಅಂಗಡಿಯಾತ ದನಿಗೂಡಿಸಿದ:

"ನಾವು ನಿಮ್ಮಲ್ಲಿ ಕೇಳಿಕೊಳ್ಳೋದಕ್ಕೆ ಬಂದಿದ್ದೇವೆ."

"ನನಗೆ ಮನೆ ಬಾಡಿಗೆ ಕೊಡಲು ಅಸಾಧ್ಯವಾದ ಕಾರಣ ನಾನು ಇಲ್ಲಿಂದ ಹೋಗಲೇಬೇಕಾಗಿದೆ."

ಹಣ್ಣಿನ ಅಂಗಡಿಯವನು ಹೇಳಿದ :

"ನಮಗೆ ಗೊತ್ತು, ನಮಗೆಲ್ಲಾ ವಿಚಾರ ಗೊತ್ತು. ನಾವು ವ್ಯಾಪಾರಿಗಳೆಲ್ಲರೂ ಸೇರಿ ನಿಮ್ಮ ಬಾಡಿಗೆ ಹಣವನ್ನು ಸಂಗ್ರಹಿಸಿ ಕೊಡೋದಕ್ಕೆ ನಿರ್ಧರಿಸಿದ್ದೇವೆ. ನೀವು ಇಲ್ಲೇ ಇರಬೇಕು ಅನ್ನೋದನ್ನು ಮಾತ್ರ ನಾವು ನಿಮ್ಮಿಂದ ಬಯಸೋದು."

"ಬಾಡಿಗೆಯ ಬಗ್ಗೆ ಯೋಚಿಸಬೇಡಿ. ನಮ್ಮನ್ನು ಮಾತ್ರ ಬಿಟ್ಟು ಹೋಗಬೇಡಿ." ಕಿರಾಣಿಯವನು ನುಡಿದ.

ಆನಂದಿಂದ ಅವನ ಕಣ್ಣು ಮಂಜಾಯಿತು. ಇನ್ನೊಂದು ಕ್ಷಣದಲ್ಲಿ ಅವನು ಅಳುತ್ತಿದ್ದ. ಅದೆಷ್ಟೋ ವರ್ಷಗಳ ಹೋರಾಟದ ಬಳಿಕ ಕೊನೆಗೂ ತನ್ನ ಅರಿವು ಜನರಿಗಾಯಿತಲ್ಲ ಎಂಬ ಸಂತೋಷದಿಂದ.

ಅವನು ನುಡಿದ :

"ಸಾಧ್ಯವಿಲ್ಲ, ನಾನದನ್ನು ಸ್ವೀಕರಿಸಲಾರೆ. ಇದು ಬಾಡಿಗೆಯ ಪ್ರಶ್ನೆಯೊಂದೇ ಅಲ್ಲ. ನಾನು ನಿರುದ್ಯೋಗಿ. ಇಲ್ಲಿ ದಿನ ತೆಗೆಯೋದು ಕಷ್ಟ. ತಲೆಯ ಮೇಲೆ ಸೂರು ಮಾತ್ರ ಬೇಕಾಗಿದ್ದಿದ್ದರೆ ನಾನು ನನ್ನ ಗೆಳೆಯರ ಮನೆಯಲ್ಲಿ ಇರ್ತಿದ್ದೆ."

ಕಾಫಿ ಹೋಟೆಲಿನ ಮಾಲಿಕ ಅಂದ:

"ನಾವಿಲ್ಲಿರೋ ಎಲ್ಲ ವ್ಯಾಪಾರಿಗಳ ಪರವಾಗಿ ಮಾತನಾಡ್ತಿದ್ದೇವೆ. ನಿಮ್ಮ ಜೀವನಾವಶ್ಯತೆಗಳನ್ನು ಕೂಡ ನಾವು ಯೋಚಿಸಿದ್ದೇವೆ. ತಿಂಗಳ ಖರ್ಚಿಗೆ ನಿಮಗೆಷ್ಟು ಹಣ ಬೇಕಾಗಬಹುದೋ ಅಷ್ಟನ್ನು ಸಂಗ್ರಹಿಸಿ ನಾವು ನಿಮಗೆ ಕೊಡ್ತೇವೆ. ಏನೇ ಆದರೂ ನೀವು ಇಲ್ಲಿಂದ ಹೋಗಬಾರದು."

ಮೂವರೂ ಏಕ ಕಾಲದಲ್ಲಿ ಅವನನ್ನು ಒತ್ತಾಯಿಸತೊಡಗಿದರು. ಒತ್ತಿ ಬರುತ್ತಿದ್ದ ಅಳುವನ್ನು ಅವನು ಹೇಗೋ ತಡೆದುಕೊಂಡ. ಜನರು ಏನೇ ಹೇಳಲಿ, ದೇಶದಲ್ಲಿ ಬಹಳಷ್ಟು ಪ್ರಗತಿಯಾಗಿದೆ. ಜನರಲ್ಲಿ ಮಹತ್ವದ ಜಾಗೃತಿಯುಂಟಾಗಿದೆ. ಇಷ್ಟು ಕಾಲ ತಾನು ಹೋರಾಡಿದ್ದು ಸಾರ್ಥಕವೆಂದಾಯಿತು. ಹಿಂದೆಯಾಗಿದ್ದರೆ ಈ ವ್ಯಕ್ತಿಗಳು ತನ್ನನ್ನು ಕಂಡಾಗ ಮುಖ ತಿರುಗಿಸಿ ನಡೆಯುತ್ತಿದ್ದರು.

ಅವನು ನುಡಿದ :

"ವಂದನೆಗಳು, ನಿಮ್ಮ ಉಪಕಾರಕ್ಕೆ ನಾನು ಚಿರಋಣಿಯಾಗಿದ್ದೇನೆ. ಆದರೆ ಅದನ್ನು ಸ್ವೀಕರಿಸೋದಕ್ಕೆ ನನ್ನಿಂದ ಸಾಧ್ಯವಿಲ್ಲ."

ಪುನಃ ಅವರೆಲ್ಲರೂ ಅವನನ್ನು ಒತ್ತಾಯಿಸತೊಡಗಿದರು. ಕಿರಾಣಿಯಾತ ನುಡಿದ :

"ನೋಡಿ, ಈ ಮನೆ ನಿಮಗೆ ಹೇಳಿಸಿದ್ದಲ್ಲ, ಇಲ್ಲಿಗೆ ಸಮೀಪದಲ್ಲಿ ಮೂರು ಮಹಡಿಯ ಕಟ್ಟಡವೊಂದಿದೆ. ಅದರ ಕೊನೆಯ ಮಹಡಿಯನ್ನು ಬಾಡಿಗೆಗೆ ಕೊಡ್ತಾರಂತೆ. ಅದರಲ್ಲಿ ಬಚ್ಚಲು ಮನೆ ಮುಂತಾದ ಎಲ್ಲ ಸೌಕರ್ಯವೂ ಇದೆ. ನೀವು ಬಯಸಿದರೆ ಅದನ್ನು ನಿಮಗೆ ತೆಗೆಸಿಕೊಡ್ತೇವೆ."

ಹೋಟೆಲ್ ಮಾಲಿಕ ಹೇಳಿದ :

"ನೀವು ಇಲ್ಲಿಂದ ದೂರ ಹೋಗಬಾರದು ಅನ್ನೋದೊಂದೇ ನಮ್ಮ ವಿನಂತಿ."

ಅವನಿಗೆ ಕುತೂಹಲ ತಡೆಯಲಾಗಲಿಲ್ಲ.

"ಸರಿ ಆಗಬಹುದು. ಆದರೆ ನಾನು ಇಲ್ಲೇ ಇರಬೇಕು ಅಂತ ನೀವು ಯಾಕೆ ಬಯಸ್ತೀರಿ ?"

"ಕಾರಣ ಸ್ಪಷ್ಟವಾಗಿಯೇ ಇದೆ. ಎಂಥ ವ್ಯಾಪಾರ! ನಿಮ್ಮಿಂದಾಗಿ ನಾವೀಗ ಬದುಕ್ತಿದ್ದೇವೆ. ನಾವು ನಿಮಗೆ ಕೃತಜ್ಞತೆ ಸಲ್ಲಿಸಬೇಕು."

"ಆದರೆ ನಿಮ್ಮೊಂದಿಗೆ ನಾನು ಹೆಚ್ಚೇನೂ ವ್ಯಾಪಾರ ಮಾಡ್ತಿಲ್ಲವಲ್ಲ..."

ಅದಕ್ಕೆ ಕಿರಾಣಿಯವನು ಉತ್ತರಿಸಿದ :

"ನಿಮ್ಮ ವ್ಯಾಪಾರ ಬಿಡಿ. ನಿಜವಾದ ವ್ಯಾಪಾರ ಇತರರು ಮಾಡ್ತಾರೆ. ನಿಮ್ಮೊಂದಿಗೆ ಇಲ್ಲಿಗೆ ಅದೃಷ್ಟ ಬಂತು. ನೀವು ಇಲ್ಲಿಗೆ ಬರೋ ಮೊದಲು ನನ್ನ ಅಂಗಡಿಗೆ ದಿನಕ್ಕೆ ನಾಲ್ಕೋ ಐದೋ ಮಂದಿ ಬರ್ತಿದ್ದರು. ನೀವು ಬಂದ ಮೇಲೆ ಪರಿಸ್ಥಿತಿ ಬದಲಾಯಿತು. ನೀವೇ ನೋಡಿ. ಅವೆಷ್ಟು ಹೊಸ ಅಂಗಡಿಗಳು ಹುಟ್ಟಿಕೊಂಡಿವೆ! ಇದಕ್ಕೆಲ್ಲ ನೀವೇ ಕಾರಣ."

ಕಾಫಿ ಹೋಟೆಲಿನ ಮಾಲಿಕ ಮತ್ತೂ ಗೋಗರೆದ :

"ನಮ್ಮ ಮೇಲೆ ದಯೆ ತೋರಿ ನೀವಿಲ್ಲೇ ಇರಬೇಕು. ನೀವು ಹೊರಟು ಹೋದಿರಿ ಅಂದರೆ ನಮ್ಮ ಕತೆ ಮುಗೀತದೆ. ನಾನು ಖಂಡಿತವಾಗಿ ಹೋಟೆಲ್ ಮುಚ್ಚಬೇಕಾಗ್ತದೆ."

ಅವರ ಒತ್ತಾಯ, ವಿನಂತಿ ಹೀಗೆಯೇ ಮುಂದುವರಿಯಿತು. ಅವರಿಗೆ ಹೆಂಡತಿ, ಮಕ್ಕಳಿದ್ದಾರೆ. ಅವರ ಮೇಲಾದರೂ ಅವನು ಕರುಣೆ ತೋರಬೇಕು. ಅವರೆಲ್ಲರೂ ಅವನ ಆಶ್ರಿತರಾಗಿ ಬದುಕುತ್ತಿದ್ದಾರೆ. ಅಗತ್ಯವಿದ್ದರೆ ಅವರು ಅವನಿಗೆ ಇನ್ನಷ್ಟು ಸಹಾಯ ಮಾಡಲು ಸಿದ್ಧ.

ಅವನು ನುಡಿದ:

"ನನ್ನ ಸೇವೆ ಅಷ್ಟೇನೂ ದೊಡ್ಡದಲ್ಲ. ನಾನು ಆರೋಗ್ಯದಲ್ಲಿರುವಾಗ ದುಡೀಬೇಕು. ನನ್ನನ್ನು ಇಷ್ಟೊಂದು ಹಚ್ಚಿಕೊಳ್ಳೋದಕ್ಕೆ ನಾನು ನಿಮಗಾಗಿ ಏನು ಮಾಡಿದ್ದೇನೆ?"

ಅದಕ್ಕೆ ಕಿರಾಣಿಯವನು ಹೇಳಿದ :

"ನೀವೇನು ಮಾಡಲಿದ್ದೀರಿ ಅನ್ನೋದು ಮುಖ್ಯ. ನಿಮ್ಮ ಸಹಾಯವನ್ನು ನಾವೆಂದೂ ಮರೆಯೋದಿಲ್ಲ. ನೀವು ಬಂದೊಡನೆ ನಿಮ್ಮ ಹಿಂದೇನೇ ಪೋಲೀಸರು ಬಂದರು. ಮಾರ್ಗ ಗುಡಿಸುವವರ, ಬೂಟು ಪಾಲಿಷ್ ಮಾಡುವವರ ವೇಷ ತೊಟ್ಟು ಅವರು ನಿಮ್ಮ ಮೇಲೆ ಕಣ್ಣಿಟ್ಟಿದ್ದರು. ಸಮಯ ಕಳೆದಂತೆ ಇನ್ನಷ್ಟು ಪೋಲೀಸರು ವ್ಯಾಪಾರಿಗಳ ಸೋಗು ಹಾಕಿ ಬಂದರು. ಆ ಪೋಲೀಸರ ಮೇಲೆ ಕಣ್ಣಿಡೋದಕ್ಕೆ ಮತ್ತಷ್ಟು ಪೋಲೀಸರು ಬಂದರು. ಇಲ್ಲಿ ದೊಡ್ಡ ಸಂತೆಯೇ ಆಗಿಹೋಯಿತು.

"ಮೊದಲು ನೀವೇನು ಮಾಡ್ತಾ ಇದ್ದೀರಿ ಅಂತ ನಮ್ಮಲ್ಲಿ ಅವರು ವಿಚಾರಿಸಿದರು."

ಅನಂತರ ಹಣ್ಣಿನ ಅಂಗಡಿಯಾತ ಮಾತು ಮುಂದುವರಿಸಿದ :

"ಆಮೇಲೆ ಅವರೆಲ್ಲರೂ ನಮ್ಮಲ್ಲಿ ವ್ಯಾಪಾರ ಆರಂಭಿಸಿದರು. ಸ್ವಲ್ಪ ಸಮಯದ ಬಳಿಕ ಹಳೆ ವಸ್ತುಗಳ ವ್ಯಾಪರಿ, ಚಮ್ಮಾರ ಮತ್ತು ತಿಂಡಿ ಮಾರುವವನು ಬಂದರು."

"ಇದನ್ನು ನೋಡಿ ನಾನೊಂದು ಕಾಫಿ ಹೋಟೆಲ್ ತೆರೆದೆ. ಅವರೆಲ್ಲರೂ ಸಂಜೆ ಕಾಫಿಗೆ ನನ್ನಲ್ಲಿಗೆ ಬರ್ತಾರೆ. ಎಲ್ಲ ನಿಮ್ಮ ದಯೆ," ಹೋಟೆಲ್ ಮಾಲಿಕನೆಂದ.

ಹೃದಯ ಹಿಂಡಿದಂತಾಗಿ ಅವನು ಅವರನ್ನು ನೋಡಿದ.

"ಅವರೆಲ್ಲರೂ ಪೊಲೀಸರೇ ?" ಅವನು ಕೇಳಿದ.

"ಕೆಲವರು ಪೊಲೀಸರು, ಕೆಲವರು ಅಲ್ಲ. ಹತ್ತು ಜನರು ಎಲ್ಲಾದರೂ ಒಂದು ಕಡೆ ಒಟ್ಟಾದರೆ ಐವತ್ತು ಮಂದಿ ಅವರ ಸುತ್ತು ಸೇರ್ತಾರೆ. ನೀವು ಇಲ್ಲಿಂದ ಹೋದರೆ ಪೋಲೀಸರೆಲ್ಲರೂ ನಿಮ್ಮ ಹಿಂದೆ ಹೊರಟುಹೋಗ್ತಾರೆ. ಈ ಸ್ಥಳ ಮೊದಲಿನಂತಾಗ್ತದೆ."

"ನಮಗೆ ಆಗ ಅಧೋಗತಿ," ಕಿರಾಣಿಯವನೆಂದ.

"ಈ ಬಡಪಾಯಿಗಳ ಮೇಲೆ ನೀವು ದಯೆ ತೋರಬೇಕು" ಹಣ್ಣು ಮಾರುವವನು ನುಡಿದ.

"ಅಥವಾ ಹೋಗಲೇಬೇಕು ಅಂತಿದ್ದರೆ ನಾವು ಒಂದಿಷ್ಟು ಬಂಡವಾಳ ಮಾಡಿಕೊಂಡ ಮೇಲೆ ಹೋಗಿ" – ಹೋಟೆಲ್ ಮಾಲಿಕನ ಧ್ವನಿ.

ಆತ ಯೋಚಿಸಿದ. ಎಲ್ಲಿ ಹೋದರೂ ಇದೇ ಸ್ಥಿತಿ.

ಅವನು ಹೇಳಿದ :

"ಸರಿ. ನಾನು ಹೋಗೋದಿಲ್ಲ. ಆದರೆ ನೀವು ತಂದಿರುವ ಇವುಗಳನ್ನು ತೆಗೆದುಕೊಂಡು ಹೋಗಿ."

ಅವನು ಚೀಲಗಳನ್ನೆತ್ತಿ ಕಿರಾಣಿ ಅಂಗಡಿಯವನ ಕೈಯಲ್ಲಿರಿಸಿದ.

ಹೊರಗೆ ಹೋಗುತ್ತಾ ಹಣ್ಣಿನ ವ್ಯಾಪಾರಿ ಕೇಳಿದ :

"ಈ ಶುಭ ಸಮಾಚಾರವನ್ನು ನಾನು ಇತರರಿಗೂ ತಿಳಿಸಬಹುದೇ ?"

"ಓಹೋ, ಧಾರಾಳವಾಗಿ. ನಾನೆಲ್ಲೂ ಹೋಗೋದಿಲ್ಲ. ಆದರೆ ನನಗೆ ನಿಮ್ಮಿಂದ ಏನೆಂದೂ ಬೇಕಾಗಿಲ್ಲ."

"ದೇವರು ನಿಮಗೆ ಒಳ್ಳೇದು ಮಾಡಲಿ," ಹೋಟೆಲ್ ಮಾಲಿಕ ನುಡಿದ.

○ **ಜೆವ್‌ದೆತ್ ಕುದ್ರೆತ್**

ಸತ್ತವನ ಸಮಾರಾಧನೆ

ಜನವರಿ ತಿಂಗಳು ವಾತಾವರಣದ ಬಣ್ಣವನ್ನು ಬದಲಾಯಿಸಿತು. ಬೂದು ಬಣ್ಣದ ಆಕಾಶದ ಕೆಳಗೆ ಜಗತ್ತು ಇನ್ನಷ್ಟು ಗಂಭೀರವಾಯಿತು. ಕೆಲಸಕ್ಕಾಗಿ ಮಾತ್ರ ಜನರು ಹೊರಗೆ ಕಾಲಿಡುತ್ತಿದ್ದರು. ರಸ್ತೆಗಳು, ಅದರಲ್ಲೂ ವಿಶೇಷವಾಗಿ ಹಿಂಭಾಗದ ಓಣಿಗಳು ನಿರ್ಜನವಾಗಿರುತ್ತಿದ್ದವು. ಬೇಸಿಗೆ ಕಾಲದಲ್ಲಿ ಬೀದಿಯ ಮಕ್ಕಳು ಬಂದು ಸೇರುತ್ತಿದ್ದ ಮಸೀದಿಯ ಆವರಣ, ಕಾರಂಜಿ, ಮರಗಳ ಬುಡ ಈಗ ಜನರಹಿತವಾಗಿತ್ತು. ಆದರೆ ಕಾರಂಜಿಗಳು, ಮಾತ್ರ ಸಂಪೂರ್ಣ ನಿರ್ಜವನಾಗಿರಲಿಲ್ಲ. ಪ್ರತಿದಿನವೂ ಯಾರಾದರೂ ಒಬ್ಬರು ಅಲ್ಲಿಗೆ ನೀರು ಒಯ್ಯಲು ಬರುತ್ತಿದ್ದರು.

ಆ ದಿನ ಮಧ್ಯಾಹ್ನ ನೀರು ತರುವುದಕ್ಕೊಂದು ಕಾರಂಜಿಗೆ ಹೋಗಿದ್ದ ಒಬ್ಬ ಹುಡುಗ ತನ್ನ ಬೀದಿಗೆ ಓಡುತ್ತ ಬಂದು ಮೊದಲು ಕಣ್ಣಿಗೆ ಬಿದ್ದವನಲ್ಲಿ ಹೇಳಿದ:

"ದರ್‌ಸುನ್ ಆಗಾ ಸತ್ತನಂತೆ!"

ದರ್‌ಸುನ್ ಆಗಾ ಆ ಓಣಿಯಲ್ಲಿ ಚಿರಪರಿಚಿತ ವ್ಯಕ್ತಿ. ಕಪ್ಪು ದಾಡಿ ಬಿಟ್ಟಿದ್ದ ಅವನಿಗೆ ಪ್ರಾಯ ಐವತ್ತಾಗಿದ್ದರೂ ಗಟ್ಟಿಮುಟ್ಟಾಗಿದ್ದ. ಅವನಿಗೆ ನೀರು ಹೊರುವ ಕೆಲಸ. ಹೆಂಡತಿ ಮತ್ತು ಎರಡು ಮಕ್ಕಳಿರುವ ಅವನ ಕುಟುಂಬ ಬಲು ಕಷ್ಟದಲ್ಲಿ ಜೀವನ ಸಾಗಿಸುತ್ತಿತ್ತು. ಅವನ ಒಟ್ಟು ಆಸ್ತಿ ಎಂದರೆ ಉದ್ದದ ಕೋಲಿನ ಎರಡು ತುದಿಗಳಲ್ಲಿ ತೂಗು ಹಾಕಿದ ನೀರು ತುಂಬುವ ಪಾತ್ರೆಗಳು. ಪ್ರತಿದಿನ ಬೆಳಿಗ್ಗೆ ಕೋಲನ್ನು ಹೆಗಲಿಗೇರಿಸಿ ತನ್ನ ಬೀದಿಯಿಂದಲೇ ಆತ ಕೂಗುವುದಕ್ಕೆ ಆರಂಭಿಸುತ್ತಿದ್ದ:

"ನೀರೂ...ಯಾರಿಗಾದರೂ ನೀರೂ ಬೇಕೇ?"

ಅವನ ತಗ್ಗಿನ, ಆಕರ್ಷಕ ಧ್ವನಿ ಬೀದಿಯ ಕೊನೆಯ ಮನೆಗೂ ಕೇಳಿಸುತ್ತಿತ್ತು. ನೀರು ಬೇಕಾಗಿದ್ದವರು ಒಳಗಿನಿಂದ ಉತ್ತರಿಸುತ್ತಿದ್ದರು–"ದರ್‌ಸುನ್ ಆಗಾ, ಒಂದು ಬಾರಿ ತುಂದುಬಿಡು," ಅಥವಾ "ಎರಡು ಬಾರಿ," ಅಥವಾ "ಮೂರು ಬಾರಿ," 'ಒಂದು ಬಾರಿ,' ಅಂದರೆ ಎರಡು ಪಾತ್ರೆ ತುಂಬು

ನೀರು. ಆಗ ದರ್‌ಸುನ್ ಆಗಾ ಬೆಟ್ಟವನ್ನೇರಿ, ಕಾರಂಜಿಯಿಂದ ನೀರು ತುಂಬಿಕೊಂಡು ಕೇಳಿದವರಿಗೆ ತಂದುಕೊಡುತ್ತಿದ್ದ. ದಿನವಿಡೀ ಆಗಾ ಹೀಗೆ ಹೋಗಿ ಬರುತ್ತಲೇ ಇರುತ್ತಿದ್ದ. ಒಂದು ಬಾರಿ ನೀರು ತಂದುಕೊಟ್ಟರೆ ಅವನಿಗೆ ಮೂರು 'ಕುರುಶ್' ದೊರೆಯುತ್ತಿತ್ತು. ಈ ಸಂಪಾದನೆ ಸೂಜಿಯಿಂದ ಬಾವಿ ತೋಡಿದಂತೆ, ಹನಿ ಹನಿಯಿಂದ ನೀರು ತುಂಬಿದಂತೆ. ಅವನ ಸಂಪಾದನೆಯನ್ನು ಮಾತ್ರ ನಂಬಿದ್ದರೆ ಆ ನಾಲ್ಕು ಹೊಟ್ಟೆಗಳನ್ನು ತುಂಬಲು ಸಾಧ್ಯವಿರುತ್ತಿರಲಿಲ್ಲ. ಅವನ ಹೆಂಡತಿಯೂ ವಾರದಲ್ಲಿ ಮೂರು ನಾಲ್ಕು ಬಾರಿ ಮನೆಗಳಲ್ಲಿ ಬಟ್ಟೆ ಒಗೆಯುವ, ಪಾತ್ರೆ ತೊಳೆಯುವ ಕೆಲಸ ಮಾಡಿ ಪುಡಿಗಾಸು ಸಂಪಾದಿಸುತ್ತಿದ್ದಳು. ಅವಳ ಹೆಸರು ಗುಲ್‌ನಾಜ್. ಅವಳು ತನಗೆ ದೊರೆತ ಈ ಅವಕಾಶದಲ್ಲಿ ಮುಗ್ಧ, ಪಾಪರಹಿತ ವಂಚನೆಯಿಂದ ಅನಗತ್ಯವಾಗಿ ಒಂದೆರಡು ಪಾತ್ರೆ ನೀರು ಖರ್ಚು ಮಾಡಿ ಗಂಡನ ಕೈಗೆ ನಾಲ್ಕು 'ಕುರುಶ್' ಹೆಚ್ಚು ಬರುವಂತೆ ಮಾಡುತ್ತಿದ್ದಳು.

ಈಗ ಇದ್ದಕ್ಕಿದ್ದಂತೆ ಇವೆಲ್ಲವೂ ನಿಂತು ಹೋದವು. ದರ್‌ಸುನ್ ಆಗಾನ ಸಾವಿಗೆ ಕಾರಣವೂ ಬೇಗನೆ ತಿಳಿದುಬಂತು. ಪಾತ್ರೆಗಳಲ್ಲಿ ನೀರು ತುಂಬಿಸಿ ಮೇಲೆದ್ದಾಗ ಹಿಂದಿನ ರಾತ್ರಿ ಗಟ್ಟಿಯಾಗಿ, ತಿಕ್ಕಿದ ಗಾಜಿನಂತೆ ನಯವಾಗಿದ್ದ ಹಿಮದಲ್ಲಿ ಅವನ ಕಾಲು ಜಾರಿತ್ತು. ಆಯ ತಪ್ಪಿ ಆತ ಬಿದ್ದಾಗ ನಲ್ಲಿಯ ಕೆಳಗಿದ್ದ ಕಲ್ಲಿನ ಮರಿಗೆಗೆ ತಲೆ ಬಡಿದಿತ್ತು. ಅವನಿಗೆ ಇಂಥ ಮರಣ ಬರಬಹುದೆಂದು ಯಾರು ತಾನೇ ನಿರೀಕ್ಷಿಸಿದ್ದರು? ಆಗಾನನ್ನು ಕಂಡಾಗ ಕಲ್ಲಿಗಾದರೂ ನೋವಾಗಬಹುದು, ಅವನಿಗಲ್ಲ ಎಂದು ಅನಿಸುತ್ತಿತ್ತು. ಅವನು ಬಿದ್ದು ತಲೆ ಒಡೆದುಕೊಳ್ಳಬಹುದೆಂದು ಯಾರಾದರೂ ಯೋಚಿಸಿದ್ದರೇ? ಎಷ್ಟೇ ಗಟ್ಟಿಮುಟ್ಟಾಗಿ ಮನುಷ್ಯ ಕಾಣಿಸಿದರೂ ಆತ ಸಾಯಬಲ್ಲ; ಈ ರೀತಿ ಇದ್ದಕ್ಕಿದ್ದಂತೆ.

ಗುಲ್‌ನಾಜ್‌ಗೆ ಈ ಸಮಾಚಾರ ತಿಳಿದಾಗ ಅವಳು ಹೆಪ್ಪುಗಟ್ಟಿ ಹೋದಳು. ಅವಳ ಚಿಕ್ಕಪುಟ್ಟ ವಂಚನೆಗಳಿಗೆ ಇದು ಶಿಕ್ಷೆಯಾಗಿದ್ದಿರಬಹುದೇ ? ಇಲ್ಲ, ಇಲ್ಲ, ದೇವರು ಅಷ್ಟೊಂದು ಕಠಿಣ ಹೃದಯಿ ಅಲ್ಲ. ಇದೊಂದು ಅಪಘಾತ ಹೊರತು ಬೇರೇನೂ ಅಲ್ಲ. ಆತ ಬಿದ್ದು ತಲೆ ಒಡೆದು ಸತ್ತು ಹೋದುದನ್ನು ನೋಡಿದವರಿದ್ದಾರೆ. ಯಾರೂ ಈ ರೀತಿ ಬಿದ್ದು ಸಾಯಲು ಸಾಧ್ಯ.

ಹೌದು, ಸಾಧ್ಯ. ಆದರೆ ಅಂಥವರು ತಮ್ಮ ಕುಟುಂಬದ ರಕ್ಷಣೆಗೆ ಏನನ್ನಾದರೂ ಬಿಟ್ಟು ಹೋಗುತ್ತಿದ್ದರು. ದರ್‌ಸುನ್ ಆಗಾ ಮಾತ್ರ ಬಿಟ್ಟು ಹೋಗಿದ್ದ ಒಟ್ಟು ಆಸ್ತಿಯೆಂದರೆ ಒಂದು ಕೋಲು ಮತ್ತು ನೀರು ತರುವ ಎರಡು ಪಾತ್ರೆಗಳು.

ಈಗ ತಾನೇನು ಮಾಡಬೇಕು ? ಗುಲ್‌ನಾಜ್ ಎಷ್ಟು ಯೋಚಿಸಿದರೂ ಯಾವುದೇ ನಿರ್ಧಾರಕ್ಕೆ ಬರಲು ಅವಳಿಂದ ಸಾಧ್ಯವಾಗಲಿಲ್ಲ. ಒಂಬತ್ತು ಮತ್ತು ಆರು ವರ್ಷದ ಇಬ್ಬರು ಮಕ್ಕಳನ್ನು ಸಾಕುವುದು ಸುಲಭದ ಕೆಲಸವೇನಲ್ಲ. ವಾರದಲ್ಲಿ ಎರಡು ಅಥವಾ ಮೂರು ಬಾರಿ ಬಟ್ಟೆ ಒಗೆದು ಎರಡು ಮಕ್ಕಳ ಹೊಟ್ಟೆ ತುಂಬಿಸಲು ಸಾಧ್ಯವೇ ? ತಾನು ಇದುವರೆಗೆ ಮನಬಂದಂತೆ ನೀರನ್ನು ಉಪಯೋಗಿಸಿದ್ದು ಅವಳಿಗೆ ಜ್ಞಾಪಕಕ್ಕೆ ಬಂತು. ನೀರಿನ ಕುರಿತು ತಾನಿನ್ನು ಯೋಚಿಸಲೇಬಾರದು. ಕ್ಷಣಾರ್ಧದಲ್ಲಿ ಎಲ್ಲವೂ ಬದಲಾಗಿತ್ತು. ಈಗ ಹೆಚ್ಚು ಅಥವಾ ಕಮ್ಮಿ ನೀರನ್ನು ಉಪಯೋಗಿಸುವ ಪ್ರಶ್ನೆ ಇರಲಿಲ್ಲ. ಬಟ್ಟೆ ಒಗೆಯುವುದನ್ನು ಬಿಟ್ಟು ಬೇರೇನನ್ನಾದರೂ ತಾನು ಮಾಡುವಂತಿದ್ದರೆ ! ಇದುವರೆಗೆ ಅವಳ ಪ್ರೀತಿಗೆ ಪಾತ್ರವಾಗಿದ್ದ ನೀರು ಈಗ ಒಮ್ಮಿಂದೊಮ್ಮೆಲೆ ದ್ವೇಷಕ್ಕೆ ಸಾಧನವಾಯಿತು. ಅದರ ಹೊಳಪಿನಲ್ಲಿ ವಂಚನೆ ಇದೆ ; ಹರಿದಾಟದಲ್ಲಿ ವೈರವಿದೆ. ಇನ್ನು ಮುಂದೆ ಅದನ್ನು ನೋಡುವುದು ಆಕೆಗೆ ಬೇಡವಾಗಿತ್ತು.

ಮನೆಯಲ್ಲಿ ಒಂದು ಸಾವು ಬಂದಾಗ ಅಡಿಗೆಯ ಬಗ್ಗೆ ಯಾರೂ ಯೋಚಿಸುವುದಿಲ್ಲ. ಮೊಟ್ಟ ಮೊದಲು ಮನೆಯವರು ಮರೆತು ಬಿಡುವುದು ಆಹಾರವನ್ನು. ಹೆಚ್ಚೆಂದರೆ ಈ ಮರೆವು ಮೂವತ್ತಾರು ಅಥವಾ ನಲವತ್ತೆಂಟು ಗಂಟೆಗಳ ಕಾಲ ಇರಬಹುದು. ಆದರೆ ಹೊಟ್ಟೆ ಚುರುಗುಟ್ಟತೊಡಗಿದಾಗ ಯಾರಾದರೊಬ್ಬರು ಹೇಳುತ್ತಾರೆ: "ಬನ್ನಿ ಊಟ ಮಾಡೋಣ." ಹೀಗೆ ಆಹಾರದೊಡನೆ ಅವರು ಮತ್ತೆ ಪೂರ್ವ ಸ್ಥಿತಿಗೆ ಮರಳುತ್ತಾರೆ.

ಶೋಕಾವೃತರಾದ ಕುಟುಂಬದ ಜನರಿಗೆ ನೆರೆಕರೆಯವರು ಒಂದೆರಡು ದಿನಗಳ ಕಾಲ ಆಹಾರವನ್ನು ಕಳುಹಿಸುವುದು ಇಸ್ಲಾಂ ಧರ್ಮದ ಒಂದು ಸಂಪ್ರದಾಯ. ಗುಲ್‌ನಾಜ್ ಮತ್ತವಳ ಮಕ್ಕಳಿಗೆ ಪ್ರಪ್ರಥಮ ಊಟ ತಿರುವಿನಲ್ಲಿದ್ದ ಬಿಳಿ ಮನೆಯಿಂದ ಬಂದಿತು. ಅದರಲ್ಲಿ ರೈಫ್ ಎಫೆಂದಿ ಎನ್ನುವ ವ್ಯಾಪಾರಿ ಇದ್ದ. ದೂರದಿಂದಲೇ ಇದೊಂದು ಸಿರಿವಂತನ ಮನೆ ಎನ್ನುವುದು ಸ್ಪಷ್ಟವಾಗುತ್ತಿತ್ತು. ದರ್‌ಸುನ್ ಆಗಾ ಸತ್ತು ಹೋದಂದು ಮಧ್ಯಾಹ್ನ, ಈ ಮನೆಯ ಕೆಲಸದಾಕೆ, ಕೈಯಲ್ಲಿ ದೊಡ್ಡ ಟ್ರೇಯೊಂದನ್ನು ಹಿಡಿದುಕೊಂಡು ಗುಲ್‌ನಾಜ್‌ಳ ಮನೆಯ ಗಂಟೆ ಬಾರಿಸಿದಳು. ಟ್ರೇಯಲ್ಲಿ ತುಂಬ ಹಲವು ಬಗೆಯ ರುಚಿಕರವಾದ ತಿಂಡಿ ತಿನಿಸುಗಳಿದ್ದವು.

ವಾಸ್ತವದಲ್ಲಿ ಅವರು ಯಾರೂ ಊಟದ ಯೋಚನೆಯನ್ನೇ ಮಾಡಿರಲಿಲ್ಲ. ಆದರೆ ತಟ್ಟೆಯನ್ನು ಮುಚ್ಚಿದ್ದ ಬಟ್ಟೆಯನ್ನು ತೆಗೆದೊಡನೆ ಬಿಗಿದುಕೊಂಡಿದ್ದ ಅವರ ಮೈಮನಗಳು ಸಡಿಲಾದವು. ನಿಶ್ಶಬ್ದವಾಗಿ ಅವರೆಲ್ಲರೂ ಮೇಜಿನ ಸುತ್ತ ಸೇರಿದರು. ಪ್ರಾಯಶಃ ಅಂಥ ಸಿರಿವಂತಿಕೆಯ ಆಹಾರವನ್ನು ಅವರು ಅದುವರೆಗೂ ಕಂಡಿರಲಿಲ್ಲ. ಅಥವಾ ನೋವು ಅದರ ಸಂವೇದನೆಗಳನ್ನು ತೀವ್ರಗೊಳಿಸಿರಬಹುದು. ಅಂತೂ ಆ ತಿಂಡಿ ತಿನಿಸುಗಳು ಅವರಿಗೆ ಅಸಾಧಾರಣ ರುಚಿಕರವಾಗಿ ಕಂಡಿತು. ಮಧ್ಯಾಹ್ನ ಉಂಡು ಮಿಕ್ಕಿದ್ದನ್ನು ತಿಂದು ರಾತ್ರಿಯ ಹಸಿವನ್ನೂ ಅವರು ತಣಿಸಿದರು.

ಮರುದಿನದ ಆಹಾರ ನೆರೆಕರೆಯ ಇನ್ನೊಬ್ಬಾತನಲ್ಲಿಂದ ಬಂತು. ಇದೇ ರೀತಿ ಮೂರು ನಾಲ್ಕು ದಿನಗಳು ಕಳೆದವು. ಸಹಜವಾಗಿ ಇವು ಯಾವುವೂ ಮೊದಲನೆಯ ದಿನ ಬಿಳಿ ಮನೆಯಿಂದ ಬಂದ ತಿಂಡಿ ತಿನಿಸುಗಳಷ್ಟು ರುಚಿಕರವಾಗಿರಲಿಲ್ಲ. ಆದರೆ ಗುಲ್‌ನಾಜ್‌ಳ ಮನೆಯಲ್ಲಿ ಎಂದೂ ಅಂಥ ತಿಂಡಿಗಳನ್ನು ಮಾಡಿರಲಿಲ್ಲ. ಇದು ಹೀಗೆ ಮುಂದುವರಿಯುತ್ತಿದ್ದರೆ ಗುಲ್‌ನಾಜ್ ಮತ್ತವಳ ಮಕ್ಕಳಿಗೆ ದುಃಖವನ್ನು ತಡೆದುಕೊಳ್ಳುವುದು ಕಷ್ಟವಾಗುತ್ತಿರಲಿಲ್ಲ. ಆದರೆ, ನಿಧಾನವಾಗಿ, ತಟ್ಟೆಗಳು ಬರುವುದು ನಿಂತುಹೋದಾಗ, ಇದ್ದಿಲನ್ನು ಕೊಂಡುಕೊಳ್ಳಲು ಸಾಧ್ಯವಾಗದೆ ಹೋದಾಗ, ಅವರಿಗೆ ಬದುಕು ದುರ್ಭರವೆನಿಸಿತು.

ಆಹಾರದ ತಟ್ಟೆ ಬರುವುದು ನಿಂತು ಹೋದ ಮೊದಲನೆಯ ದಿನ ಮಧ್ಯಾಹ್ನದವರೆಗೂ ಅವರ ಆಸೆ ಹಸಿಯಾಗಿಯೇ ಇತ್ತು. ಹೊರಗೆ ಹೆಜ್ಜೆಯ ಸದ್ದಾದಾಗ ತಿಂಡಿ ತುಂಬಿದ ದೊಡ್ಡ ತಟ್ಟೆಯ ನಿರೀಕ್ಷೆಯಲ್ಲಿ ಅವರು ಬಾಗಿಲ ಬಳಿ ಓಡುತ್ತಿದ್ದರು. ಅದರೆ ಹೊರಗೆ ಜನರು ತಮ್ಮ ನಿತ್ಯವ್ಯವಹಾರದಲ್ಲಿ ಮಗ್ನರಾಗಿ ಬಿರಿಗೈಯಲ್ಲಿ ಓಡಾಡುತ್ತಿದ್ದರು. ರಾತ್ರಿಯಾದಾಗ ಇನ್ನು ತಿಂಡಿಯ ತಟ್ಟೆ ಬರುವುದಿಲ್ಲ ಎನ್ನುವುದು ಅವರಿಗೆ ಖಚಿತವಾಯಿತು. ಇನ್ನು ಹಿಂದಿನಂತೆ ತಮ್ಮ ಆಹಾರವನ್ನು ತಾವೇ ಬೇಯಿಸಬೇಕಾಗಿತ್ತು. ಕೆಲವು ದಿನಗಳಿಂದ ರುಚಿಕರವಾದ ಆಹಾರವನ್ನು ಉಂಡು ಅಭ್ಯಾಸವಾಗಿದ್ದ ಅವರಿಗೆ ತಮ್ಮ ಮಾಮೂಲಿ ಆಹಾರವಾದ ಬೇಯಿಸಿದ ಬಟಾಟೆಗೆ ಒಗ್ಗಿಕೊಳ್ಳುವುದು ಕಷ್ಟಕರವಾಗಿ ಕಂಡಿತು. ಆದರೆ ಬೇರೆ ದಾರಿ ಇರದ

ಕಾರಣ ಅವರು ಅದನ್ನೇ ತಿನ್ನಬೇಕಾಗಿತ್ತು. ಮುಂದಿನ ಮೂರು ನಾಲ್ಕು ದಿನ ಮನೆಯಲ್ಲಿ ಬಟಾಟೆ, ಹಿಟ್ಟು, ಬೆಣ್ಣೆ ಇರುವವರೆಗೆ ಅವರಿಗೆ ಹಸಿವಿನ ಅರಿವಾಗಲಿಲ್ಲ. ಅದು ಮುಗಿದ ಮೇಲೆ ಮನೆಯಲ್ಲಿ ಕೈಗೆ ಸಿಕ್ಕಿದ್ದನ್ನು ಅವರು ತಿಂದರು. ಎರಡು ನೀರುಳ್ಳಿ ಗಡ್ಡೆಗಳು, ಒಂದು ಹಿಡಿ ಬೆಳ್ಳುಳ್ಳಿ, ಸ್ವಲ್ಪ ಬೀನ್ಸ್, ಕಪಾಟಿನ ಮೂಲೆಯಲ್ಲಿ ದೊರೆಯಿತು. ಕೊನೆಗೊಂದು ದಿನ ಮಡಿಕೆ, ಕುಡಿಕೆ, ಬುಟ್ಟಿ, ಪೆಟ್ಟಿಗೆ ಎಲ್ಲವೂ ಬರಿದಾದುವು. ಆದಿನ ಅವರು ಮೊದಲಬಾರಿ ಬರಿಹೊಟ್ಟೆಯಲ್ಲಿ ಮಲಗಿ ನಿದ್ದೆ ಹೋದರು.

ಮರುದಿನವೂ ಅದೇ ರೀತಿ ಕಳೆಯಿತು. ಸಂಜೆಯಾದಾಗ ಚಿಕ್ಕ ಹುಡುಗ ಅಳಲಾರಂಭಿಸಿದ : "ಅಮ್ಮಾ ಹೊಟ್ಟೆ ನೋಯುತ್ತಿದೆ."

"ಸ್ವಲ್ಪ ಹೊತ್ತು ತಡೆದುಕೊಳ್ಳಿ ಮಕ್ಕಳೇ, ಏನಾದರೂ ದೊರೀಬಹುದು." ಅವರೆಲ್ಲರಿಗೂ ತಮ್ಮ ಹೊಟ್ಟೆ ಮಗುವಿನ ಮುಷ್ಟಿಯಷ್ಟು ಕಿರಿದಾದಂತೆ ಕಾಣಿಸಿತು. ಎದ್ದು ನಿಂತಾಗ ತಲೆ ಸುತ್ತುತ್ತಿದ್ದ ಕಾರಣ ಅವರು ಮಲಗಿಯೇ ಇದ್ದರು. ಮಲಗಿದರೆ ಕನಸು ಕಟ್ಟಿದ ಅನುಭವ. ಕಣ್ಣೆದುರಿನಲ್ಲಿ ಹಸುರು, ಕೆಂಪು ಬಣ್ಣಗಳು ಮಿಂಚುತ್ತಿದ್ದವು, ಕಿವಿಯೊಳಗೆ ಟೊಳ್ಳು ಪ್ರತಿ ಧ್ವನಿ! ನಿಧಾನವಾಗಿ ತಮ್ಮ ಧ್ವನಿ ಕ್ಷೀಣವಾಗುತ್ತಿರುವುದು ಕಾಣಿಸಿತು ಅವರಿಗೆ.

ಮರುದಿನ ಗುಲ್‌ನಾಜ್‌ಗೆ ಒಂದು ಕನಸು ಬಿತ್ತು. ಬೀದಿಯಲ್ಲಿ ಯಾರೋ ಒಬ್ಬರಿಗೆ ಬಟ್ಟೆ ಒಗೆಯಲು ಜನ ಬೇಕಾಗಿದ್ದಾರೆ. ಬೆಳಿಗ್ಗೆ ತನ್ನಲ್ಲಿಗೆ ಜನ ಬರಬಹುದು. "ಗುಲ್‌ನಾಜ್‌ನ್ನು ಬಟ್ಟೆ ಒಗೆಯಲು ಬರಹೇಳು" ಎಂದು ಸಂದೇಶವನ್ನು ಯಾರಾದರೂ ತರಬಹುದು. ನೀರನ್ನು ಕಣ್ಣೆತ್ತಿ ನೋಡುವುದಿಲ್ಲ ಅಂದುಕೊಂಡಿದ್ದ ಗುಲ್‌ನಾಜ್ ಈಗ ಕರೆಗಾಗಿ ಕಾಯುತ್ತಿದ್ದಾಳೆ. ಆದರೆ ಬೀದಿಯ ಜನರು ಅವಳನ್ನು ಕೆಳಸಕ್ಕೆ ಕರೆಯುವುದು ಸರಿಯಲ್ಲ ಅಂದುಕೊಂಡಿದ್ದರು. ಜನರು ಅನ್ನುತ್ತಿದ್ದರು, "ಪಾಪದ ಹೆಂಗಸು, ದುಃಖದಿಂದ ಅವಳೀಗ ಸೋತು ಹೋಗಿರಬೇಕು. ಇಂಥ ಸಮಯದಲ್ಲಿ ನಾವು ಅವಳನ್ನು ಕೆಲಸಕ್ಕೆ ಕರೀಬಾರದು."

ಆ ದಿನ ಬೆಳಿಗ್ಗೆ ಮನೆಯಲ್ಲಿ ಯಾರೂ ಎದ್ದು ಕೂರಲು ಯತ್ನಿಸಲಿಲ್ಲ. ಅವರೆಲ್ಲರೂ ಆಹಾರದ ಕನಸು ಕಾಣುತ್ತಿದ್ದರು. ಚಿಕ್ಕ ಹುಡುಗ ಆಗಾಗ ವಟಗುಟ್ಟುತ್ತಿದ್ದ: "ನನಗೆ ಬ್ರೆಡ್ ಕಾಣಿಸ್ತಾ ಇದೆ. ಅಮ್ಮಾ ನೋಡು, (ಅವನು ಕೈ ಅದನ್ನು ಹಿಡಿಯಲು ಮೇಲೇರುತ್ತಿದೆ) ಅದೆಷ್ಟು ದಪ್ಪಗಿದೆ! ಎಷ್ಟು ಮೆತ್ತಗಿದೆ! ಎಂಥ ಪರಿಮಳ...."

ದೊಡ್ಡ ಹುಡುಗನಿಗೆ ಸಿಹಿ ತಿಂಡಿಗಳ ಕನಸು ಕಾಣಿಸುತ್ತಿತ್ತು. ಟ್ರೇಯಲ್ಲಿ ಬಂದಾಗ ಅದರ ರುಚಿಯನ್ನು ನಿಧಾನವಾಗಿ ಸವಿಯದ ತಾನೆಂಥ ಹೆಡ್ಡ! ತನ್ನ ಪಾಲನ್ನು ಒಂದೇ ಬಾರಿಗೆ ಮೂರ್ಖನಂತೆ ತಿಂದು ಮುಗಿಸಿದ್ದ! ಇನ್ನೊಮ್ಮೆ ಅದು ತನಗೆ ದೊರೆತರೆ ಏನು ಮಾಡಬೇಕು ಎಂದು ಅವನಿಗೆ ತಿಳಿದಿತ್ತು. ಒಂದೊಂದು ತುತ್ತನ್ನೂ ಜಗಿದು, ಜಗಿದು, ರುಚಿಯನ್ನು ಹೀರಿ ಹೀರಿ ತಿನ್ನುತ್ತಿದ್ದ.

ಗುಲ್‌ನಾಜ್ ಮಲಗಿದಲ್ಲಿಂದಲೇ ಮಕ್ಕಳ ಮಾತುಗಳನ್ನು ಕೇಳುತ್ತ ಉಕ್ಕಿ ಬರುತ್ತಿದ್ದ ಅಳುವನ್ನು ತಡೆದುಕೊಂಡಳು. ಮುಚ್ಚಿದ ರೆಪ್ಪೆಗಳೆಡೆಯಿಂದ ಕಣ್ಣೀರು ಹರಿದು ಗಲ್ಲವನ್ನು ಒದ್ದೆ ಮಾಡಿತು. ಹೊರಗೆ ಬದುಕು ಎಂದಿನಂತೆ ಸಾಗುತ್ತಿತ್ತು. ಕಿವಿಗೊಟ್ಟು ಕೇಳುವುದರಿಂದ ಹೊರಗೆ ನಡೆಯುವುದೆಲ್ಲವೂ ಅವಳಿಗೆ ತಿಳಿಯುತ್ತಿತ್ತು. ಈ ಬೀದಿಯಲ್ಲಿ ತಾನು ಬಾಳಿದ್ದ ಹಲವು ವರ್ಷಗಳ ಬದುಕು ಅಲ್ಲಿ ಯಥಾಸ್ಥಿತಿಯಲ್ಲಿ ಸಾಗುತ್ತಿತ್ತು.

ಬಾಗಿಲೊಂದು ಮುಚ್ಚಿಕೊಂಡಿತು. ಪಕ್ಕದ ಮನೆಯ ಹುಡುಗ ಜೆವಾತ್, ಶಾಲೆಗೆ

ಹೋಗುತ್ತಿದ್ದಾನೆ. ಅವನು ಯಾವಾಗಲೂ ಬಾಗಿಲನ್ನು ಜೋರಾಗಿ ಎಳೆಯುತ್ತಾನೆ. ದೊಡ್ಡ ಹುಡುಗ ಸುಲೇಮಾನ್ ಆಗಿದ್ದರೆ ಬಾಗಿಲನ್ನು ಮೆತ್ತಗೆ ಮುಚ್ಚುತ್ತಿದ್ದ. ಅಣ್ಣ ತಮ್ಮಂದಿರ ಸ್ವಭಾವದಲ್ಲಿ ಅದೆಷ್ಟು ವ್ಯತ್ಯಾಸ! ಈಗ ಆ ವಾತ ಹಿಡಿದ ಮುದುಕಿ ಕಾಲೆಳೆಗುಕೊಂಡು ಹೋಗುತ್ತಿದ್ದಾಳೆ. ಇದು ಹಡಗಿನಲ್ಲಿ ಕೆಲಸಕ್ಕಿರುವ ಹುಡುಗ, ಸಾಲಿಯ ತಾಯಿ. ಅವಳು ಮಾರ್ಕೆಟಿಗೆ ಹೋಗುತ್ತಿದ್ದಾಳೆ. ಇನ್ನಷ್ಟು ಹೆಜ್ಜೆಯ ಸದ್ದು. ಇದು ಬೀದಿ ಕೊನೆಯ ಕೆಂಪು ಮನೆಯಲ್ಲಿರುವ ಕ್ಷೌರಿಕ ತಹಸಿನ್ ಎಫೆಂದಿ. ಅವನು ಪ್ರತಿದಿನವೂ ಇದೇ ಹೊತ್ತಿನಲ್ಲಿ ಮುಖ್ಯ ರಸ್ತೆಯಲ್ಲಿರುವ ತನ್ನ ಅಂಗಡಿಯ ಬಾಗಿಲು ತೆರೆಯಲು ಹೋಗುತ್ತಾನೆ. ಮುಂದಿನವನು ಹಸನ್ ಬೇ, ಇದ್ರಿಸ್ ಆಗಾನ ಮೊಮ್ಮಗ. ಆತ ಇಲೆಕ್ಟ್ರಿಕ್ ಕಂಪೆನಿಯೊಂದರಲ್ಲಿ ಗುಮಾಸ್ತನಾಗಿದ್ದಾನೆ. ಕಲಿತ ಹುಡುಗಿಯೊಬ್ಬಳು ಸಿಕ್ಕಿದರೆ ಮದುವೆಯಾಗಿ ಆತ ಈ ಬೀದಿಯಿಂದ ಹೊರಟು ಹೋಗುವವನಿದ್ದಾನೆ. ಇದೀಗ ಶಾಲಾ ಉಪಾಧ್ಯಾಯಿನಿ ನೂರಿಯೆ ಹನಿಮ್. ಆಮೇಲೆ ಚಪ್ಪಲಿ ಮಾಡುವ ಫೈಜುಲ್ಲ ಎಫೆಂದಿ. ಮತ್ತೆ ತೆರಿಗೆ ವಸೂಲು ಮಾಡುವ ಜೆಮಿಲ್ ಬೇ. ಈಗ ಬ್ರೆಡ್ ಮಾರುವವನು ಬರುತ್ತಿದ್ದಾನೆ. ಅವನು ಯಾವಾಗಲೂ ರಿಫ್‌ಕಿ ಬೇಯ ಮನೆಯ ಎದುರು ನಿಂತು ಹೋಗುತ್ತಾನೆ, ಅವನು ಪ್ರತಿದಿನವೂ ಇದೇ ಸಮಯಕ್ಕೆ ಬರುತ್ತಾನೆ. ಅವನ ಕುದುರೆಯ ಎರಡು ಬದಿಗಳಲ್ಲೂ ಕಟ್ಟಿದ್ದ ಬುಟ್ಟಿಗಳಲ್ಲಿ ಬ್ರೆಡ್ ತುಂಬಿರುತ್ತದೆ. ದೂರದಿಂದಲೇ ಬುಟ್ಟಿಗಳ ಚಿರಿಮಿರಿ ಸದ್ದು ಕೇಳಿಸುತ್ತದೆ.

ಮೊದಲು ಇದನ್ನು ಕೇಳಿಸಿಕೊಂಡ ದೊಡ್ಡ ಹುಡುಗ ತಮ್ಮನನ್ನು ನೋಡಿದ. ಈಗ ಚಿಕ್ಕವನಿಗೂ ಆ ಸದ್ದು ಕೇಳಿಸಿತು. ಆತ ಗೊಣಗುಟ್ಟಿದ: “ಬ್ರೆಡ್ಡು, ಬ್ರೆಡ್ಡು.” ಸದ್ದು ಇನ್ನಷ್ಟು ಸಮೀಪಕ್ಕೆ ಬಂತು. ಮೆಲ್ಲನೆ ಎದ್ದು ನಿಂತ ಗುಲ್‌ನಾಜ್ ಥಂಡಿಯಲ್ಲಿ ಹೊರಗೆ ಹೋಗುವುದಕ್ಕಾಗಿ ಶಾಲನ್ನು ಹೊದ್ದುಕೊಂಡಳು. ಎರಡು ತುಂಡು ಬ್ರೆಡ್ಡನ್ನು ಸಾಲವಾಗಿ ಪಡೆಯಲು ಅವಳು ನಿರ್ಧರಿಸಿದಳು. ಬಟ್ಟೆ ಒಗೆದು ಕೈಗೆ ಬಂದ ಹಣದಿಂದ ಸಾಲ ತೀರಿಸಬಹುದು. ಅಗಳಿಯ ಮೇಲೆ ಕೈ ಇರಿಸಿ ಬಾಗಿಲ ಬಳಿ ಒಂದು ಕ್ಷಣ ಅವಳು ತಡೆದಳು. ಅವಳ ಎಲ್ಲಾ ಗಮನ ಕೇಳುವುದರಲ್ಲಿ ಕೇಂದ್ರೀಕೃತವಾಗಿತ್ತು. ಹತ್ತಿರ ಹತ್ತಿರಕ್ಕೆ ಬರುತ್ತಿದ್ದ ಕುದುರೆಯ ಗೊರಸಿನ ಸಪ್ಪಳ ಅವಳ ಧೈರ್ಯವನ್ನು ನುಚ್ಚುನೂರು ಮಾಡುತ್ತಿತ್ತು. ಕೊನೆಗೆ ಸದ್ದು ಕೆಲವೇ ಹೆಜ್ಜೆಗಳಷ್ಟು ದೂರವಿದ್ದಾಗ ಅವಳು ಬಾಗಿಲನ್ನು ತೆರೆದಳು. ತನ್ನ ಮನೆಯೆದುರು ಹಾದುಹೋಗುತ್ತಿದ್ದ ಆ ಅದೃಷ್ಟವನ್ನು ಆಕೆ ಕಣ್ಣಗಲಿಸಿ ನೋಡಿದಳು. ಚೌಕಾಕೃತಿಯ ಆ ಬುಟ್ಟಿ ಬಿಳಿ ಕುದುರೆಯ ಪಕ್ಕವನ್ನು ಮುಚ್ಚುವಷ್ಟು ದೊಡ್ಡದಾಗಿತ್ತು; ನೆಲಕ್ಕೆ ತಾಗುವಷ್ಟು ಆಳವಾಗಿತ್ತು. ಎರಡು ಬುಟ್ಟಿಗಳೂ ತುಂಬಿಕೊಂಡಿದ್ದವು. ಶುಭ್ರವಾದ ಬಿಳಿ ಹಿಟ್ಟಿನಿಂದ ಮಾಡಿದ ಬ್ರೆಡ್ಡು ತುಂಡುಗಳು ಹೊಚ್ಚ ಹೊಸದಾಗಿ ಕಾಣಿಸುತ್ತಿದ್ದುವು. ಅದನ್ನು ಮುಟ್ಟುವುದೇ ಎಂಥ ಆನಂದ! ಅದರ ಮಿದು ಮೈಯಲ್ಲಿ ಬೆರಳುಗಳು ಹೂತೇ ಹೋಗಬಹುದು. ಮೂಗನ್ನು ತುಂಬಿದ ಪರಿಮಳ ಗಂಟಲಿಗೆ ಇಳಿಯುತ್ತದೆ. ಗುಲ್‌ನಾಜ್ ಉಗುಳು ನುಂಗಿದಳು. ಅವಳು ಮಾತನಾಡಲು ಬಾಯಿ ತೆರೆಯುವಷ್ಟರಲ್ಲಿ ಬ್ರೆಡ್ಡು ವ್ಯಾಪಾರಿ “ಹೋಯ್ ಹೋಯ್” ಎಂದು ಗಟ್ಟಿಯಾಗಿ ಕೂಗಿ, ಬೇಗ ಸಾಗುವಂತೆ ಕುದುರೆಯ ಪಕ್ಕೆಗಳನ್ನು ತನ್ನ ಪಾದಗಳಿಂದ ತಿವಿದ. ಧೈರ್ಯ ಸೋರಿಹೋದ ಗುಲ್‌ನಾಜ್ ನಿಂತಲ್ಲೆ ಹೆಪ್ಪುಗಟ್ಟಿದವಳಂತೆ ಮನೆಯ ಹೊರಗಂಬವನ್ನು ಒರಸುತ್ತಿದ್ದ ಬುಟ್ಟಿಗಳನ್ನೇ ದಿಟ್ಟಿಸಿ ನೋಡಿದಳು. ಪರಮಾತ್ಮನ ಅನುಗ್ರಹವಾದ ಆಹಾರ ಅವಳ ಮನೆ ಎದುರು ಹಾದು

ಹೋಗುತ್ತಿದೆ. ಆದರೆ ಅವಳು ಕೈಚಾಚಿ ಅದನ್ನು ತೆಗೆದುಕೊಳ್ಳುವಂತಿಲ್ಲ. ಕುದುರೆ ತನ್ನ ಬಿಳಿ ಬಾಲವನ್ನು ಕರವಸ್ತ್ರದಂತೆ ಬೀಸುತ್ತಾ ಹೊರಟು ಹೋಯಿತು. "ವಿದಾಯದ ವಂದನೆ ಗುಲ್‌ನಾಜ್, ವಿದಾಯದ ವಂದನೆ."

ಬಾಗಿಲನ್ನು ಮುಚ್ಚಿ ಅವಳು ಕೋಣೆಗೆ ಹಿಂದಿರುಗಿದಳು. ನಿರೀಕ್ಷೆಯ ಜ್ವರದಿಂದ ಸುಡುತ್ತಿದ್ದ ಮಕ್ಕಳ ಕಣ್ಣುಗಳನ್ನು ಎದುರಿಸುವ ಧೈರ್ಯ ಅವಳಿಗೆ ಇರಲಿಲ್ಲ. ತನ್ನ ಬರಿಗೈಯನ್ನು ಅಡಗಿಸುವುದಕ್ಕೂ ಅವಳಿಗೆ ಸ್ಥಳ ಇರಲಿಲ್ಲ. ಇದ್ದಕ್ಕಿದ್ದಂತೆ ತನಗೆ ಕೈಗಳು ಇರುವುದಕ್ಕಾಗಿ ಅವಳು ನಾಚಿಕೊಂಡಳು. ಯಾರೊಬ್ಬರೂ ಚಕಾರವೆತ್ತಲಿಲ್ಲ. ಹುಡುಗರು ಸುಮ್ಮನೆ ಮುಖ ತಿರುಗಿಸಿದರು. ತಮ್ಮ ತಾಯಿಯ ಬರಿಗೈಯನ್ನು ನೋಡಲಾರದೆ ಕಣ್ಣು ಮುಚ್ಚಿಕೊಂಡರು. ಗುಲ್‌ನಾಜ್ ಕೋಣೆಯ ಮೂಲೆಯೊಂದಕ್ಕೆ ಹೋಗಿ ಮೈಯ ಸುತ್ತೂ ಕೈಬಿಗಿದುಕೊಂಡು ಕತ್ತಲೆಯಲ್ಲಿ ಕರಗಬಯಸುವವಳಂತೆ ಕುಳಿತುಕೊಂಡಳು. ಚಿಂದಿ ಬಟ್ಟೆಯ ಒಂದು ಮೂಟೆಯಂತೆ ಅವಳು ಕಾಣಿಸುತ್ತಿದ್ದಳು. ಕೋಣೆಯ ವಾತಾವರಣ ಇನ್ನಷ್ಟು ಬಿಗುವಾಯಿತು, ಮೌನ ಬೆಳೆಯಿತು. ಅರ್ಧ ತಾಸು ಯಾರೊಬ್ಬರೂ ಮಿಸುಕಾಡಲಿಲ್ಲ. ಕೊನೆಯಲ್ಲಿ ಮೌನ ಮುರಿದವನು ಚಿಕ್ಕ ಹುಡುಗ. ತನ್ನ ಹಾಸಿಗೆಯಿಂದಲೇ ಅವನು ಕೂಗಿದ:

"ಅಮ್ಮಾ!, ಅಮ್ಮಾ!"

"ಏನು ಮಗು ?"

"ನಾನಿನ್ನು ತಡೆಯಲಾರೆ. ನನ್ನೊಳಗೆ ಏನೇನೋ ಆಗ್ತಿದೆ."

"ಅಯ್ಯೋ ಮಗು, ನನ್ನ ಪುಟ್ಟ ಮಗನೇ..."

"ಇಲ್ಲಿ, ನನ್ನ ಹೊಟ್ಟೆಯಲ್ಲಿ, ಏನೋ ಓಡಾಡ್ತಿದೆ."

"ಅದು ಹಸಿವೆ ಮಗು. ನನಗೂ ಹಾಗೇನೇ ಆಗ್ತಿದೆ. ಅದೇನೂ ದೊಡ್ಡದಲ್ಲ ಬಿಡು."

"ನಾನು ಸಾಯುತ್ತಿದ್ದೇನೆ. ನಾನು ಸಾಯುತ್ತಿದ್ದೇನೆ..."

ದೊಡ್ಡ ಹುಡುಗ ಕಣ್ಣು ತೆರೆದು ತಮ್ಮನನ್ನು ನೋಡಿದ. ಗುಲ್‌ನಾಜ್ ಅವರಿಬ್ಬರನ್ನೂ ನೋಡಿದಳು; ಚಿಕ್ಕ ಹುಡುಗ ಸುಮ್ಮನಾದ. ಅವನ ಕಣ್ಣುಗಳು ಮಸುಕಾಗಿ ತುಟಿಗಳು ಒಣಗಿ, ಬಿರಿದು, ಗಲ್ಲಗಳು ಗುಳಿ ಬಿದ್ದಿದ್ದವು. ನೆತ್ತರಿಲ್ಲದ ಅವನ ಚರ್ಮ ಬಿಳಿಚಿಕೊಂಡಿತ್ತು. ಕೊನೆಗೆ ಗುಲ್‌ನಾಜ್ ದೊಡ್ಡ ಹುಡುಗನನ್ನು ಹತ್ತಿರಕ್ಕೆ ಕರೆದಳು. ಅವರಿಬ್ಬರು ಕೋಣೆಯಿಂದ ಹೊರಗೆ ಹೋದರು. ಮೊಗಸಾಲೆಯಲ್ಲಿ ಅವಳು ಮೆಲ್ಲನೆ ಪಿಸುಗುಟ್ಟಿದಳು:

"ನಾವೀಗ ಕಿರಾಣಿ ಅಂಗಡಿಯ ಬೋದೋಸ್‌ನ ಬಳಿ ಹೋಗಬೇಕು. ಬೇರೆ ದಾರಿಯೇ ಇಲ್ಲ. ಹೋಗಿ ಸ್ವಲ್ಪ ಅಕ್ಕಿ, ಹಿಟ್ಟು, ಬಟಾಟೆಯನ್ನು ಕೇಳಿ ತಾ. ಒಂದೆರಡು ದಿನಗಳಲ್ಲಿ ಹಣ ಕೊಡ್ತೇವೆ ಅಂತ ಹೇಳು."

ಹುಡುಗನ ಹಳೆಯ ಕೋಟು ಹೊರಗಿನ ಚಳಿಯನ್ನು ತಡೆಯುವಷ್ಟು ದಪ್ಪಗಿರಲಿಲ್ಲ. ಅವನ ಕಾಲುಗಳು ಬಲಗುಂದಿದ್ದವು. ಗೋಡೆಯ ಆಸರೆ ಪಡೆದು ಆತ ಮೆಲ್ಲನೆ ನಡೆದ. ಕೊನೆಗೆ ಬೆಟ್ಟದ ಮೇಲೆದ್ದ ಅಂಗಡಿಯನ್ನು ತಲಪಿದ ಅವನು, ದೊಡ್ಡ ಅಗ್ಗಿಷ್ಟಿಕೆಯಿಂದಾಗಿ ಬೆಚ್ಚಗಿದ್ದ ಕೋಣೆಯೊಳಗೆ ನಡೆದ. ಮಾಲಿಕನೊಂದಿಗೆ ಗುಟ್ಟಾಗಿ ಮಾತನಾಡಲು ಮತ್ತು ಆದಷ್ಟು ಹೆಚ್ಚು ಹೊತ್ತು ಬೆಂಕಿಯ ಸುಖವನ್ನು ಪಡೆಯಲು ಅಥ ಇತರ ಗಿರಾಕಿಗಳು ಹೊರಟು ಹೋಗುವುದನ್ನು ಕಾಯುತ್ತಾ ಕುಳಿತ. ಎಲ್ಲರೂ ಹೊರಟು ಹೋದ ಮೇಲೆ ಒಂದು ಪೌಂಡ್ ಅಕ್ಕಿ, ಒಂದು ಪೌಂಡ್ ಹಿಟ್ಟು ಮತ್ತು ಒಂದು ಪೌಂಡ್ ಬಟಾಟೆ

ಕಟ್ಟಿಕೊಡಲು ಹೇಳಿ ದುಡ್ಡು ತೆಗೆಯುವವನಂತೆ ಜೇಬಿಗೆ ಕೈ ಇಳಿಸಿದ. ಬಳಿಕ ದುಡ್ಡನ್ನು ಮನೆಯಲ್ಲಿ ಮರೆತು ಬಂದವನಂತೆ ಮುಖಮಾಡಿ ಹೇಳಿದ :

"ಓ ದುಡ್ಡು ಮನೆಯಲ್ಲೇ ಉಳಿದುಬಿಟ್ತು! ಛೆ ಈ ಚಳಿಯಲ್ಲಿ ಮತ್ತೆ ಮನೆಯವರೆಗೆ ನಡೆಯೋದು ಯಾರು? ದಯವಿಟ್ಟು ಲೆಕ್ಕದಲ್ಲಿ ಬರೆದುಕೊಳ್ಳಿ. ನಾಳೆ ಬಂದಾಗ ಹಣ ಕೊಡ್ತೇನೆ."

ಬೋದೋಸ್ ಇಂಥ ಆಟಗಳನ್ನು ಎಷ್ಟೋ ನೋಡಿದ್ದ. ತನ್ನ ಕನ್ನಡಕದ ಮೇಲಿಂದ ಇಣುಕುತ್ತಾ ಅವನೆಂದ :

"ನೀನು ಯಾಕಿಷ್ಟು ಬಡಕಲಾಗಿದ್ದಿಯಾ? ಮನೆಯಲ್ಲಿ ಹಣ ಇರುವವರು ಯಾರೂ ಇಷ್ಟೊಂದು ತೆಳುವಾಗಿರೋದಿಲ್ಲ."

ಆತ ಕಟ್ಟುಗಳನ್ನು ಬದಿಯಲ್ಲಿ ಇರಿಸಿ ಹೇಳಿದ :

"ಮೊದಲು ಹೋಗಿ ಹಣ ತಾ. ಆಮೇಲೆ ಇದನ್ನ ತೆಗೆದುಕೊಂಡು ಹೋಗಬಹುದು."

ಹುಡುಗ ನಾಚಿಕೆಯಿಂದ ತಲೆ ತಗ್ಗಿಸಿದ. "ಸರಿ, ನಾನು ಈಗಲೇ ತರ್ತೇನೆ," ಎಂದು ಹೊರಗೆ ನಡೆದ.

ಹುಡುಗ ಹೊರಟು ಹೋದ ಮೇಲೆ ಬೋದೋಸ್ ಆಗಾ ತನ್ನ ಹೆಂಡತಿಯತ್ತ ತಿರುಗಿ ಹೇಳಿದ, "ಪಾಪದ ಹುಡುಗರು, ನನಗೆ ಅವರನ್ನು ಕಂಡಾಗ ದುಃಖವಾಗ್ತದೆ. ಇನ್ನು ಅವರು ಹೇಗೆ ಜೀವಿಸಬಹುದು ಅಂತ ನನಗೆ ಹೊಳೆಯೋದಿಲ್ಲ."

ಅವನ ಹೆಂಡತಿ ತಲೆ ಆಡಿಸಿದಳು. "ಹೌದು, ಹೌದು ನನಗೂ ತುಂಬ ದುಃಖವಾಗ್ತದೆ. ಪಾಪದ ಜನರು."

ಹುಡುಗ ಮಾರ್ಗದಲ್ಲಿ ಚಳಿಯಲ್ಲಿ ಗಡಗುಟ್ಟಿ ನಡುಗುತ್ತಿದ್ದ. ಬೀದಿಯ ತಿರುವಿನ ಬಿಳಿ ಮನೆಯಿಂದ ಹೊಗೆ ಮೇಲಕ್ಕೆ ಹೋಗುತ್ತಿತ್ತು. ಆಹಾ, ಆ ಮನೆಯಲ್ಲಿ ಇರುವವರು ಎಷ್ಟು ಭಾಗ್ಯವಂತರು! ಅವನಲ್ಲಿ ಒಂದಿಷ್ಟೂ ಮತ್ಸರವಿರಲಿಲ್ಲ. ತಮಗೆ ಅತ್ಯಂತ ರುಚಿಕರವಾದ ತಿಂಡಿತಿನಿಸುಗಳನ್ನು ಕಳುಹಿಸಿಕೊಟ್ಟಿದ್ದ ಅವರನ್ನು ಕುರಿತು ಮೆಚ್ಚುಗೆ ಮಾತ್ರ ತುಂಬಿಕೊಂಡಿತ್ತು ಅವನ ಹೃದಯದಲ್ಲಿ.

ಚಳಿಯಿಂದ ಹಲ್ಲುಗಳು ಕಡಿಯುತ್ತಿದ್ದಂತೆ ಹುಡುಗ ತನ್ನ ಮನೆಯತ್ತ ನಡೆದ. ಮನೆ ಹೊಕ್ಕ ಅವನು ತಾಯೊಡನೆ ತಮ್ಮನೊಡನೆ ಏನೂ ಹೇಳಲಿಲ್ಲ. ಹೇಳಬೇಕಾದ್ದನ್ನೆಲ್ಲ ಅವನ ಬರಿಗೈ ಹೇಳುತ್ತಿತ್ತು.

ಅವರ ಪ್ರಶ್ನಾರ್ಥಕ ಕಣ್ಣುಗಳ ಮುಂದೆ ಅವನು ಕೋಟು ಕಳಚಿ ಹಾಸಿಗೆ ಸೇರಿದ. ಇನ್ನೂ ತುಸು ಬೆಚ್ಚಗಿದ್ದ ಹಾಸಿಗೆಯಲ್ಲಿ ನಡುಗುತ್ತಾ ಮಲಗಿದ ಅವನು ಹೊದಿಕೆ ಎಳೆದುಕೊಂಡು ಹೇಳಿದ : "ನನಗೆ ಚಳಿಯಾಗ್ತಿದೆ, ನನಗೆ ಚಳಿಯಾಗ್ತಿದೆ." ನಡುಗುತ್ತಿದ್ದ ಅವನ ದೇಹದ ಮೇಲಣ ಆ ಹೊದಿಕೆ ಒಂದೇ ಸಮನೆ ಏರಿಳಿಯುತ್ತಿತ್ತು.

ಗುಲ್‌ನಾಜ್ ಮನೆಯಲ್ಲಿ ಇದ್ದ ಬಿದ್ದ ಬಟ್ಟೆಯನ್ನೆಲ್ಲಾ ತಂದು ಹುಡುಗನಿಗೆ ಹೊದಿಸಿ, ಕಂಪಿಸುತ್ತಿದ್ದ ಅವನ ದೇಹದ ಮೇಲೆ ಏರುತ್ತ ಇಳಿಯುತ್ತ ಇದ್ದ ಆ ಮೂಟೆಯನ್ನು ಭಯಭರಿತ ಕಣ್ಣುಗಳಿಂದ ದಿಟ್ಟಿಸುತ್ತ ಕೂತಳು. ಅವನ ನಡುಕ ಮತ್ತೂ ಒಂದು ಗಂಟೆ ಕಾಲ ಮುಂದುವರಿಯಿತು. ಆಮೇಲೆ ಬೆಂಕಿಯಂತೆ ಸುಡುವ ಜ್ವರ. ಹುಡುಗ ಕಣ್ಣುಗಳನ್ನು ತೆರೆದು ಶೂನ್ಯ ದೃಷ್ಟಿಯಿಂದ ನೋಡುತ್ತ ಅಂಗಾತ ಬಿದ್ದುಕೊಂಡಿದ್ದ. ಗುಲ್‌ನಾಜ್ ಹೊದಿಕೆ ಸರಿಸಿ

ಅವನ ಸುಡುವ ತಲೆಯನ್ನು ತನ್ನ ತಣ್ಣಗಿನ ಕೈಯಿಂದ ತಂಪಾಗಿರಿಸಲು ಯತ್ನಿಸಿದಳು.

ಗುಲ್‌ನಾಜ್ ಸಂಜೆಯವರೆಗೂ ಮನೆಯೊಳಗೆ ಸುತ್ತಾಡುತ್ತಲೇ ಇದ್ದಳು. ಅವಳಿಗೆ ಏನು ಮಾಡಬೇಕೆಂದು ತಿಳಿಯಲಿಲ್ಲ. ಯೋಚಿಸುವುದೂ ಅವಳಿಂದ ಸಾಧ್ಯವಾಗಲಿಲ್ಲ. ಮಂಜಾದ ಕಣ್ಣುಗಳಿಂದ ಅವಳು ಗೋಡೆ, ಸೂರು, ಮೇಜು, ಕುರ್ಚಿಗಳನ್ನು ನೋಡುತ್ತ ಕೋಣೆಯ ಒಳಗೆ ಹೊರಗೆ ಓಡಾಡಿದಳು. ಥಟ್ಟನೆ ತನ್ನ ಹಸಿವು ಮಾಯವಾಗಿರುವುದು ಅವಳಿಗೆ ಅರಿವಾಯಿತು. ಅತೀ ಉಷ್ಣ ಅಥವಾ ಅತೀ ಚಳಿಯಿಂದ ಸಂವೇದನೆಯನ್ನು ಕಳೆದುಕೊಂಡ ಅನುಭವ. ಹಸಿವಿನಿಂದ ನರಗಳ ತುದಿ, ಬದಿ ಒರಟಾಗಿರಬೇಕು.

ಸೂರ್ಯಾಸ್ತಮವಾಯಿತು. ಹುಡುಗನ ಮೈಯಿಂದ ತೆಗೆದು ರಾಶಿ ಹಾಕಿದ್ದ ಬಟೆಗಳು ಈಗ ಒಂದು ಕಪ್ಪು ಮೂಟೆ. ಅವುಗಳನ್ನು ನೋಡುತ್ತಲೇ ಅವಳಿಗೆ ಒಂದು ಯೋಚನೆ ಹೊಳೆಯಿತು. ಇವುಗಳನ್ನು ಪಡೆದುಕೊಂಡು ಯಾರಾದರು ಹಣ ಕೊಡಬಹುದೆ? ದೊಡ್ಡ ಬಜಾರಿನಲ್ಲಿ ಇಂಥ ವಸ್ತುಗಳನ್ನು ಕೊಳ್ಳುವ ಅಂಗಡಿ ಇರುವ ವಿಚಾರವನ್ನು ನೆರೆಕರೆಯವರು ಹೇಳುತ್ತಿದ್ದುದು ಅವಳಿಗೆ ನೆನಪಾಯಿತು. ಆದರೆ ಈಗ ಅದು ಮುಚ್ಚುವ ಹೊತ್ತಾಯಿತು. ಬೆಳಗಿನವರೆಗೂ ಅವಳು ಕಾಯುವುದು ಅನಿವಾರ್ಯವಾಗಿತ್ತು.

ಪರಿಹಾರವೊಂದನ್ನು ಕಂಡುಹಿಡಿದ ಸಮಾಧಾನದೊಂದಿಗೆ ಅವಳು ತಿರುಗಾಡುವುದನ್ನು ನಿಲ್ಲಿಸಿ ಮಗನ ಹಾಸಿಗೆಯ ಬಳಿ ಕುಳಿತಳು. ಹುಡುಗನ ಜ್ವರ ಏರುತ್ತಿತ್ತು. ಗುಲ್‌ನಾಜ್ ನಿಶ್ಚಲಳಾಗಿ ಕುಳಿತಳು. ಹಸಿವಿನಿಂದ ಚಿಕ್ಕ ಹುಡುಗನಿಗೆ ನಿದ್ದೆ ಬಂದಿರಲಿಲ್ಲ. ಅವನು ಕಣ್ಣು ತೆರೆದು ಎಲ್ಲವನ್ನೂ ಗಮನಿಸುತ್ತಿದ್ದ. ಹಿರಿಯವನು ಜ್ವರದಿಂದ ನರಳುತ್ತಾ ಹಾಸಿಗೆಯಲ್ಲಿ ಹೊರಳುತ್ತಿದ್ದ. ಅವನ ಮೈ ಸುಡುತ್ತಿತ್ತು. ಭ್ರಾಂತನಂತೆ ಆತ ಏನೇನೊ ಬಡಬಡಿಸುತ್ತಿದ್ದ. ಒಂದೇ ಕಡೆಯಲ್ಲಿ ನಾಟಿದ್ದ ಕಣ್ಣುಗಳು ಗಾಜಿನಂತೆ ಮಂಕಾಗಿದ್ದವು, ಚಿಕ್ಕ ಹುಡುಗ ತಾನು ಮಲಗಿದ್ದಲ್ಲಿಂದಲೇ ಅವನನ್ನು ಸೂಕ್ಷ್ಮವಾಗಿ ಗಮನಿಸುತ್ತಿದ್ದ. ಮತ್ತೊಮ್ಮೆ ಹಿರಿಯ ಹುಡುಗ ಜ್ವರದ ತಾಪದಲ್ಲಿ ಬಡಬಡಿಸಿದಾಗ ಕಿರಿಯವನು ಮೆಲ್ಲನೆ ಹಾಸಿಗೆಯಲ್ಲಿ ಎದ್ದು ಕುಳಿತು ತಾಯಿಗೆ ಮಾತ್ರ ಕೇಳಿಸುವಂತೆ ತಗ್ಗಿದ ಧ್ವನಿಯಲ್ಲಿ ಪ್ರಶ್ನಿಸಿದ:

"ಅಮ್ಮಾ, ಅಣ್ಣ ಸಾಯುತ್ತಿದ್ದಾನಾ?"

ಹೆಂಗಸು ಹಿಮದ ಗಾಳಿ ಬೀಸಿದಂತೆ ಕಂಪಿಸಿದಳು. ಭೀತಿ ತುಂಬಿದ ಕಣ್ಣುಗಳಿಂದ ಮಗನನ್ನು ನೋಡಿದಳು:

"ಯಾಕೆ ಹಾಗೆ ಕೇಳ್ತಿದ್ದಿ, ಮಗನೆ?"

ಹುಡುಗ ಒಂದು ಕ್ಷಣ ಸುಮ್ಮನೆ ಕುಳಿತು, ಆಮೇಲೆ ತಾಯಿಯ ಕಿವಿಯ ಬಳಿ ಸರಿದು ಅಣ್ಣನಿಗೆ ಕೇಳಿಸದಂತೆ ಪಿಸುಗುಟ್ಟಿದ:

"ಯಾಕೆಂದರೆ ಆಗ ಬಿಳಿ ಮನೆಯಿಂದ ಊಟದ ತಟ್ಟೆ ಬರ್‍ತದೆ." ○

◯ ರಫೀಕ್ ಹಲೀದ್

ಬೂದು ಬಣ್ಣದ ಕತ್ತೆ

ಬೆಟ್ಟಕ್ಕೆ ಹೋಗುವ ದಾರಿಯಲ್ಲಿ ಒಬ್ಬ ಮುದುಕ ಬಿದ್ದುಕೊಂಡಿದ್ದಾನೆ ಮತ್ತು ಬೂದು ಬಣ್ಣದ ಕತ್ತೆಯೊಂದು ಅಲ್ಲೇ ಅಲೆಯುತ್ತಿದೆ ಎಂಬ ಸುದ್ದಿಯನ್ನು ಕೊಟ್ಟವರು ನದಿಯಿಂದ ನೀರು ತರುವ ಮಕ್ಕಳು.

"ನಡೀರಿ, ಹೋಗಿ ನೋಡೋಣ," ಹುಸ್‌ಮನ್ ಹೋಜಾ ಹೇಳಿದ.

ಆಗ ಸಂಜೆಯಾಗಿತ್ತು. ಜ್ವರದ ಹಾವಳಿಗೆ ತುತ್ತಾಗಿದ್ದ ಆ ಊರಿನ ಮೇಲೆ, ಹೊಂಡಗಳ ಮೇಲೆ, ಮತ್ತು ಎರಡು ತೊರೆಗಳ ಸಂಗಮವಾಗಿದ್ದ ಆ ಜವುಗು ನೀರಿನ ಮೇಲೆ ಭತ್ತದ ವಾಸನೆಯಿಂದ ಕೂಡಿದ ದಟ್ಟ ಹಬೆ ಹರಡಿತ್ತು. ಒಣ ಮರಗಳೆಡೆಯಿಂದ ಬಂದ ಸೂರ್ಯ ಕಿರಣ ಜವುಗಿನಿಂದ ಹೊರಟ ನಾಲೆಯ ನಿಶ್ಚಲ ನೀರಿನ ಮೇಲೆ ಬಿದ್ದು ಮಂದವಾಗಿ ಪ್ರತಿಫಲಿಸುತ್ತಿತ್ತು. ಮೋಡ ಕವಿದ ಆಕಾಶದಲ್ಲಿ ಅಲ್ಲಿ ಇಲ್ಲಿ ಬಿಟ್ಟ ಬಿರುಕುಗಳಂತೆ ಕಾಣಿಸುತ್ತಿದ್ದ ಈ ಬೆಳಕು, ಅಸ್ಪಷ್ಟವಾಗುತ್ತ ಕೊನೆಗೆ ಮಾಯವಾಯಿತು.

ಮೂರು ಹಳ್ಳಿಗರು ಒಬ್ಬರ ಹಿಂದೆ ಒಬ್ಬರಂತೆ ಏರು ಬೆಟ್ಟದ ದಾರಿಯನ್ನು ನಿಧಾನವಾಗಿ ತುಳಿಯಲಾರಂಭಿಸಿದರು. ಅವರಲ್ಲಿ ಒಬ್ಬಾತ ರೋಗ ಹಿಡಿದ ಕುದುರೆಯಂತೆ ಕೆಮ್ಮುತ್ತಿದ್ದ. ಅವರಿಗೆ ಮೊದಲು ಕಾಣಿಸಿದ್ದು ಬೂದು ಬಣ್ಣದ ಕತ್ತೆ. ಗಿಡಗಂಟಿಗಳ ನಡುವೆ ಇದ್ದ ಒಂದಷ್ಟು ಖಾಲಿ ಜಾಗೆಯಲ್ಲಿ ಅದು ನಿಂತಿತ್ತು. ಪ್ರಾಯಶಃ ಕತ್ತೆ ಮಣ್ಣನ್ನು ಕಾಲಿನಿಂದ ಕೆದರಿ, ಬಿದ್ದು ಹೊರಳಾಡಿ ಎದ್ದು ನಿಂತಿರಬೇಕು. ಈಗ ಅವರನ್ನು ಕಂಡಾಗ ಅದು ತೃಪ್ತಿಯ ಮುಖಭಾವದಿಂದ ನಾಲ್ಕು ಹೆಜ್ಜೆ ಮುಂದೆ ಬಂದು ನಿಂತಿತು. ಆಮೇಲೆ ಬೆನ್ನು ತಿರುಗಿಸಿ ನಿರ್ಲಕ್ಷ್ಯದಿಂದ ಮುಳುಗುವ ಸೂರ್ಯನನ್ನು ನೋಡತೊಡಗಿತು.

ಹೋಜಾ (ಖುರಾನ್ ಶಿಕ್ಷಕ) ಗಟ್ಟಿಯಾಗಿ ಕೂಗಿಕೊಂಡ. "ಹ್ಯಾದಿ, ನೀನೆಲ್ಲಿದ್ದಿ ಪ್ರಯಾಣಿಕನೇ ?"

ತುಸು ಮುಂದೆ ಒಬ್ಬಾತ ಬಡಕಲು ಮುದುಕ ಮರಕ್ಕೆ ಬೆನ್ನೊರಗಿಸಿ ಕುಳಿತಿದ್ದ. ಉಸಿರಾಡಲು ತೊಂದರೆಪಡುತ್ತಿದ್ದ ಆತ

ನಿರ್ಜೀವ ಕಣ್ಣುಗಳಿಂದ ಆಗಂತುಕರನ್ನು ನೋಡಿ ಬೆರಳಿನಿಂದ ಎದೆ ಮುಟ್ಟಿ ತೋರಿಸಿದ. "ಏನಾಯ್ತು, ಏನಾಯ್ತು ಮಾವ?" ಎಂಬ ಪ್ರಶ್ನೆಗಳಿಗೆ ಅವನು ಏನೇನೋ ಬಡಬಡಿಸಿದ. ಅದರಲ್ಲಿ ಶಬ್ದಗಳಿಗಿಂತ ಉಬ್ಬಸದ ಉಸಿರೇ ಹೆಚ್ಚಾಗಿತ್ತು. ಅವನು ಸಾಯುತ್ತಿದ್ದಾನೆ ಅಂದುಕೊಂಡ ಹಳ್ಳಿಗರು ಅಲ್ಲೆ ಕುಳಿತರು. ಆದರೆ ತುಸು ಹೊತ್ತಿನಲ್ಲಿ ಅವನು ಚೇತರಿಸಿಕೊಂಡ.

ಬಿಳಿಗಡ್ಡದ ನಡುವೆ ಕಾಣಿಸುತ್ತಿದ್ದ ಅವನ ಮುಖದಲ್ಲಿ ಅಸಂಖ್ಯಾತ ನಿರಿಗೆಗಳಿದ್ದುವು. ಬಿಸಿಲು, ಗಾಳಿಯ ಹೊಡೆತಕ್ಕೆ ಕಂದು ಬಣ್ಣ ಪಡೆದಿದ್ದ ಚರ್ಮ. ಚಿಂದಿಯಾಗಿದ್ದ ತನ್ನ ಉಡುಪನ್ನು ಆತ ನೇರಳೆ ಬಣ್ಣದ ನಿಲುವಂಗಿಯಲ್ಲಿ ಮುಚ್ಚಿಕೊಂಡಿದ್ದ. ತಲೆಯ ಮೇಲೆ ಹಳದಿ ಬಣ್ಣದ ರುಮಾಲು. ಅವನ ಪುಟ್ಟ ನೀಲಿ ಕಣ್ಣುಗಳಲ್ಲಿ ಮಗುವಿನ ನೇರ ದೃಷ್ಟಿ ಇತ್ತು. ಬಲು ಮೆಲ್ಲಗೆ ಅವನ ಮುಖದಲ್ಲಿ ಬಣ್ಣ. ಕಣ್ಣುಗಳಲ್ಲಿ ಜೀವ ತುಂಬಿಕೊಂಡಿತು. ಅಲ್ಲೇ ಕಾಲು ಚಾಚಿ, ತಗ್ಗಿನ ಧ್ವನಿಯಲ್ಲಿ ಆತ ಏನೋ ಗೊಣಗಿದ. ಬಹುಶಃ ತಾನು ಬಲು ದೂರದಿಂದ ಬಂದ ಮತ್ತು ಇನ್ನೂ ದೂರ ಹೋಗಬೇಕಾಗಿದ್ದ ಪ್ರಯಾಣಿಕನೆಂದು ವಿವರಿಸುತ್ತಿರಬೇಕು.

"ಈತನನ್ನು ಸಮುದಾಯದ ಅತಿಥಿ ಗೃಹಕ್ಕೆ ಕರೆದು ತನ್ನಿ. ಅಲ್ಲಿ ಮಲಗಬಹುದು," ಎಂದು ಹುಸ್‌ಮನ್ ಹೋಜಾ ಹೇಳಿದಾಗ ಹಳ್ಳಿಗರು ಆತನನ್ನು ಎತ್ತಿ ಕತ್ತೆಯ ಮೇಲೆ ಕುಳ್ಳಿರಿಸಿದರು. ಎರಡು ಬದಿಗಳಿಂದಲೂ ಮುದುಕನನ್ನು ಆಧರಿಸಿ ಹಿಡಿದುಕೊಂಡು ಕಡಿದಾದ ಬೆಟ್ಟದ ದಾರಿಯಲ್ಲಿ ಅವರು ನಿಧಾನವಾಗಿ ಇಳಿದು ಬಂದರು.

ಸೂರ್ಯ ಕಣ್ಮರೆಯಾಗಿದ್ದ. ನಾಲೆಯ ನೀರಿನಲ್ಲಿ ಈಗ ಹೊಳಪಿರಲಿಲ್ಲ. ಅವರನ್ನು ನಾಲ್ಕು ಕಡೆಗಳಿಂದಲೂ ಆವರಿಸಿದ್ದ ಎತ್ತರದ ಬೆಟ್ಟಗಳು ಮೋಡದ ಮುಸುಕಿನಲ್ಲಿ ಸುಮ್ಮನೆ ನಿದ್ದೆ ಹೋಗಿದ್ದವು. ಬಂಡೆಗಳ ನೆರಳಲ್ಲಿ ಮಲಗಿದ್ದ ಹಳ್ಳಿ ಎಲ್ಲೂ ಬೆಳಕು ತೋರದೆ, ಸದ್ದು ಮಾಡದೆ ಕತ್ತಲಲ್ಲಿ ಕಾದಿತ್ತು.

ಅವರ ಬರವಿನ ಸದ್ದಿಗೆ ಅಲ್ಲೊಂದು ಇಲ್ಲೊಂದು ಮುಖ ಕಿಟಿಕಿಯಿಂದ ಹೊರಗಿಣಿಕಿತು. ಹಟ್ಟಿಯ ದನಗಳು ಅಂಬಾ... ಅಂದವು. ಹುಸ್‌ಮನ್ ಗಟ್ಟಿಯಾಗಿ ಹೇಳಿದ :

"ಎಲ್ಲಿದ್ದೀರಿ ನೀವೆಲ್ಲ ? ಹೊರಗೆ ಬನ್ನಿ. ಒಬ್ಬ ಅತಿಥಿ ಬಂದಿದ್ದಾನೆ."

ಅಷ್ಟರಲ್ಲಿ ಬಿಳಿ ಉಡುಪು ತೊಟ್ಟ ಹಲವಾರು ಮಂದಿ ಉರಿಯುವ ಕೊಳ್ಳಿಗಳನ್ನು ಹಿಡಿದುಕೊಂಡು ಬಂದರು. ಆಶ್ಚರ್ಯಚಕಿತರಾಗಿದ್ದ ಅವರು ಹೊಗೆ ತುಂಬಿದ ಬೆಳಕಿನಲ್ಲಿ ಕಾಲು ಹಾಕುತ್ತಾ ನೇರವಾಗಿ ಅತಿಥಿ ಗೃಹಕ್ಕೆ ಬಂದರು.

ರಸ್ತೆ ಇಲ್ಲದ, ಬೆಂಗಾಡಾಗಿದ್ದ ಅನತೋಲಿಯ ಹಳ್ಳಿಯಿಂದ ಸಮೀಪದ ಪಟ್ಟಣಕ್ಕೆ ಎರಡು ದಿನಗಳ ಹಾದಿ. ಹವಾಮಾನ ಚೆನ್ನಾಗಿದ್ದರೆ ಆ ಪ್ರದೇಶದ ಇತರ ಭಾಗಗಳಿಗೆ ಹೋಗುವ ವಾಹನರಹಿತ ಪ್ರಯಾಣಿಕರು ಅನತೋಲಿಯವನ್ನು ಹಾದು ಹೋಗುವುದು ಹತ್ತಿರದ ದಾರಿಯೆಂದು ಇಲ್ಲಿ ತಂಗುತ್ತಿದ್ದರು. ಹಾಗಾಗಿ ಒಟ್ಟು ವರ್ಷದಲ್ಲಿ ಐದೋ ಹತ್ತೋ ಮಂದಿ ಬಡ ದಾರಿಹೋಕರು ಹೊತ್ತಲ್ಲದ ಹೊತ್ತಿನಲ್ಲಿ ಈ ಹಳ್ಳಿಗೆ ಬಂದು ಬಾಗಿಲು ತಟ್ಟುತ್ತಿದ್ದುದುಂಟು. ಅಂಥ ಸಂದರ್ಭದಲ್ಲಿ ಹಳ್ಳಿಯ ಮುಖ್ಯಸ್ಥ ಹುಸ್‌ಮನ್ ಆ ದಿನದ ಅತಿಥಿ ಸತ್ಕಾರ ಯಾರ ಪಾಳಿಯದ್ದೆಂದು ತಿಳಿದು ಆತನಿಗೆ ಜನ ಕಳುಹಿಸುತ್ತಿದ್ದ. ಚಳಿಗಾಲ, ಬೇಸಿಗೆ ಎನ್ನದೆ ಮೂರು ಹೊತ್ತೂ ಬೆಂಕಿ ಉರಿಯುತ್ತಿದ್ದ ಅತಿಥಿ ಗೃಹಕ್ಕೆ ಪ್ರಯಾಣಿಕನನ್ನು ಹುಸ್‌ಮನ್ ಖುದ್ದಾಗಿ ಕರೆದೊಯ್ಯುತ್ತಿದ್ದ. ಆ ಹಳ್ಳಿಗೆ ಹೊರಜಗತ್ತಿನ ಸುದ್ದಿ ಇಂಥ ನಿರಕ್ಷರಕುಕ್ಷಿಗಳಿಂದ ವಿಕೃತ ರೂಪದಲ್ಲಿ ದೊರೆಯುತ್ತಿತ್ತು.

ಮುದುಕ ಈಗ ಶಾಂತನಾಗಿದ್ದ. "ನನ್ನ ಎದೆಯಲ್ಲಿ ಆಗೊಮ್ಮೆ ಈಗೊಮ್ಮೆ ಹೀಗಾಗ್ತದೆ." ಅವನು ವಿವರಿಸಿದ.

ಹಳ್ಳಿಗನೊಬ್ಬ ಒಂದು ತಾಮ್ರದ ಪಾತ್ರೆಯನ್ನು ಒಲೆಯ ಮೇಲಿರಿಸಿದ. ಅದರೊಳಗಿನ ದ್ರವದಿಂದ ಸಾಬೂನಿನ ನೊರೆಯಂತೆ ಬಣ್ಣಬಣ್ಣದ ಗುಳ್ಳೆಗಳು ಮೇಲೆ ಉಕ್ಕಿ ಬಂದವು. ಅದರಿಂದ ಬಗ್ಗಿಸಿ ಒಂದು ಲೋಟ ದ್ರವವನ್ನು ಮುದುಕನ ಕೈಗಿತ್ತರು. ಆತ ಅದನ್ನು ಊದುತ್ತಾ ಚಪ್ಪರಿಸಿ ಕುಡಿದ. ಕುಡಿದು ಮುಗಿಸುವಷ್ಟರಲ್ಲಿ ಮುದುಕನಿಗೆ ಒಂದೇ ಸವನೆ ಬಿಕ್ಕಳಿಕೆ ಬರಲಾರಂಭಿಸಿತು. ಅವನ ಇಡೀ ದೇಹ ನಡುಗುತ್ತಿತ್ತು. ಪ್ರತಿ ಛಳಕಿಗೆ ಆತ "ಅಲ್‌ಹಂದುಲಿಲ್ಲಾಹ್" ಎಂದು ನುಡಿಯುತ್ತಿದ್ದ. ಹಳ್ಳಿಗರೆಲ್ಲರೂ ಆತನ ಸುತ್ತ ಕತ್ತರಿ ಕಾಲು ಹಾಕಿ ಕುಳಿತು ಮಾತನಾಡುವ ಅವಕಾಶಕ್ಕಾಗಿ ಅಸಹನೆಯಿಂದ ಕಾಯುತ್ತಿದ್ದರು. ಬಾಗಿಲ ಹತ್ತಿರ ಸಾಲುಗಟ್ಟಿ ನಿಂತಿದ್ದ ಯುವಕರಿಗೆ, ಕಣ್ಣು ಗುಳಿ ಬಿದ್ದಿದ್ದ ಈ ಮೌನ ಅತಿಥಿಯ ಕುರಿತು ಏನೊಂದೂ ತಿಳಿಯಲಿಲ್ಲ.

ಅವನ ಬಿಕ್ಕಳಿಕೆ ನಿಲ್ಲುವ ಬದಲು ಇನ್ನಷ್ಟು ತೀವ್ರವಾಗತೊಡಗಿತು. ತನ್ನ ಹತ್ತಿರಕ್ಕೆ ಬರುವಂತೆ ಮುದುಕ ಹಳ್ಳಿಗರಿಗೆ ಸಂಜ್ಞೆ ಮಾಡಿದ. ಹುಸ್‌ಮನ್ ಮತ್ತು ಹಿರಿಯರು ಅವನ ಸಮೀಪ ಸರಿದರು. ಯುವಕರ ಕುತೂಹಲ ಕೆರಳಿದರೂ ಹತ್ತಿರ ಹೋಗಲು ಧೈರ್ಯ ಸಾಲದೆ ಅಲ್ಲೇ ನಿಂತರು. ಪ್ರಾಯಶಃ ಪ್ರಯಾಣಿಕ ಕಷ್ಟಪಟ್ಟು ತನ್ನ ವ್ಯವಹಾರಗಳನ್ನು ಅವರಲ್ಲಿ ಹೇಳುತ್ತಿರಬಹುದು. ಅಥವಾ ಉಯಿಲನ್ನು ಮಾಡುತ್ತಿದ್ದಾನೋ! ಆಗಾಗ ಹುಸ್‌ಮನ್ ಹೇಳುತ್ತಿರುವುದು ಕೇಳಿಸುತ್ತಿತ್ತು: "ಚಿಂತಿಸಬೇಡ, ಹೃದಯ ಹಗುರ ಮಾಡಿಕೋ. ನಾವು ಅದರ ವ್ಯವಸ್ಥೆ ಮಾಡ್ತೇವೆ." ಒಮ್ಮೆಲೆ ಹಿರಿಯರೆಲ್ಲರೂ ಮಂಚದತ್ತ ಬಾಗಿ ನೋಡಿದರು. ಆಮೇಲೆ ಮೌನವಾಗಿ ಎದ್ದು ನಿಂತರು.

"ಆತ ದೇವರನ್ನು ಸೇರಿಕೊಂಡ." ಹುಸ್‌ಮನ್ ನುಡಿದ.

ಬೆಂಕಿಗೂಡಿನಲ್ಲಿ ಕಟ್ಟಿಗೆಯೊಂದು ಮುರಿದು ಉರಿ ಪ್ರಜ್ವಲಿಸಿದಾಗ ಸತ್ತವನ ಮುಖ ಕಾಣಿಸಿತು. ಮತ್ತೆ ನಸುಗತ್ತಲು. ಹಟ್ಟಿಯಲ್ಲಿ ದನವೊಂದು ಅಂಬಾ... ಅನ್ನುತ್ತಿತ್ತು.

ಪ್ರಯಾಣಿಕ ತನ್ನ ಅಂತಿಮ ಆಸೆಯನ್ನು ಪ್ರಕಟಿಸಿದ್ದ. ಆತ ತನ್ನ ಸೊಂಟದ ಪಟ್ಟಿಯಲ್ಲಿ ಹೊಲಿದಿದ್ದ ಎಂಟು ಬಂಗಾರದ ನಾಣ್ಯಗಳನ್ನು ಮತ್ತು ತನ್ನ ಬೂದು ಬಣ್ಣದ ಕತ್ತೆಯನ್ನು ಪವಿತ್ರ ಹೆಜಾಜ್‌ಗೆ ಧಾರ್ಮಿಕ ಕಾಣಿಕೆಯಾಗಿ ನೀಡಿದ್ದ.

ಗೋರಿಯಿಂದ ಹಿಂದಿರುಗಿದ ಬಳಿಕ ಹಳ್ಳಿಗರು ಮರದಡಿಯಲ್ಲಿ ಸೇರಿ ತಮ್ಮ ಬಳಿ ಬಂದಿದ್ದ ಬಂಗಾರದ ನಾಣ್ಯಗಳನ್ನು ಮತ್ತು ಕತ್ತೆಯನ್ನು ಏನು ಮಾಡುವುದೆಂದು ಚರ್ಚಿಸಿದರು. ಕೊನೆಯಲ್ಲಿ ಯಾರಾದರೊಬ್ಬರು ಜಿಲ್ಲಾ ನ್ಯಾಯಾಧೀಶರಲ್ಲಿಗೆ ಹೋಗಿ ಸಲಹೆ ಕೇಳಿ ಬರಬೇಕೆಂದು ತೀರ್ಮಾನವಾಯಿತು. ಒಂದು ವಾರದೊಳಗೆ ಕತ್ತೆಯೊಂದಿಗೆ ಪಟ್ಟಣಕ್ಕೆ ಹೋಗುವ ಕೆಲಸವನ್ನು ಹುಸ್‌ಮನ್‌ಗೆ ವಹಿಸಿ ಕೊಡಲಾಯಿತು.

ಕತ್ತೆಗೆ ಪ್ರಾಮುಖ್ಯ ಬಂತು. ಅದಕ್ಕೆ ಎಂದೂ ಆಹಾರದ ಕೊರತೆ ಕಾಣಿಸಲಿಲ್ಲ. ಧಾರ್ಮಿಕ ಕ್ರಿಯೆಯ ಶ್ರದ್ಧೆಯಿಂದ ಗಳಿಗೆಗೊಮ್ಮೆ ಯಾರಾದರೂ ಬಂದು ಅದರ ಆರೈಕೆ ನಡೆಸುತ್ತಿದ್ದರು. "ಕತ್ತೆಗೆ ಕುಡಿಯಲು ನೀರು ಇಟ್ಟಿದ್ದೀಯಾ? ಅದಕ್ಕೆ ಬಾರ್ಲಿ ಕೊಟ್ಟಾಯಿತೇನು?" ಎಂದು ಹಳ್ಳಿಗರು ಒಬ್ಬರಿಗೊಬ್ಬರು ಎಚ್ಚರಿಕೆ ನೀಡುತ್ತಿದ್ದರು.

ಒಂದು ದಿನ ಬೆಳಿಗ್ಗೆ, ಮೂಡು ಕೆಂಪೇರುವ ಹೊತ್ತಿನಲ್ಲಿ ಎಲ್ಲರೂ ಬಂದು ಹುಸ್‌ಮನ್

ಹೋಜಾನನ್ನು ಬೀಳ್ಕೊಟ್ಟರು. ಹುಸ್‌ಮನ್‌ನ ಕತ್ತೆಯ ಹಿಂದೆ ಬೂದು ಬಣ್ಣದ ಕತ್ತೆ ಬೆನ್ನ ಮೇಲೆ ಹೊರೆಯಿಲ್ಲದೆ ಆರಾಮವಾಗಿ ಬಾಲ ಅಲ್ಲಾಡಿಸುತ್ತಾ ಹೊರಟು ಹೋಯಿತು. ಬೆಳಗಿನ ಹೊಂಬೆಳಕಲ್ಲಿ ಜೀನಿಗೆ ಹಾಸಿದ್ದ ಮಸುಕು ಬಟ್ಟೆ ಮಕಮಲ್ಲಿನಂತೆ ಹೊಳೆಯಿತು.

ಎಂಥ ಬೋರು ಹೊಡೆಸುವ ದೀರ್ಘ ಪ್ರಯಾಣ ಅದು! ಹುಲುಸಾಗಿ ಬೆಳೆದು ನಿಂತ ಭತ್ತದ ಮತ್ತು ಜೋಳದ ಸಸಿಗಳ ಹಿಂದೆ ಸದ್ದಿಲ್ಲದೆ ಹರಿಯುತ್ತಿದ್ದ ತೊರೆ ಇಲ್ಲಿಗೆ ಕಾಣಿಸುತ್ತಿರಲಿಲ್ಲ. ಅನಂತರ ಎಲ್ಲಿ ನೋಡಿದರೂ ಬರಿ ಬೆಂಗಾಡು. ನೆರಳನ್ನು ಆಶ್ರಯಿಸೋಣವೆಂದರೆ ಮಾರ್ಗದ ಬದಿಗಳಲ್ಲಿ ಒಂದೇ ಒಂದು ಮರವಿರಲಿಲ್ಲ. ಎರಡು ದಿನಗಳ ಹಾದಿಯ ನಡುವೆ ಯಾವ ಹಳ್ಳಿಯೂ ಇರಲಿಲ್ಲ. ಆಮೇಲೆ ಕಡಿದಾದ ಬಂಡೆ ಕಲ್ಲುಗಳು ತುಂಬಿದ ಬೆಟ್ಟದ ಹಾದಿ. ಅದನ್ನು ದಾಟಿದರೆ ಹಸಿರು ತುಂಬಿದ ಮನೋಹರ ಕಣಿವೆ, ತಂಗಾಳಿ, ಸುತ್ತಲೂ ಹರಡಿದ ಸೇಬು ತೋಟಗಳ ನಡುವೆ ಖಡ್ಗದ ಬದಿಯಂತೆ ಮಿರುಗುವ ತೊರೆ, ಬದಿಯಲ್ಲಿ ತಂತಿ ಕಂಬಗಳನ್ನು ಹೊತ್ತ ನಯವಾದ, ಸಮತಕಟ್ಟಾದ ರಸ್ತೆ ಬೆಟ್ಟವನ್ನು ಸುತ್ತಿ ಬಳಸಿ ಹೋಗುತ್ತಿತ್ತು. ರಾತ್ರಿಯನ್ನು ಪ್ರವಾಸಿ ಗೃಹದಲ್ಲಿ ಕಳೆದ ಹುಸ್‌ಮನ್ ಬೆಳಿಗ್ಗೆ ಮುಖ್ಯ ಪಟ್ಟಣದ ಹಾದಿ ಹಿಡಿದ.

ಪಟ್ಟಣದಲ್ಲಿ ಬುರುಜು, ಬಾಲ್ಕನಿಯಿಂದ ಕೂಡಿದ ದೊಡ್ಡ ಕಟ್ಟಡವೊಂದಿತ್ತು. ಹೋಟೆಲಿನಂತೆ ಕಾಣಿಸುತ್ತಿದ್ದ ಆ ಬೃಹದಾಕಾರದ ಕಟ್ಟಡದ ಕೆಲಸವನ್ನು ಪೂರ್ತಿ ಮಾಡುವುದಾಗಿರಲಿಲ್ಲ. ಸುಣ್ಣ ಹೊಡೆಯದೆ ಬಿಟ್ಟಿದ್ದ ಇಟ್ಟಿಗೆಗಳ ನಡುವೆ ಅಲ್ಲಲ್ಲಿ ಕಾಣಿಸುವ ಬಿರುಕುಗಳಲ್ಲಿ ಪಾರಿವಾಳಗಳು ಸೇರಿಕೊಂಡಿದ್ದವು. ಮೂಲೆಯ ಒಂದು ಶೆಡ್ಡಿನಲ್ಲಿ ಸುಣ್ಣ ಬೇಯಿಸುವ ಕುಲುಮೆಯೊಂದು ಮಾತ್ರ ಅದರ ಮೂಲ ಸ್ಥಿತಿಯಲ್ಲಿದ್ದಂತೆ ಇತ್ತು. ಮುಖ್ಯ ಕುಲುಮೆಯಿದ್ದ ಕಟ್ಟಡ ಎಂದೋ ನಾಶವಾಗಿತ್ತು.

ಕೋಟು, ಹ್ಯಾಟು ಇಲ್ಲದ ಒಬ್ಬ ಪೋಲೀಸ್ ಸಾರ್ಜೆಂಟ್ ಹೋಜಾನನ್ನು ವಿಚಾರಿಸಿದ. ಹೋಜಾ ಮಕ್ಕಳು ನೀರು ತರಲು ಹೋದಲ್ಲಿಂದ ಕತೆ ಆರಂಭಿಸಿದ. ಹೋಜಾನ ನಿರೂಪಣೆಯ ಅರ್ಧ ಭಾಗ ಮುಗಿಯಬೇಕಿದ್ದರೆ ಸಾರ್ಜೆಂಟ್ ಪಕ್ಕಕ್ಕೆ ತಿರುಗಿ, ಕೆಳಗೆ ತೊರೆಯಲ್ಲಿ ಈಜಾಡುತ್ತಿದ್ದ ಬಾತುಕೋಳಿಗಳಿಗೆ ತನ್ನ ಕೈಯಲ್ಲಿದ್ದ ಬ್ರೆಡ್ಡಿನ ತುಣುಕುಗಳನ್ನು ಎಸೆದು, ಮೂಲೆಯಲ್ಲಿ ಧೂಮಪಾನ ಮಾಡುತ್ತಿದ್ದ ದೊಡ್ಡ ರುಮಾಲಿನ ಇನ್ನೊಬ್ಬ ವ್ಯಕ್ತಿಯೊಡನೆ ಮಾತುಕತೆ ಆರಂಭಿಸಿದ. "ಹಾಜಿ ಎಫೆಂದಿ. ಏನು ಬೆಳಗಿನ ವಿನೋದದಲ್ಲಿ ತೊಡಗಿದ್ದೀರಾ ?"

ನ್ಯಾಯಾಧೀಶರು ರಜೆಯ ಮೇಲೆ ಇಸ್ತಾಂಬುಲ್‌ಗೆ ಹೋಗಿರುವುದನ್ನರಿತ ಹೋಜಾ ತನ್ನ ಕತೆಯನ್ನು ಜಿಲ್ಲಾ ನಿರ್ದೇಶಕರಲ್ಲಿ (ಕಾಯ್‌ಮಕಂ) ಹೇಳಲು ನಿರ್ಧರಿಸಿದ. ಪಾದರಕ್ಷೆಗಳನ್ನು ಬಾಗಿಲಲ್ಲಿ ಬಿಟ್ಟು, ಬೆರಳು ಕಾಣಿಸುವ ಕಾಲ್ಚೀಲದಲ್ಲಿ ಭಯ ಭಕ್ತಿಯಿಂದ ಒಳಗೆ ನಡೆದು, ಕೈಯನ್ನು ಹೊಟೆಯ ಸುತ್ತ ಬಿಗಿದು ಆತ ತನ್ನ ಕತೆ ಆರಂಭಿಸಿದ.

ಶಾಯಿ ಬಣ್ಣದ ಕೋಟು ತೊಟ್ಟು, ಮೀಸೆಗೆ ಬಣ್ಣ ಬಳಿದಿದ್ದ ಬೊಚ್ಚು ಬಾಯಿಯ ಕಾಯ್‌ಮಕಂ ಕತೆಯನ್ನು ಕೊನೆಯವರೆಗೂ ಕೇಳುವ ತಾಳ್ಮೆ ಇಲ್ಲದೆ ಅಬ್ಬರಿಸಿದ :

"ಸಾರ್ಜೆಂಟನ್ನು ಬರಹೇಳು."

ಐದು ದಿನಗಳ ಕಾಲ ಹೋಜಾ ಪೇಟೆಯಲ್ಲಿ ಕಂಡ ಕಂಡವರೊಡನೆ ತನ್ನ ಕತೆ ಹೇಳುತ್ತಾ ತಿರುಗಿದ. ಸಾರ್ಜೆಂಟ್ ಅವನಿಂದ ಕತ್ತೆಯನ್ನು ಪಡೆದುಕೊಳ್ಳಲೂ ಇಲ್ಲ; ಅದನ್ನು

ಕೊಂಡೊಯ್ಯಲು ಅವನನ್ನು ಬಿಡಲೂ ಇಲ್ಲ. ಕೊನೆಗೆ ಯಾರೋ ಮರುಕಪಟ್ಟು ಮನವಿ ಮಾಡಿದರು.

"ಪಾಪ, ಆತನನ್ನು ಹೋಗಲು ಬಿಡಿ. ಎರಡು ವಾರ ಬಿಟ್ಟು ಬಗೆಗಿ ತೀರ್ಮಾನವನ್ನು ನ್ಯಾಯಾಧೀಶರಿಗೆ ಬಿಡೋಣ."

ನ್ಯಾಯಾಧೀಶರೋ ಸುಪ್ರಸಿದ್ಧರಾಗಿದ್ದರು. ಅವರಿಗೆ ಕುಂಬಳ ಕಾಯಿ ನ್ಯಾಯಾಧೀಶರೆಂದು ಅಡ್ಡ ಹೆಸರು. ಏನೇ ಜಟಿಲ ಸಮಸ್ಯೆ ಇರಲಿ ಅದನ್ನು ಅವರು ಬಿಡಿಸುತ್ತಿದ್ದರು. ಕಿತ್ತಳೆ ಬಣ್ಣದ ಅಂಗಿ ತೊಟ್ಟು, ಕೆಂಪು ಕೊಡೆ ಹಿಡಿದುಕೊಂಡು ಸಂತೆಯಲ್ಲಿ ತಿರುಗುವುದು ಅವರದ್ದೊಂದು ಅಭ್ಯಾಸ. ಚಿಕ್ಕಪುಟ್ಟ ವಿಷಯಗಳಿಗೂ ತನ್ನ ಬೊಜ್ಜು ದೇಹವನ್ನು ಹಿಡಿದುಕೊಂಡು ನಗುವ ಅವರನ್ನು ಕಂಡರೆ ಜನಕ್ಕೆ ಅಚ್ಚುಮೆಚ್ಚು.

ಕತ್ತೆ ಮತ್ತು ಹೋಜಾ ಅದೇ ದಾರಿಯಲ್ಲಿ. ಅದೇ ಸ್ಥಿತಿಯಲ್ಲಿ ಹಳ್ಳಿಗೆ ಹಿಂದಿರುಗಿದರು. ಬೂದು ಬಣ್ಣದ ಕತ್ತೆ ಇನ್ನೂ ಬಳುವಳಿಯಾಗಿಯೇ ಉಳಿದಿತ್ತು. ಪೇಟೆಯಲ್ಲಿ ಬಾರ್ಲಿ ಬಲು ದುಬಾರಿಯಾಗಿದ್ದರೂ ಹುಸ್‌ಮನ್ ಅದನ್ನು ಚೆನ್ನಾಗಿ ಸಾಕಿದ್ದ. ಹಳ್ಳಿಗರು ಚರ್ಚಿಸಿ ಈ ವೆಚ್ಚ ದುಂದುಗಾರಿಕೆ ಅಲ್ಲ ಎಂದು ನಿರ್ಧರಿಸಿದರು. "ಪುಣ್ಯ ಸ್ಥಳವೊಂದಕ್ಕೆ ಅದು ಸೇರಬೇಕಾಗಿದೆ. ಹಾಗಾಗಿ ಅದನ್ನು ಜೋಪಾನವಾಗಿ ಪೋಷಿಸಬೇಕಾದ್ದು ನಮ್ಮ ಕರ್ತವ್ಯ," ಎಂದು ಅವರೆಂದರು. ಹೋಜಾ ಕೂಡಾ ತನ್ನ ಪ್ರಯಾಣದ ತೊಂದರೆಗಳನ್ನು ಹೇಳಿಕೊಳ್ಳಲಿಲ್ಲ. ಯೋಗ್ಯವಾದ ಕೆಲಸವೊಂದಕ್ಕೆ ತಾನು ಕೈಯಿಕ್ಕಿದ್ದೇನೆ ಎನ್ನುವ ಯೋಚನೆ ಪ್ರಯಾಣದ ಆಯಾಸವನ್ನೆಲ್ಲ ಮರೆ ಮಾಡಿತ್ತು.

ಹೋಜಾ ಎರಡನೆಯ ಬಾರಿ ಪಟ್ಟಣಕ್ಕೆ ಹೋದಾಗಲೂ ಕತ್ತೆಯನ್ನು ಪುನಃ ಹಿಂದಕ್ಕೆ ತರಬೇಕಾಗಿ ಬಂತು. ನ್ಯಾಯಾಧೀಶರು ರಜೆ ಮುಗಿಸಿ ಬಂದಿರಲಿಲ್ಲ. ಸಾರ್ಜೆಂಟ್ ಅವನನ್ನು ಕಂಡಾಗ ಸಿಡಿಮಿಡಿಗೊಂಡಿದ್ದ.

"ಮೂರ್ಖ, ನಿನಗೇನು ಇಂಥ ಅವಸರ ?" ಎಂದು ಅಬ್ಬರಿಸಿದ್ದ. ಧಾರ್ಮಿಕ ಬಳುವಳಿಯಾಗಿ ಬಂದು ಕತ್ತೆಯನ್ನು ಇತರ ಕೆಲಸಗಳಿಗೆ ಬಳಸಬಹುದೇ ಎನ್ನುವ ಸಂದೇಹವೂ ಹಳ್ಳಿಗರಿಗಿದ್ದುದರಿಂದ ಅವರು ಅದನ್ನು ಅದರಷ್ಟಕ್ಕೆ ಬಿಟ್ಟರು.

ಮೂರನೆಯ ಬಾರಿಯೂ ಹೋಜಾ ಹೋದಂತೆಯೇ ಕತ್ತೆಯೊಂದಿಗೆ ಮರಳಿಬಂದ. ದೂರದಿಂದ ಇದನ್ನು ನೋಡಿದ ಹಳ್ಳಿಗನೊಬ್ಬ ಊರಲ್ಲಿ ಸುದ್ದಿ ಹರಡಿದ. ಆಶ್ಚರ್ಯಚಕಿತರಾದ ಜನರು ಕುತೂಹಲದಿಂದ ಕಾದರು. ಹುಸ್‌ಮನ್ ಕತ್ತೆಯ ಮೇಲಿನಿಂದಲೇ ತನ್ನ ಈ ಬಾರಿಯ ಪ್ರಯಾಣದ ವಿವರಣೆ ನೀಡಿದ:

"ನಾವು ಮಾಡಿದ್ದೇನು ? ಒಬ್ಬ ಸಾಕ್ಷೀದಾರನನ್ನು ಜೊತೆಯಲ್ಲಿ ಒಯ್ಯಬೇಕಿತ್ತು."

ಸಾಕ್ಷೀದಾರ ! ತಾವು ಅದನ್ನು ಯಾಕೆ ಮೊದಲೇ ಯೋಚಿಸಲಿಲ್ಲ ! ಪರವಾಗಿಲ್ಲ, ಹಾನಿಯೇನೂ ಇಲ್ಲ. ಮುಂದಿನ ವಾರ ಮೂರು ಜನರು ಹೋಗಬಹುದು. ಬೇಕಿದ್ದರೆ ಪ್ರಮಾಣವನ್ನೂ ಮಾಡೋಣವಂತೆ. ನ್ಯಾಯಾಧೀಶರು ಕತ್ತೆಯನ್ನು ಪಡೆದುಕೊಂಡು ರಶೀದಿಯನ್ನು ಕೊಟ್ಟೇ ಕೊಡುತ್ತಾರೆ.

ಏನೂ ದುಡಿಯದೆ ಆಹಾರ ತಿನ್ನುತ್ತಾ ಹೋದ ಕತ್ತೆ ಚೆನ್ನಾಗಿ ಬೊಜ್ಜು ಬೆಳೆಸಿಕೊಂಡಿತ್ತು. ಹೆಣ್ಣು ಕತ್ತೆಗಳನ್ನು ಕಂಡಾಗ ಅವುಗಳ ಹಿಂದೆ ಓಡುತ್ತಿತ್ತು. ಸಾಕಷ್ಟು ಒರಟು ಸ್ವಭಾವವೂ ಅದರ ಮೈಗಂಟಿಕೊಂಡಿತು. ಹೀಗೆ ಎರಡೂವರೆ ತಿಂಗಳು ಕಳೆಯಿತು.

ಅಂತೂ ಕೊನೆಯ ಪ್ರಯಾಣಕ್ಕೆ ಎಲ್ಲವೂ ಸಜ್ಜಾಯಿತು. ಅವರನ್ನು ಬೀಳ್ಕೊಡಲು ಬಂದ ಸಣ್ಣ ಮೆರವಣಿಗೆ ಎಳೆ ಬಿಸಿಲಲ್ಲಿ ಧೂಳೆಬ್ಬಿಸಿತು. ಮೋಡ ಆವರಿಸಿದ್ದ ಬೆಟ್ಟವನ್ನೇರಿದಾಗ ಹಿಂದೆ ನಿಂತು ನೋಡಿದವರಿಗೆ ಅವರು ಆಕಾಶವನ್ನೇ ಏರುತ್ತಿರುವಂತೆ ಕಾಣಿಸಿತು.

ಬೂದು ಬಣ್ಣದ ಕತ್ತೆ ಮತ್ತೆ ಹಿಂದಿರುಗಿ ಬರಲಿಲ್ಲ. ನ್ಯಾಯಾಧೀಶರ ಮುದ್ರೆ ಇರುವ ರಶೀದಿಯನ್ನು ನೋಡಿದ ಹಳ್ಳಿಗರು, ಕತ್ತೆ ಯಾವ ತೊಂದರೆಯೂ ಇಲ್ಲದೆ, ಎಲ್ಲರಿಂದಲೂ ಮನ್ನಣೆ ಪಡೆಯುತ್ತಾ ಹೆಜಾಜ್‌ಗೆ ಪ್ರಯಾಣಿಸುತ್ತಿದೆ ಎಂದು ನಂಬಿದರು. ಅಲ್ಲಿ ಅದು ಪವಿತ್ರ ಮೆಕ್ಕಾದ ಬಾವಿಯಿಂದ ನೀರನ್ನು ಹೊತ್ತು ಸಾಗಿಸಲಿದೆ. ಒಂದು ದಿನ ಕನಸಿನಲ್ಲಿ ಹುಸ್‌ಮನ್‌ಗೆ ಕತ್ತೆಯ ಮೇಲಿನ ಜೀನು ಪವಿತ್ರವಾದ ಹಸಿರು ಮಕಮಲ್ ಬಟ್ಟೆಯಿಂದ ಮುಚ್ಚಿರುವುದು ಕಾಣಿಸಿತು. ಇದು ಅವರ ನಂಬಿಕೆಯನ್ನು ಇನ್ನಷ್ಟು ಬಲಪಡಿಸಿತು.

ಈಗ ಎಲ್ಲರೂ ಕರ್ತವ್ಯ ಪಾಲನೆಯಿಂದ ಉಂಟಾಗುವ ಸಂತೋಷದಿಂದ ಆ ಕತ್ತೆಯ ಬಗ್ಗೆ ಆಗಾಗ್ಗೆ ಮಾತನಾಡುತ್ತಿದ್ದರು. ಅದು ಹೆಣ್ಣು ಕತ್ತೆಗಳ ಹಿಂದೆ ಓಡಿ ಹೋಗುತ್ತಿತ್ತೆಂಬುದನ್ನು ಮರೆತು ಅದನ್ನು ಅಭಿಮಾನದಿಂದ ನೆನೆಯುತ್ತಿದ್ದರು. ಲಾಯದಲ್ಲಿ ಏಕಾಂಗಿಯಾಗಿದ್ದಾಗ ಅದು ತನ್ನ ತಲೆಯನ್ನು ಆಚೀಚೇ ಹೊರಳಿಸುತ್ತಾ ದೇವರ ನಾಮವನ್ನು ಪಠಿಸಲು ಪ್ರಾರಂಭಿಸಿತ್ತೆಂದು ಅವರು ಪರಸ್ಪರ ಹೇಳಿಕೊಳ್ಳುತ್ತಿದ್ದರು.

ಇದಾದ ಒಂದು ವರ್ಷದ ಬಳಿಕ ಅಕ್ಕಿ ಮಾರುವುದಕ್ಕಾಗಿ ಪಟ್ಟಣಕ್ಕೆ ಹೋಗಿದ್ದ ಹುಸ್‌ಮನ್ ಹಿಂದಿರುಗಿದಾಗ ಗರಬಡಿದವನಂತಿದ್ದ. ಜನಜಂಗುಳಿ ಸೇರಿದ್ದ ಸಂತೆಯಲ್ಲಿ ಅವನಿದ್ದಾಗ "ದಾರಿ ಬಿಡಿ... ದಾರಿ ಬಿಡಿ..." ಎನ್ನುವ ಕೂಗು ಅವನಿಗೆ ಕೇಳಿಸಿತ್ತು. ಜನರು ರಸ್ತೆಯ ಪಕ್ಕಕ್ಕೆ ಸರಿದಾಗ ಕುಂಬಳಕಾಯಿ ನ್ಯಾಯಾಧೀಶರ ಆಗಮನವಾಗಿತ್ತು. ಅವರ ಮೇಲೆ ಅದೇ ಚಿರಪರಿಚಿತ ಕಿತ್ತಳೆ ಬಣ್ಣದ ನಿಲುವಂಗಿ; ಕೆಳಗೆ ಆ ಬೂದು ಬಣ್ಣದ ಕತ್ತೆ! ತನ್ನ ಬೊಜ್ಜು ದೇಹವನ್ನು ಕುಣಿಸುತ್ತಾ ಅವರು ನಾಲ್ಕು ಕಡೆಗಳಿಂದಲೂ ಸಲಾಂ ಸ್ವೀಕರಿಸುತ್ತಿದ್ದರು.

ವಿಶ್ವಕಥಾಕೋಶ

ಸಂಪುಟ - ೧೬

ಅವಸಾನ

ಲೇಖಕರ ಪರಿಚಯ

ಅವಸಾನ

ದೆಮೆತ್ರಿಯೋಸ್ ಬಿಕೆಲಾಸ್ (1835–1908)

ಸಿರೋ ದ್ವೀಪದ ಹೆರ್ಮೋಪೊಲಿಸ್‌ನಲ್ಲಿ ಜನನ. ಲಂಡನ್‌ನಲ್ಲಿ ಇಪ್ಪತ್ತು ವರ್ಷಗಳ ಕಾಲ ವಾಸ ಮಾಡಿ ಪ್ಯಾರಿಸ್‌ಗೆ ವಲಸೆ. ಅಲ್ಲಿನ ಸಾಹಿತ್ಯ ವಲಯದಲ್ಲಿ, ಸಾಮಾಜಿಕ, ರಾಜಕೀಯ ಆಂದೋಲನಗಳಲ್ಲಿ ಸಕ್ರಿಯ. ಪ್ರಥಮ ಅಂತರರಾಷ್ಟ್ರೀಯ ಒಲಿಂಪಿಕ್ ಸಮಿತಿಯ ಅಧ್ಯಕ್ಷನಾಗಿ ಆಯ್ಕೆ. 1896ರ ಪ್ರಥಮ ಒಲಿಂಪಿಕ್ ಕ್ರೀಡೆಗಳು ಅಥೆನ್ಸ್‌ನಲ್ಲಿ ನಡೆಯಬೇಕೆಂಬ ಬಿಕೆಲಾಸ್ ಸಲಹೆಗೆ ಸರ್ವಾನುಮತದ ಒಪ್ಪಿಗೆ. ಸಣ್ಣ ಕಥೆಗಾರ, ಕವಿ, ಶ್ರೇಷ್ಠ ಸಾಹಿತ್ಯಕೃತಿಗಳ ಅನುವಾದಕ. ಕಥೆಗಳಲ್ಲಿ ಗ್ರೀಸ್‌ನ ವಿಶಿಷ್ಟ ಸೊಗಡು. ಗ್ರೀಕ್ ಸಂಸ್ಕೃತಿಯ ಆರಾಧಕ. ❍

ಮಿಖಾಲಿಯ ರಾತ್ರಿ

ಯೂಲಿಯಾ ಇಯಾತ್ರಿದಿಸ್

1914ರಲ್ಲಿ ನಿಯೋ ಫಲಿರೋನಲ್ಲಿ ಜನನ. ತಂದೆಯಿಂದ ಸಂಗೀತ ಕಲಿತು ಅನೇಕ ವಾದ್ಯವೃಂದಗಳಲ್ಲಿ ಪಿಟೀಲು ವಾದಕಿ. ಜರ್ಮನ್ ಆಕ್ರಮಣದ ದಿನಗಳಲ್ಲಿ ಬರವಣಿಗೆ ಆರಂಭ. ಪತ್ರಿಕೆಗಳಲ್ಲಿ ಕಥೆಗಳು ಪ್ರಕಟ. ಕಥೆಗಳು, ಕಾದಂಬರಿಗಳಿಗೆ ಹಲವು ಪುರಸ್ಕಾರಗಳು ಲಭ್ಯ. ಸ್ಪಾನಿಷ್ ಕಲಿತು ಗ್ರೀಕ್ ಭಾಷೆಗೆ ಅಲ್ಲಿನ ಸಾಹಿತ್ಯ ಕೃತಿಗಳ ಅನುವಾದ. ❍

ವೆಸ್ಟ್‌ಮಿನ್‌ಸ್ಟರ್

ಯೋರ್ಯಿಸ್ ಥೆವೊತೊಕಾಸ್ (1906–1966)

ಸಣ್ಣಕಥೆಗಾರ, ಕಾದಂಬರಿಕಾರ, ಪ್ರಬಂಧಕಾರ, ನಾಟಕಗಾರ. ಪ್ಯಾರಿಸ್ ಮತ್ತು ಲಂಡನ್‌ನಲ್ಲಿ ವಿದ್ಯಾಭ್ಯಾಸ. ಅಥೆನ್ಸ್‌ನ ರಾಷ್ಟ್ರೀಯ ರಂಗಮಂದಿರದ ನಿರ್ದೇಶಕನಾಗಿ ಎರಡು ಬಾರಿ ನೇಮಕ. ಪ್ರವಾಸ ಸಾಹಿತ್ಯಕ್ಕೂ ಹೆಸರುವಾಸಿ. ಸಮಕಾಲೀನ ಗ್ರೀಕ್ ಲೇಖಕರಲ್ಲಿ ಪ್ರತಿಷ್ಠಿತ ಸ್ಥಾನ ಪಡೆದಿರುವಾತ. ❍

ಮಾತೃತ್ವ

ಲಿಲಿಕಾ ನಾಕೋಸ್ (1899–1988)

ಆಧುನಿಕ ಗ್ರೀಕ್ ಗದ್ಯ ಸಾಹಿತ್ಯದ ಆದ್ಯ ಮತ್ತು ಗಣ್ಯ ಬರಹಗಾರ್ತಿ. ಬಹಳ ವರ್ಷಗಳ ಕಾಲ ಗ್ರೀಕ್ ಪತ್ರಿಕೋದ್ಯಮದಲ್ಲಿ ಕೆಲಸ ಮಾಡಿದ ಏಕೈಕ ಮಹಿಳೆ. ಸಣ್ಣಕಥೆ, ಕಾದಂಬರಿಗಳಲ್ಲಿ ಮಹಿಳಾ ದೃಷ್ಟಿಕೋನ ಮತ್ತು ಸಾಮಾಜಿಕ ಧೋರಣೆಗಳಿಗೆ ಆದ್ಯತೆ ನೀಡಿ ಅನಾವರಣ. ಗ್ರೀಸ್ ಮೇಲೆ ಜರ್ಮನ್ ಆಕ್ರಮಣ ಆದಾಗ ನರ್ಸ್ ಆಗಿ ಸೇವೆ. ಆ ಅನುಭವದ ಆಧಾರದಲ್ಲಿ 'ದಿ ಚಿಲ್ಡ್ರನ್ಸ್ ಇನ್‌ಫರ್ನೊ' ಕಾದಂಬರಿ ರಚನೆ. ಮೊದಲ ಕಥೆ ಫ್ರೆಂಚ್ ಭಾಷೆಗೆ ಅನುವಾದಿತವಾಗಿ ಪ್ರಕಟಿತ. 'ಪತಿತ ಆತ್ಮ' ಜನಪ್ರಿಯ ಕಾದಂಬರಿಗಳಲ್ಲಿ ಒಂದು. ❍

ಪ್ರಶಾಂತ ಸಮುದ್ರ

ದೆಸ್ಪಿನಾ ದೆಜೋರ್ಜಿಸ್

ಗ್ರೀಕ್ ಮಹಿಳಾ ಸಾಹಿತ್ಯದಲ್ಲಿ ಗಮನಾರ್ಹ ಲೇಖಕಿ. ಹೊಸ ಸಂವೇದನೆಗಳನ್ನು ಪ್ರಜ್ಞಾಪೂರ್ವಕವಾಗಿ ಅಳವಡಿಸಿಕೊಳ್ಳಲು ಲೇಖಕಿಯರು ಪ್ರಯತ್ನಿಸಬೇಕೆಂಬ ನಂಬಿಕೆ ಇಟ್ಟು, ಹಾಗೆ ಪ್ರಯತ್ನಿಸಿ ಯಶಸ್ಸು ಪಡೆದಾಕೆ. ❍

ಮನೆಯನ್ನು ಕೊಳ್ಳುವ ಬಗೆ...

ಲಾರೆನ್ಸ್ ಡರೆಲ್ (1912–1990)

ಲಾರೆನ್ಸ್ ಜಾರ್ಜ್ ಡರೆಲ್ ಕವಿ, ಕಾದಂಬರಿಕಾರ, ಸಣ್ಣಕಥೆಗಾರ ಮತ್ತು ನಾಟಕಕಾರ. ಪ್ರವಾಸ ಸಾಹಿತ್ಯಕ್ಕೂ ಹೆಸರುವಾಸಿ. ಬ್ರಿಟಿಷರ ಕಾಲದಲ್ಲಿ ಭಾರತದ ಜಲಂಧರ್‌ನಲ್ಲಿ ಜನನ. ಹನ್ನೊಂದನೆಯ ವಯಸ್ಸಿನವರೆಗೆ ಡಾರ್ಜಿಲಿಂಗ್‌ನಲ್ಲಿ ಶಿಕ್ಷಣ ಪಡೆದು ನಂತರ ಇಂಗ್ಲೆಂಡ್‌ಗೆ. ಅಲ್ಲಿಂದ ಗ್ರೀಸ್‌ನ ಕೋರ್ಫು ದ್ವೀಪಕ್ಕೆ ತೆರಳಿ ಅಲ್ಲಿ ವಾಸ. ದ್ವಿತೀಯ ವಿಶ್ವ ಸಮರದ ನಂತರ ಬ್ರಿಟಿಷ್ ಸರ್ಕಾರದ ಸೇವೆಯಲ್ಲಿ ಹಲವಾರು ಉದ್ಯೋಗಗಳು. ಹಾಗಿದ್ದೂ ಅಪಾರ ಸಾಹಿತ್ಯ ಸೃಷ್ಟಿ. ಪ್ರಸ್ತುತ ಬರೆಹ 'ಕಹಿ ನಿಂಬೆಕಾಯಿಗಳು' ಎಂಬ ಲಘು ಚಿತ್ರಗಳ ಸಂಗ್ರಹದಿಂದ ಆಯ್ದದ್ದು. 'ಅಲೆಕ್ಸಾಂದ್ರಿಯದ ಚತುಷ್ಟಯ' ಅತ್ಯಂತ ಜನಪ್ರಿಯ ಕಾದಂಬರಿ. ಕೊನೆಗಾಲದಲ್ಲಿ ಫ್ರಾನ್ಸ್‌ನಲ್ಲಿ ನೆಲೆ, ಅಲ್ಲೇ ಮರಣ. ❍

ಬಂಡಾಯ

ಆಂದ್ರಿಆಸ್ ರೊದಿತಿಸ್

1946ರಲ್ಲಿ ಸೈಪ್ರಸ್‌ನಲ್ಲಿ ಜನನ. ಓದಿದ್ದು ನ್ಯಾಯಶಾಸ್ತ್ರ. ಆದರೆ ಲಂಡನ್‌ನಲ್ಲಿ ಟೆಲಿವಿಷನ್ ಮತ್ತು ಸಿನಿಮಾ ರಂಗದ ಸಂಪರ್ಕ. ಜೊತೆಗೆ

ಬರವಣಿಗೆಯಲ್ಲಿ ಆಸಕ್ತಿ. 27 ವರ್ಷ ವಯಸ್ಸಿನೊಳಗಿನ ಲೇಖಕರಿಗೆ ಮೀಸಲಾದ ಪ್ರಶಸ್ತಿಯೊಂದರ ವಿಜೇತ.   ⭕

ಎಚ್ಚೆತ್ತ ಜನರು

ಅಜೀಜ್ ನೆಸಿನ್ (1915–1995)

ಹುಟ್ಟುಹೆಸರು ಮಹೆಮತ್ ನಸ್ರೆತ್ ನೆಸಿನ್. ಟರ್ಕಿಯ ಪ್ರಸಿದ್ಧ ವಾಸ್ತವವಾದಿ ಹಾಗೂ ಜನಪ್ರಿಯ ಸಣ್ಣಕಥೆಗಾರ. ವಿಡಂಬನಾತ್ಮಕ ಪತ್ರಿಕೆಗಳ ಸಂಪಾದಕ. ಹಲವಾರು ಕಾವ್ಯನಾಮಗಳಲ್ಲಿ ಕವಿತೆ, ಕಥೆ ಬರವಣಿಗೆ. ನೂರಕ್ಕೂ ಹೆಚ್ಚು ಪುಸ್ತಕಗಳ ಪ್ರಕಟಣೆ. ಸಮಾಜವಾದಿ ಧೋರಣೆ ಹೊಂದಿದ್ದಕ್ಕಾಗಿ ಹಲವು ಬಾರಿ ಸೆರೆವಾಸ. ಧರ್ಮವನ್ನೂ ಟೀಕಿಸುವ ವಾಕ್ ಸ್ವಾತಂತ್ರ್ಯವನ್ನು ಪ್ರತಿಪಾದಿಸಿ, ಧಾರ್ಮಿಕ ಮೂಲಭೂತವಾದವನ್ನು ವಿರೋಧಿಸಿದ ದಿಟ್ಟ ಲೇಖಕ.   ⭕

ಸತ್ತವನ ಸಮಾರಾಧನೆ

ಜೆವ್‌ದೆತ್ ಕುದ್ರೆತ್ (1907– 1991)

ಇಸ್ತಾಂಬುಲ್‌ನಲ್ಲಿ ಜನನ. ಸಣ್ಣಕಥೆಗಾರ, ಕಾದಂಬರಿಕಾರ, ಕವಿ, ನಾಟಕಕಾರ. ಇಸ್ತಾಂಬುಲ್ ವಿಶ್ವವಿದ್ಯಾನಿಲಯದಲ್ಲಿ ನ್ಯಾಯಶಾಸ್ತ್ರದ ವ್ಯಾಸಂಗ. ಸ್ವಲ್ಪ ಕಾಲ ವಕೀಲ. ನಂತರ ಶಾಲೆಗಳಲ್ಲಿ ಸಾಹಿತ್ಯದ ಅಧ್ಯಾಪಕ. ಟರ್ಕಿಯ ವಿಶ್ವಕೋಶಕ್ಕೂ ಕೆಲಸ. ಮತ್ತೆ ಕಾಲೇಜಿನಲ್ಲಿ ಅಧ್ಯಾಪನ ಮತ್ತು ಪ್ರಕಾಶನ ಸಂಸ್ಥೆಗಳ ಉಸ್ತುವಾರಿ. ಟರ್ಕಿಯ ಸಾಹಿತ್ಯ ಚರಿತ್ರೆ, ಸಾಹಿತ್ಯ ವಿಮರ್ಶೆ ಮತ್ತು ಸಂಶೋಧನೆಗೆ ಕುದ್ರೆತ್ ಕೊಡುಗೆ ಅಪಾರ. ಅದಕ್ಕಾಗಿ ಹಲವು ಪ್ರಶಸ್ತಿಗಳ ಗೌರವ. ಈಗ ಅವರ ಹೆಸರಿನಲ್ಲೇ 'ಜೆವ್‌ದೆತ್ ಕುದ್ರೆತ್ ಸಾಹಿತ್ಯ ಪ್ರಶಸ್ತಿ' ಎಂಬ ಪ್ರತಿಷ್ಠಿತ ಪ್ರಶಸ್ತಿ ಸ್ಥಾಪಿಸಲಾಗಿದೆ.   ⭕

ಬೂದು ಬಣ್ಣದ ಕತ್ತೆ

ರಫೀಕ್ ಹಲೀದ್ (1888–1974)

ರಫೀಕ್ ಹಲೀದ್ ಖರೆ– ಇಸ್ತಾಂಬುಲ್‌ನಲ್ಲಿ ಜನನ. ಜನಪ್ರಿಯ ಸಾಹಿತಿ, ಪತ್ರಕರ್ತ ಹಾಗೂ ವಿಡಂಬನಕಾರ. ರಾಜಕೀಯ ವಿಡಂಬನೆಯ ಪತ್ರಿಕೆಗಳಲ್ಲಿ ಆಳುವವರ ಟೀಕೆ. ಇಪ್ಪತ್ತು ಕಾದಂಬರಿಗಳ ರಚನೆ. ಸಣ್ಣಕಥೆಗಳಲ್ಲಿ ಸಾಮ್ರಾಜ್ಯಶಾಹಿಗೆ ವಿರೋಧ. ಕೆಮಾಲ್ ಅಟಾಟರ್ಕನ ವಿರುದ್ಧ ಸುಲ್ತಾನರನ್ನು ಬೆಂಬಲಿಸಿ ಬಂಧನಕ್ಕೊಳಗಾಗುವ ಅಪಾಯ ಬಂದಾಗ ವಿದೇಶ ಗಮನ. ಕ್ಷಮೆ ದೊರೆತ ಮೇಲೆ ಸ್ವದೇಶಕ್ಕೆ ಮರಳಿ ಸಾಹಿತ್ಯ ಚಟುವಟಿಕೆಗಳ ಪುನರಾರಂಭ.   ⭕

ಈ ಸಂಪುಟದ ಅನುವಾದಕರು

ಎ. ಈಶ್ವರಯ್ಯ

1940ರಲ್ಲಿ ಕಾಸರಗೋಡು ತಾಲ್ಲೂಕಿನ ಅನಂತಪುರದಲ್ಲಿ ಜನನ. ಮೈಸೂರು ವಿಶ್ವವಿದ್ಯಾನಿಲಯದಲ್ಲಿ ಆಂಗ್ಲ ಸಾಹಿತ್ಯದಲ್ಲಿ ಪದವಿ. 'ತುಷಾರ' ಮಾಸಿಕದ ಸಂಪಾದಕ ಮತ್ತು 'ಉದಯವಾಣಿ' ದಿನಪತ್ರಿಕೆಯಲ್ಲಿ ಸಹಸಂಪಾದಕರಾಗಿ, ಪುರವಣಿಯ ಸಂಪಾದಕರಾಗಿ ಕಾರ್ಯ ನಿರ್ವಹಣೆ. ಬಹುಶ್ರುತ ಪತ್ರಕರ್ತ. ಕನ್ನಡ ಮತ್ತು ಇಂಗ್ಲಿಷ್‌ನಲ್ಲಿ ಕಥೆ, ಲೇಖನ, ನಗೆಚಿತ್ರ ಮುಂತಾಗಿ ನೂರಾರು ಬರೆಹಗಳು ಪ್ರಕಟಿತ. 'ಪ್ರಮಾಣ' ಕಥಾಸಂಕಲನ ಸೇರಿ ಹಲವು ಪುಸ್ತಕಗಳ ಪ್ರಕಟಣೆ. ಶಾಸ್ತ್ರೀಯ ಸಂಗೀತದಲ್ಲಿ ಪರಿಶ್ರಮ. ಚಿತ್ರಕಲೆ, ನಾಟಕ, ಯಕ್ಷಗಾನ, ಛಾಯಾಗ್ರಹಣಗಳಲ್ಲಿ ಆಸಕ್ತಿ. ಕನ್ನಡದಲ್ಲಿ ಸಾಂಸ್ಕೃತಿಕ ಪತ್ರಿಕೋದ್ಯಮಕ್ಕೆ ಇವರ ಕೊಡುಗೆ ಅಪಾರ. ಹಲವು ಪ್ರಶಸ್ತಿ ಮತ್ತು ಗೌರವಗಳಿಗೆ ಪಾತ್ರರು.

ವಿಶೇಷ ಕೃತಜ್ಞತೆ

ಈ ಸಂಪುಟದ ಕಥೆಗಳ ಆಯ್ಕೆಗಾಗಿ ಆಕರ ಸಾಮಗ್ರಿ ದೊರಕಿಸುವ ಕಾರ್ಯದಲ್ಲಿ ನೆರವು ನೀಡಿದ

– ವಿವಿಧ ಗ್ರಂಥ ಭಂಡಾರಗಳು
– ನವದೆಹಲಿಯ ಶ್ರೀ ಶಾ. ಬಾಲುರಾವ್ (ಕೇಂದ್ರ ಸಾಹಿತ್ಯ ಅಕಾಡೆಮಿ)
– ಬೆಂಗಳೂರಿನ ಶ್ರೀ ಯು.ಎಸ್. ಶ್ರೀನಿವಾಸನ್,
– ನವದೆಹಲಿಯ ಡಾ. ಭೀಷಮ್ ಸಾಹನಿ

ಅಂಕಿತನಾಮಗಳ ಸರಿಯಾದ ಉಚ್ಚಾರ ತಿಳಿಯಲು ಸಹಾಯ ಮಾಡಿದ.

– ಡಾ. ಪಿ. ದಾಸ್‌ಗುಪ್ತ, ಸೆಂಟರ್ ಆಫ್ ಅಡ್ವಾನ್ಸ್ಡ್ ಸ್ಟಡೀಸ್ ಇನ್ ಲಿಂಗ್ವಿಸ್ಟಿಕ್ಸ್, ಪುಣೆ

ಸಂಪುಟದ ಮೂಲ ಆಂಗ್ಲರೂಪದ ಬೆರಳಚ್ಚು ಪ್ರತಿಗಳ ತಯಾರಿಕೆ ಮತ್ತಿತರ ಸಂಪಾದಕೀಯ ನೆರವಿಗಾಗಿ

– ಕುಮಾರಿ ಸೀಮಂತಿನೀ ನಿರಂಜನ

ಇವರೆಲ್ಲರಿಗೆ ನಾವು ವಿಶೇಷವಾಗಿ ಕೃತಜ್ಞರು.

ವಿಶ್ವಕಥಾಕೋಶ

೨೫ ಸಂಪುಟಗಳು – ಪ್ರಧಾನ ಸಂಪಾದಕರು : ನಿರಂಜನ